समुद्रमंथन

वि. स. खांडेकर

संपादक

डॉ. सुनीलकुमार लवटे

मेहता पब्लिशिंग हाऊस

Please contact us at **Mehta Publishing House,** Pune .
✆ +91 020-24476924 / 24460313 / Mob. No. 9545000513
Email : production@mehtapublishinghouse.co
Website : www.mehtapublishinghouse.com

- *या पुस्तकातील लेखकाची मते, घटना, वर्णने ही त्या लेखकाची असून, त्याच्याशी प्रकाशक सहमत असतीलच असे नाही.*

SAMUDRAMANTHAN by V. S. KHANDEKAR
समुद्रमंथन : वि. स. खांडेकर / लेखनसंग्रह
संपादक : डॉ. सुनीलकुमार लवटे

Email : author@mehtapublishinghouse.com
मराठी पुस्तक प्रकाशनाचे हक्क : मेहता पब्लिशिंग हाऊस, पुणे.
प्रकाशक : सुनील अनिल मेहता, मेहता पब्लिशिंग हाऊस,
१९४१, सदाशिव पेठ, माडीवाले कॉलनी, पुणे - ४११०३०.
मुद्रक : पार्कसन्स ग्राफिक्स
मुखपृष्ठ : सतीश भावसार
प्रथमावृत्ती : ऑक्टोबर, २०१९
किंमत : ₹ २७०
P Book ISBN 9789353171599
E Book ISBN 9789353171605
E Books available on : amazonkindle Apple Books Google Play Books

व्रतस्थ पत्रकारितेचा वस्तुपाठ

पार्श्वभूमी

एकोणिसाव्या शतकाच्या पूर्वार्धात मराठी वृत्तपत्रांचा प्रारंभ झाला. मराठीतील पहिलं वृत्तपत्र 'दर्पण'– बाळशास्त्री जांभेकर यांनी ६ जानेवारी, १८३२ मध्ये मुंबईतून प्रकाशित केलं. प्रारंभी, ते पाक्षिक होतं. ४ मे, १८३२ पासून ते साप्ताहिक झालं. ते दर शुक्रवारी प्रकाशित व्हायचं. ते १८४० मध्ये बंद पडलं. ती परंपरा पुढे 'प्रभाकर'ने चालवली. ते वृत्तपत्र २४ ऑक्टोबर, १८४१ रोजी सुरू झालं. लोकहितवादी गोपाळ हरी देशमुख यांची 'शतपत्रे' प्रथम प्रकाशित झाली, ती 'प्रभाकर' मधूनच. मुंबईनंतर पुण्यातून मराठी वृत्तपत्रं सुरू झाली. 'मित्रोदय' (१८४४), 'ज्ञानप्रकाश' (१८४९) यांसारख्या वृत्तपत्रांबरोबर, मुंबईतून 'इंदुप्रकाश' (१८६२) सुरू झालं. 'ज्ञानसिंधु' (१८४२), 'हिंदुपंच' (१८७२) सुरू झाले. पण मराठी वृत्तपत्रं राष्ट्रीय चळवळीची मुखपत्रं बनली, ती मात्र 'मराठा' व 'केसरी' मुळे. पैकी 'मराठा' इंग्रजी वृत्तपत्र होतं. ते २ जानेवारी, १८८१ मध्ये सुरू झालं. त्याचे पहिले संपादक लोकमान्य टिळक होते. 'केसरी' मराठी वृत्तपत्र होतं. ते ४ जानेवारी, १९८१ रोजी सुरू झालं. त्याचे पहिले संपादक गोपाळ गणेश आगरकर होते.

विसाव्या शतकाच्या प्रारंभी, महाराष्ट्रात राष्ट्रीय चळवळीचे दोन विचारप्रवाह जहाल आणि मवाळ प्रचलित होते. 'काळ', 'केसरी', 'हिंदुपंच'सारखी वृत्तपत्रं जहाल विचारधारेचं प्रतिनिधित्व करत असायची. तिकडे दुसरीकडे, नेमस्त वा मवाळाचं प्रतिनिधित्व 'ज्ञानप्रकाश', 'इंदुप्रकाश' करीत. वि. स. खांडेकरांचं वय त्या वेळी अवघं आठ-दहा वर्षांचं असेल. (सन १९०८-१०) ते आपल्या मामांकडे म्हणजे आजोळी सांगलीस राहत. त्यांचे मामा म्हणजे, सांगलीचे प्रख्यात माईणकर वकील. ते नामदार गोखले यांचे चाहते व समर्थक. 'भारत सेवक समाज'चे हितचिंतक असल्याने त्यांच्या घरी नेमस्त पक्षाची समर्थक वृत्तपत्रं 'ज्ञानप्रकाश',

'इंदुप्रकाश', 'हिंदुपंच' येत असत. वि. स. खांडेकर ती चाळत; वाचत मोठे झाले. 'केसरी'ही असायचा. घरी मामा नि त्यांच्या मित्रांत 'जहाल-मवाळ' असे वादविवाद होत. कळो न कळो, खांडेकरांच्या ते कानांवरून जायचं. त्यातून त्यांच्या मनात राष्ट्रीय चळवळीविषयी जिज्ञासा व जागृती निर्माण होण्यास मदत झाली. वि. स. खांडेकरांचा स्वभाव बुजरा, मवाळ असल्याने त्यांना टिळक, आगरकर, केळकर, कोल्हटकर– प्रभृतींच्या लेखनांचं आकर्षण होतं.

सन १९१६ मध्ये वि. स. खांडेकर (पूर्वाश्रमीचं नाव गणेश आत्माराम खांडेकर) सावंतवाडीच्या काकांना– म्हणजे– सखारामपंत खांडेकरांना दत्तक गेले व सावंतवाडीत आले. त्या वेळी ते अठरा वर्षांचे होते. मॅट्रिक होऊन त्यांनी पुण्याच्या फर्ग्युसन महाविद्यालयातून प्रथम वर्षाचं (प्रिव्हियस) शिक्षण पूर्ण केलं होतं. इंटरच्या वर्गात प्रवेश घेतला होता. त्या काळात त्यांना नाटककार राम गणेश गडकरी यांचा सहवास लाभला होता. इंग्रजी वाचन, व्याख्यान, चर्चा, समीक्षा अशा चतुरस्त्र विकासातून वि. स. खांडेकरांची भाषा व साहित्यविषयक जिज्ञासा प्रबळ होत गेली होती. पुढे शिकायची इच्छा असूनही, दत्तक वडिलांच्या आर्थिक पाठबळाअभावी त्यांना शिक्षण अर्धवट सोडून सावंतवाडीस परतावं लागलं होतं. सन १९१७ला त्यांना पुण्याहून सावंतवाडीस यावं लागणं हा त्यांच्या इच्छेविरुद्धचा प्रवास होता. तो जिव्हारी लागला होता. त्यामुळे १९१७-१८ असा काळ आजार, उपचारांत गेला. दत्तक बहिणी वारल्यामुळे ते सावरले, तरी मन स्थिर नव्हतं.

अशा मन:स्थितीत त्यांना सावंतवाडीत मेघश्याम शिरोडकर नावाचा समानशील मित्र मिळाला. मैत्री अर्थातच साहित्यवाचन, चर्चेतून झाली. शिरोडकर खांडेकरांपेक्षा वयाने दोन-तीन वर्षांनी लहान होते. असहकार आंदोलन शिगेला असताना शिरोडकर पुण्याच्या टिळक महाविद्यालयात शिक्षण घेत होते. पदवीधर झाल्यावर त्यांनी न. चिं. केळकर, शिवरामपंत परांजपे यांच्या हाताखाली वृत्तपत्रसृष्टीचे प्रारंभिक धडे गिरविले. भारतात सन १९२० ते १९३० चं दशक म्हणजे पंचविशीतील खांडेकर, शिरोडकर यांच्यासारख्या तरुणांच्या दृष्टीने मंतरलेले दिवस होते. महात्मा गांधींच्या 'खेड्याकडे चला', 'शिक्षण बहिष्कार' अशा आंदोलनांच्या मुशीतून त्या वेळची तरुण पिढी आदर्शवाद, ध्येयवादाने झपाटलेली होती.

'वैनतेय'चा प्रारंभ

सन १९२० साली सावंतवाडी हे तत्कालीन मुंबई इलाख्यातलं एक छोटं संस्थान होतं. वि. स. खांडेकर शिरोड्यातील 'ट्यूटोरियल इंग्लिश' स्कूलचे मुख्याध्यापक म्हणून रुजू झाले होते. 'नवयुग', 'उद्यान', 'महाराष्ट्र साहित्य' यांसारख्या

मासिकांतून त्यांचे लेख, कविता, कथा प्रकाशित होत होत्या. परिसरात ते 'साहित्यिक' म्हणून परिचित होते. मेघश्याम शिरोडकरांनी लोकांचा कैवार घेणारं, त्यांची दुःखं वेशीवर टांगणारं वृत्तपत्र सुरू करायचं ठरवलं. कोकणच्या कुशीतल्या या लहानशा संस्थानाचं स्वातंत्र्याकरिता तहानलेलं, बाहेरच्या जग नि भारताशी जे नातं होतं, ते त्याला समजावून सांगणाऱ्या वर्तमानपत्राची उणीव सावंतवाडी संस्थानात होती.

ती उणीव भरून काढण्याच्या उद्देशाने, मेघश्याम शिरोडकरांनी एक साप्ताहिक काढायचं ठरवलं. शिरोडकर 'संपादक' झाले. त्यांनी 'सहसंपादक' म्हणून वि. स. खांडेकरांची निवड केली. तिसरे त्यांचे सहकारी होते– मुद्रण व्यवसायी सदाशिवभाऊ साप्ते. त्यांचा सावंतवाडीत 'श्री. गुरुदत्तात्रेय' छापखाना होता. तिथे हे साप्ताहिक छापायचं ठरलं. ही त्रयी 'वैनतेय' साप्ताहिकाची 'संस्थापक' झाली.

नावाची निवड

साप्ताहिकाच्या नावाची निवड वि. स. खांडेकरांनी केली होती. आपण 'वैनतेय' नावाची निवड का केली हे स्पष्ट करताना, वि. स. खांडेकरांनी 'एका पानाची कहाणी' मध्ये नमूद केलं आहे की, ''हे नाव निवडताना माझ्या डोळ्यांसमोर दोन गोष्टी होत्या. जिकडे-तिकडे डोंगरांनी वेढलेला हा दक्षिण कोकणचा भाग. त्या डोंगराच्या एखाद्या खडकावर बसून सूर्याकडे टक लावून पाहणाऱ्या गरुडासारखं काम आपणाला करायचं आहे. धार्मिक, सामाजिक, राजकीय– सर्व बाबतींत लोक गतानुगतिक आहेत, भित्रे आहेत, सत्याच्या सूर्याकडे टक लावून पाहण्याची या समाजाला सवय नाही– अशा समाजात प्रत्येक आठवड्याला विचारजागृती करणाऱ्या वृत्तपत्राला 'वैनतेय' नाव शोभून दिसेल. शिवाय, मेघश्याम हे केळकर, शिवरामपंत परांजपे अशा गुरूंपासून वृत्तपत्राचे धडे घेऊन आले होते. ही सारी परंपरा 'केसरी'ची होती. सिंह हा जसा पशूंचा राजा, तसा गरुड हा पक्ष्यांचा राजा. तेव्हा आपल्या त्या दृष्टीनंसुद्धा वृत्तपत्राला 'वैनतेय' हे नाव देणं उचित होईल.'' (पृ. ३२४)

ध्येय

'वैनतेय'साप्ताहिकाचं ध्येय सूचित करणारा खालील श्लोकही वि. स. खांडेकरांनीच रचला होता–

''वसे दास्यी माता, नयनसलिली मग्न विनता
असे पंगु भ्राता, अहिकुलछले भीत जनता
नसे साह्या कोणी, अमृत लपले स्वर्गभुवनी
हसे माता आणि, विहगपति शत्रुस वधुनी''

या श्लोकार्थाची फोड करत 'पहिली पावलं' या आपल्या साहित्यिक आत्मकथनातील 'तांबड्या मातीतील उठाबश्या' लेखात स्पष्ट केले आहे की, ''वरील श्लोकात 'वसे दास्यी माता' हा उल्लेख उघडउघड त्या वेळच्या भारतमातेच्या पारतंत्र्याला उद्देशून केला होता. मात्र दुसऱ्या ओळीतील, 'अहिकुलछले भीत जनता' याचा संबंध केवळ ब्रिटिश राजवटीशी नव्हता. आपल्याच समाजाचा एक भाग दुसऱ्यावर हुकमत गाजवतो, त्याची छळवणूक करतो, देशाला जसं स्वातंत्र्य मिळालं पाहिजे, त्याप्रमाणे हा 'अहिकुलछल'ही नाहीसा झाला पाहिजे, असा विचार अंधूकपणे माझ्या मनात डोकावत होता.'' (पृ. ५४)

पहिला अंक

'वैनतेय' साप्ताहिकाचा पहिला अंक बुधवार, दि. २९ ऑक्टोबर, १९२४ रोजी प्रकाशित करण्यात आला होता. तो दिवस निवडण्याचं एक विशेष औचित्य होतं. सावंतवाडी संस्थानाचे अधिपती बापूसाहेब महाराज त्या दिवशी सिंहासनारूढ व्हायचे होते. तो दिवस बलिप्रतिपदेचा होता. राजवाड्यात अनेक वर्षांनी खरी दिवाळी साजरी होत होती. हे संस्थान सन १८३८ पासून कार्यरत होतं. येथील कारभार ब्रिटिशांच्या अखत्यारीत चालत असे. महाराजांच्या राज्याधिकाराचं औचित्य लक्षात घेऊन, अंकात बापूसाहेब महाराजांचं दुर्मीळ छायाचित्र छापण्यात आलं होतं. त्यात राणीसाहेब व राजकुमारी यांचीही छबी होती. हा फोटो मुंबईहून करवून आणला होता.

'वैनतेय' साप्ताहिक उभ्या आकाराचं चार पृष्ठांचं होतं. त्या काळची 'विविधवृत्त', 'धनुर्धारी', 'नवयुग' इत्यादी वृत्तपत्रं अशाच आकाराची असत. फुटकळ अंकाची किंमत १/- आणा होती. पहिला अंक सायंकाळी संपन्न राज्याभिषेक समारंभात प्रकाशित करण्यात आला होता. पहिला अंक प्रकाशित होताच हातोहात संपला. म्हणून, पहिल्या अंकाची दुसरी आवृत्ती दोन तासांतच प्रकाशित करावी लागली होती. ('वैनतेय', नाथ पै विशेषांक, जानेवारी, १९७७, पृ. २८) दुसऱ्या आवृत्तीत मजकुरात किरकोळ फेरफार करण्यात आले होते. पहिल्या अंकात जाहिरातदर, वर्गणीदर देण्यात आले होते. जाहिराती होत्या. 'वैनतेय'वर आधारित विठ्ठल कृष्ण नेरूरकर यांची कविता प्रकाशित करण्यात आली होती. पहिल्या अंकात 'स्वागतम! सुस्वागतम॥' शीर्षक-अग्रलेख होता. त्यात श्रीमंत बापूसाहेब महाराज यांची स्वागतपर प्रशस्ती करण्यात आली होती. महाराज गौरवगीतही प्रकाशित करण्यात आलं होतं. सावंतवाडी संस्थानचा इतिहास संक्षिप्त गोषवाऱ्याच्या रूपात प्रकाशित करण्यात आला होता. श्रीमंत राजेबहाद्दर खेमसावंत भोसले सरदेसाई यांच्या राज्यारोहणाचा एका अर्थाने हा विशेषांकच होता. त्यात राज्याभिषेक सोहळ्याचा कार्यक्रम देण्यात आला होता.

'वैनतेय' चं पहिलं वर्ष

मेघश्याम शिरोडकर व वि. स. खांडेकरांनी 'वैनतेय' साप्ताहिकासंबंधी वेळोवेळी लिहिलेले लेख, आठवणी, भाषणं, आत्मकथन इत्यादींतून 'आपण हे साप्ताहिक का चालवलं, त्याचं ध्येय, उद्दिष्टं काय' यासंबंधी लिहिलेलं आहे. 'वैनतेय'च्या प्रारंभीच्या एका अग्रलेखाचं (दि. ४ नोव्हेंबर, १९२४) शीर्षकच मुळी 'मी कोण व माझे नाव काय?' होतं. तो अग्रलेख वि. स. खांडेकरांनी लिहिलेला होता. तो 'वैनतेय' शीर्षक लेखनसंग्रहात समाविष्ट आहे. त्यात खांडेकरांनी म्हटलं आहे की, ''वैनतेय खराखुरा गरुड राहील; व्यक्तीविषयक कुचेष्टेची काकदृष्टी, उदरभरणाचे बकध्यान, डाळिंबाच्या दाण्यांच्या लोभाने होणारी पोपटपंची, या सर्वांपासून सर्वथैव अलिप्त राहणे हेच 'वैनतेय'चे ध्येय आहे.'' 'वैनतेय' सुरू झालं, तेच मुळी लोकशिक्षणाचं अमोघ साधन म्हणून. लोकांना समाजसेवातत्पर बनवणं हा या साप्ताहिकाचा उद्देश होता. लोककल्याणार्थ तसंच राष्ट्रीय चळवळीस शक्ती मिळावी म्हणूनही त्याचं प्रकाशन योजलं होतं. म्हणून 'वैनतेय'ने वर्षभरात वाङ्मय प्रकाशन, प्रबोधनपर लेख, लेखमालिका इत्यादींद्वारे सावंतवाडी– परिसरातील उद्योग, शिक्षण, जंगल, सहकारी पतपेढ्या इत्यादींचे प्रश्न मांडले. इतकंच नव्हे, तर जुगारबंदी, वसंत व्याख्यानमाला यांसारखे उपक्रम हाती घेऊन तडीस नेले. अस्पृश्यता निवारणार्थ सार्वजनिक संक्रांत सण साजरा करून समाजात एकात्मता, समता व सामंजस्य निर्माण होईल, असं पाहिलं. अंधश्रद्धा बळावणाऱ्या जाहिराती आपल्या साप्ताहिकात प्रकाशित न करण्याचं धोरण स्वीकारून, पदरास खार लावून प्रतिकूल परिस्थितीतही मूल्यनिष्ठेची पखरण केली. सार्वजनिक संस्थांत मांसाहाराचं आयोजन करण्यास विरोध करून, सार्वजनिक जीवन पवित्र राहील, असं पाहिलं. एका अर्थाने 'वैनतेय'ने 'व्रतस्थ पत्रकारितेचा वस्तुपाठ'च घालून दिला. 'वैनतेय' हे चिकित्सक, बुद्धिवादी, विवेकशील वृत्तपत्र आहे, याची जाण त्याने आपल्या कृतीतून निर्माण केली. त्यामुळे, वर्षाच्या अल्पावधीतच हे साप्ताहिक दक्षिण कोकणचा 'जागल्या' (Wistle Blower) म्हणून प्रसिद्ध झालं व पंचक्रोशीत घरोघरी, दारोदारी व महाराष्ट्राच्या कानाकोपऱ्यांत वाचलं जाऊ लागलं.

बातम्यांचं धोरण

'वैनतेय' प्रकाशित झालं, त्या वेळचा कोकण अज्ञान, अंधश्रद्धा, दारिद्र्य यांनी घेरलेला होता. समाजावर परंपरा, धर्म, चमत्कार, चेटूक, भुताटकी यांचं प्राबल्य होतं. वृत्तपत्रात चुरचुरित, चमत्कारपूर्ण, चर्चेचं चर्वितचर्वण, चऱ्हाट, गुऱ्हाळ चालत राहील, अशा बातम्या देणारी वृत्तपत्रं काही कमी नव्हती. अशा पार्श्वभूमीवर

'वैनतेय'ने बातमी, जाहिरातीसंबंधी आपलं धोरण स्थापनेपासूनच पुरोगामी व सामाजिक बांधिलकीचं ठेवलं होतं. खून, मारामाऱ्यांना ठळक प्रसिद्धी देऊन समाजात हिंसा वाढीस साहाय्य होतं, म्हणून अशा बातम्यांना 'वैनतेय'ने प्रथमपासूनच दुय्यम मानलं. स्त्रीचा पुरुष होणं वा पुरुषाची स्त्री होणं हा चमत्कार नसून निसर्गक्रम आहे. म्हणून अशा सनसनाटी बातम्या देणं टाळलं. भुताटकी, भानामती, करणी यांसारख्या अंधश्रद्धांना प्रसिद्धी न देता त्यांचे वैयर्थ समजावले. विशेष म्हणजे, कोकणात यांचं त्या काळात मोठं प्रस्थ होतं. अशा काळात अंधश्रद्धा निर्मूलनाचा वैज्ञानिक व विवेकवादी दृष्टिकोन स्वीकारून आपलं वृत्तपत्र अन्यांपेक्षा वेगळं आहे, यावर कृतीने शिक्कामोर्तब करून घेतलं. 'कल्याण व्हावे सर्वांचे! कोणी दु:खी असू नये।।' अशी 'वैनतेय'ची असलेली भूमिका हे वृत्तपत्र सामाजिक बांधिलकी जपणारं प्रबोधन-साधन होय, हे सिद्ध केलं. या वृत्तपत्राच्या बातम्या आणि जाहिरातविषयक सदर भूमिकेमुळे 'वृत्तपत्र प्रकाशन धंदा नसून धर्म आहे' हा संस्कार रुजवला. 'ध्येयवादी वृत्तपत्र' म्हणून प्रसिद्ध असलेल्या 'वैनतेय'ची राजकीय, सामाजिक, धार्मिक, आर्थिक, शैक्षणिक प्रश्नविषयक धारणा व ध्येय जगजाहीर होतं. त्यामुळे, या वृत्तपत्रास केळकर, कोल्हटकर, यशवंतराव चव्हाण यांच्यासारखे वाचक आणि एस. एम. जोशी, ना. ग. गोरे यांच्यासारखे हितचिंतक मिळाले. चि. त्र्यं. खानोलकर, आनंद साधले, शंकर साठे यांच्यासारखे लेखक 'वैनतेय'ने महाराष्ट्रास दिले, असं म्हटलं तर वावगं ठरू नये, कारण त्यांचं आरंभिक लेखन 'वैनतेय'मध्येच प्रकाशित झालं होतं. साहित्य, बातम्यांबरोबर सदरं, वृत्तं स्फुटं, टिपा, कार्यक्रम, सूचना यांचीही या वृत्तपत्रात रेलचेल असायची.

योगदान

'वैनतेय' साप्ताहिकाने स्थापनेपासून आजवरच्या नऊ दशकांच्या प्रवासात त्या त्या काळच्या सामाजिक, राजकीय, शैक्षणिक, सामाजिक, आर्थिक प्रश्नांवर आवाज उठवून भारताच्या स्वातंत्र्य, समता, बंधुता, लोकशाही, विज्ञाननिष्ठा या पंचशील तत्त्वांचा स्वीकार केला. आपल्या विविध लेखन व उपक्रमांतून धर्मनिरपेक्षता, जातीय सलोखा, पुरोगामित्व, विवेकवादी मूल्यांचा पुनरुच्चार केला. असं असलं तरी, 'वैनतेय'चं सर्वांत मोठं योगदान जर कोणतं असेल तर सावंतवाडी संस्थानाचं विलीनीकरण, गोवा स्वातंत्र्यसंग्राम, मिठाचा सत्याग्रह, आणीबाणी विरोध, राजकारणातील समाजवादी विचारधारेचं समर्थन व नेतृत्व हे सांगता येईल.

स्वातंत्र्यपूर्व काळात महात्मा गांधी कोकणात आले असताना, निधीसंकलनापासून ते त्यांचा दौरा, प्रचार यशस्वी व्हावा म्हणून केलेलं वार्तापत्रांचं प्रसारण लक्षवेधी

ठरलं. सन १९३०च्या मिठाच्या राज्यस्तरीय सत्याग्रहाचं आयोजन 'वैनतेय'च्या कार्यक्षेत्रातील 'शिरोडे' या तत्कालीन मुंबई व गोवा सीमारेषेवर असलेल्या गावी करण्यात आलं होतं. त्यासंबंधी जागृती, प्रचार-प्रसाराचं कार्य तर 'वैनतेय'ने केलंच; पण पोलिसी अत्याचाराचा विरोधही केला. सर्वांत मोठी लोकचळवळ म्हणजे, सावंतवाडी प्रजापरिषद स्थापन करून, तिच्याद्वारे संस्थान विलीनीकरणाचं केलेलं नेतृत्व. त्यासाठी प्रारंभी तुरुंगवास पत्करणं, राजा-राणीच्या रोषास पात्र ठरून दंड, जप्ती, कोर्ट-कचेरी, अटक इ. सत्रांना सामोरं जात, आपल्या विचार व ध्येयाशी एकनिष्ठ राहून उद्दिष्ट साध्य करणं, या 'वैनतेय'च्या संघर्षशील बाण्यामुळे मेघश्याम शिरोडकर यांची प्रतिष्ठा व 'वैनतेय'चा लौकिक राजापेक्षा कमी नव्हता. परिणामी, स्वातंत्र्योत्तर काळात 'वैनतेय'चे दोन संपादक सर्वश्री श्याम कोचरेकर व जयानंद मठकर हे 'लोकप्रतिनिधी' म्हणून 'आमदार' झाले. हे 'वैनतेय'चं 'राजकीय योगदान व मिळकत' म्हणून नोंदवावं लागेल.

आपल्या वृत्तपत्राद्वारे दुष्ट सामाजिक रीती-परंपरांचा विरोध करून, 'वैनतेय'ने स्वातंत्र्यपूर्व काळात अंधश्रद्धा विरोध, अस्पृश्यतानिवारण, जुगारबंदी, सार्वजनिक संस्थानांचं पावित्र्य, सामाजिक प्रश्न निर्भीडपणे मांडून ते पूर्ण करणं – अशी लोकहिताची अनेक कार्यं तर केलीच; पण स्वातंत्र्योत्तर काळातही गोवा मुक्तिसंग्राम, आणीबाणी विरोधाचं नेतृत्व करून आपलं वृत्तपत्र लोकशाहीचा 'चौथा स्तंभ' आहे हे 'काया, वाचा, मने' सिद्ध केलं.

वाङ्मयीन क्षेत्रातील 'वैनतेय'चं योगदान म्हणायचं झालं, तर ज्ञानपीठ विजेते साहित्यिक वि. स. खांडेकर या साप्ताहिकाचे संस्थापक-संपादक होते. शेकडो पृष्ठं भरतील, असं त्यांचं वैविध्यपूर्ण लेखन 'वैनतेय'मध्ये प्रकाशित झालं. 'वैनतेय' राजकीय जागृतीचं जसं साधन होतं, तसं ते वाङ्मयीन अभिवृद्धीचं माध्यम म्हणूनही सर्वश्रुत होतं. प्रा. वामन मल्हार जोशी, चिं. वि. जोशी, कवी यशवंत, गिरीश, माधव ज्युलियन, बा. भ. बोरकर यांचं लेखन 'वैनतेय'च्या दिवाळी अंकातून प्रसिद्ध झालं. कोकणच्या लेखकांना घडवण्याचं ते 'व्यासपीठ'च बनलं होतं. चिं. त्र्यं. खानोलकर, य. न. केळकर, द. ग. येरवडेकर, सुमती दडकर, चंपुबाई राणे, शंकर साठे, आनंद साधले आदि प्रभृतींचं प्रारंभिक लेखन 'वैनतेय'मधूनच प्रकाशित झालं होतं. वि. स. खांडेकरांचे अग्रलेख, स्फुटं, टिपणी, वार्तापत्रं तर 'वैनतेय' वाचकांची आकर्षणं होती. शिवाय, खांडेकरांनी लिहिलेली विविध सदरं, मालिका त्या वेळी वाचकप्रिय ठरल्या होत्या. 'गाढवाची गीता', 'गाजराची पुंगी' , 'बहुरत्ना वसुंधरा', 'रानफुले', 'कल्पनातरंग', 'समुद्रमंथन', 'कणसाचे दाणे', 'वाङ्मयविचार', 'परिचयाची परडी', 'पुस्तकपरिचय' यांसारख्या लेखनाने हे साप्ताहिक महाराष्ट्र सारस्वतांत 'मानाचं पान' बनून मिरवत होतं.

वि. स. खांडेकरांचं लेखन

'एका पानाची कहाणी' (पृ. ३२३) मध्ये उल्लेख केल्यानुसार, वि. स. खांडेकरांनी सन १९२४ ते १९३०-३२ या काळात विपुल लेखन केलं. प्रारंभी ते दर आठवड्याला लिहीत. 'शेकडो पृष्ठं भरतील, इतका मजकूर मी 'वैनतेय'त लिहिला' अशी कबुली देणारे खांडेकर (पृ. ३२५) आपल्या या वृत्तपत्रातील लेखनाचा पैस स्पष्ट करतात. 'वैनतेय'मधील लेखनाने वि. स. खांडेकरांमधील लेखकाला 'समग्र साहित्यिक' बनवलं. कारण साहित्याचे व वृत्तपत्रासाठी आवश्यक सर्व लेखनप्रकार त्यांनी हाताळले. खांडेकरांची लेखनप्रवृत्ती मूलत: साहित्यकाराची. आपला प्रकृतिधर्म पत्रकाराचा नाही, याची जाणीव वि. स. खांडेकरांना होती. तथापि, सामाजिक सुखदु:खाशी त्यांची जी नाळ जोडलेली असायची, त्यातून त्यांचं लेखन घडलं. विशेषत:, कोकणातील सर्वसामान्य जनतेचं दारिद्र्य, अज्ञान, पांरपरिकता, अंधश्रद्धा हे खांडेकरांच्या लेखनाचे चिंता व चिंतनाचे विषय प्रारंभापासूनच दिसून येतात. सन १९२४ साली 'वैनतेय' सुरू झाला, तेव्हा वि. स. खांडेकर शिरोड्याच्या ट्यूटोरियल इंग्लिश स्कूलचे हेडमास्तर होते. शाळेचं अध्ययन, अध्यापन, प्रशासन, विकास (इमारत उभारणी) या सर्व कामांतून वेळ काढून, ते 'वैनतेय'साठी लिहीत. शिवाय, त्यांचं नियतकालिकांसाठी म्हणून स्वतंत्र व सातत्यपूर्ण लेखन सुरू असायचंच. मेघश्याम शिरोडकरांबरोबर विविध समाजहितवर्धक उपक्रमांत सहकारी म्हणून ते सक्रिय असायचेच. डॉन क्विझोटप्रमाणे, आदर्शाची पूजा खांडेकर करत राहत असत. 'हे असंच चालायचं' ही सामाजिक मानसिकता बदलून समाजमन प्रागतिक, पुरोगामी बनवणं हे 'वैनतेय'चं ध्येय हाच वि. स. खांडेकरांच्या लेखनाचा स्थायिभाव बनून राहिला. विशेष म्हणजे, जीवनाच्या अंतापर्यंत खांडेकर सतत प्रागतिक विचार करत. ते समकालाची आव्हानं स्वीकारत लेखन करीत राहिले.

वि. स. खांडेकरांनी, सन १९२४ मध्ये 'वैनतेय' मध्ये लेखन सुरू केलं. सन १९३६मध्ये 'छाया' चित्रपटाच्या पटकथेच्या निमित्ताने ते कोल्हापूरला जाऊ लागले. सन १९३८च्या प्रारंभी, त्यांनी आपलं बिऱ्हाड कोल्हापूरला हलवलं. तोपर्यंत म्हणजे १९३७च्या शेवटापर्यंत वि. स. खांडेकर नियमितपणे 'वैनतेय'मध्ये लिहीत राहिले. एका तपाच्या तपश्चर्यापूर्ण लेखनकाळात वि. स. खांडेकरांनी 'वैनतेय'मध्ये अग्रलेख, स्तंभ, स्फुटं, वार्तापत्र, टिपणं, कथा, कविता, विनोद, पुस्तकपरिचय, वैचारिक, वाङ्मयीन, सामाजिक असं चतुरस्र लेखन केलं. 'वैनतेय', 'समुद्रमंथन', 'वाङ्मय विचार', 'कल्पनातरंग' हे चार लेखनसंग्रह त्यांचाच संग्रह होय. ते वाचत असताना, खांडेकरांच्या लेखनापेक्षा वाचनाचं क्षितिज किती व्यापक व वैविध्यपूर्ण होतं, ते पाहून आश्चर्य वाटल्याशिवाय राहत नाही. पुढील ओळीत 'वैनतेय'मधील

वि. स. खांडेकरांच्या लेखनाचा आढावा व आवाका शब्दबद्ध करण्याचा प्रयत्न केला आहे.

अग्रलेख

जया दडकर यांच्या 'वि. स. खांडेकर वाङ्मय सूची'नुसार वि. स. खांडेकरांनी ४ नोव्हेंबर १९२४ ते २० मे १९३०या कालखंडात सुमारे ४० अग्रलेख लिहिल्याची नोंद आढळते. (पृ. ४९, ५०). परंतु, मेघश्याम शिरोडकरांनी 'वैनतेय' साप्ताहिकाच्या रौप्यमहोत्सवी भाषणात 'पहिल्या वर्षी ३४ अग्रलेख खांडेकरांनी लिहिले होते' (वैनतेय, १६ मे, १९५० पृ. १) अशी ग्वाही दिली होती. वृत्तपत्रातील अग्रलेख संपादक लिहितात. पण कोणा संपादकाने तो लिहिला, त्याचं नाव न लिहिण्याचा प्रघात आजही सर्व वृत्तपत्रांतून रूढ आहे. त्यामुळे, वि. स. खांडेकरांनी लिहिलेल्या अग्रलेखांची खानेसुमारी करणं अशक्य. तथापि, हे निश्चित, की उपलब्ध नोंदीपेक्षा अधिक अग्रलेख वि. स. खांडेकरांनी लिहिले असावेत. अग्रलेख-लेखनासाठी अनिवार्य असलेला वाचन, संदर्भाचा व्यासंग व टीका, टिप्पणी करायची हातोटी, कोटीबाज भाषा ही खांडेकरांच्या लेखनाची जुनीच वैशिष्ट्यं होत.

'मी कोण व माझे नाव काय?' अग्रलेख लिहून वि. स. खांडेकरांनी 'वैनतेय' साप्ताहिकाचं ध्येय, धोरण, उद्देश स्पष्ट करत वाचकांना याची ग्वाही दिली की, "राजकीय, सामाजिक, धार्मिक, शैक्षणिक अगर औद्योगिक उलाढालींना श्रोते (वाचक) मिळविणं हीच काही वर्तमानपत्रांची इतिकर्तव्यता नाही. श्रोत्यांतून कर्ते निर्माण करणे, स्फूर्ती देऊन अगर दिशा दाखवून, सामान्य व्यक्तींना समाजसेवा-तत्पर बनवणं हे आजच्या वर्तमानपत्रांचं एक आवश्यक कर्तव्य आहे." दक्षिण कोकणातील सावंतवाडी संस्थानातून प्रकाशित होणारं हे साप्ताहिक 'कोकणचं मुखपत्र' बनावं म्हणून 'वैनतेय'ने घेतलेले कष्ट रौप्यमहोत्सवाच्या निमित्ताने महाराष्ट्रातील सर्व अग्रगण्य दैनिक, नियतकालिकांनी मान्य केल्याची नोंद 'वैनतेय'च्या रौप्यमहोत्सवी अंकात अधोरेखित झाली आहे. त्या 'कोकणचे छायचित्र' अग्रलेखात खांडेकरांनी नमूद केलं आहे की, 'कोकण धनाने दरिद्री; पण बुद्धीने श्रीमंत आहे,' या पूर्ण अग्रलेखात खांडेकरांनी कोकणचे दोष चित्रित करून त्यांवर मात करण्याचं केलेलं आवाहन संपादकाचं दायित्व सिद्ध करणारं आहे. 'जुगारी जत्रा' अग्रलेखातून जत्रेमध्ये चालणाऱ्या जुगारांवर कोरडे ओढून जुगारबंदीची मागणी केली आहे. खांडेकरांनी लिहिलेल्या अग्रलेखांचं विषयवैविध्य लक्ष्यवेधी आहे. 'वैनतेय'मधून खांडेकरांनी शिक्षण, राष्ट्रीयता, अस्पृश्यता, न्याय, धर्म, संस्कृती, इतिहास, राजकारण,

सहकार, अर्थशास्त्र, संप, संघटन, व्यक्तिगौरव, साहित्य, भाषा असा गोफ विणत 'संपादक' म्हणून आपला व्यासंग सिद्ध केला आहे. समाजजीवनाची चारी दिशांची जाण, निरीक्षण यांतून खांडेकर अग्रलेखांत आपलं नुसतं मत नोंदवून थांबत नाहीत, तर समस्या-विमोचनाचे उपाय सुचवत, ते आपलं वृत्तपत्रीय उत्तरदायित्वही निभावतात, हे स्पष्ट होतं.

विविध सदरे आणि स्तंभलेखन

● 'समुद्रमंथन'

'समुद्रमंथन' हे समकालीन घटना, प्रसंग यांवर भाष्य, टीका करणारं वा मत व्यक्त करणारं सदर होय. वि. स. खांडेकरांनी 'वैनतेय' साप्ताहिकात ते २३ नोव्हेंबर १९२६ ते १२ ऑक्टोबर १९३७ अशी निरंतर दहा वर्षं लिहिलं. त्रेसष्ट अंकांतून ते प्रकाशित झालं. एका अंकात कधी तीन, कधी पाच तर कधी सात स्फुटं ते लिहीत असत. बहुधा, ती वेगवेगळ्या विषयांवर असत. कधी एका विषयावर पूर्वार्ध व उत्तरार्ध लिहीत. कधीकधी पूर्ण सदर एकाच विषयाला वाहिलेलं असायचं. साहित्य, समाज, शिक्षण, भाषा, धर्म अशा सांस्कृतिक विषयांच्या परिघात वि. स. खांडेकर या सदरात लेखन करीत. पण त्याचा पट मात्र वैश्विक होता. जगभर घडणाऱ्या वरील क्षेत्रांतील घटनांची नोंद घेण्याचा खांडेकरांचा कटाक्ष होता. ॲक्विसथच्या आत्मचरित्रापासून ते 'भाला'कार भोपटकर यांच्यापर्यंतचे विषय ते हाताळत. लेखनात मार्मिकता होती. पारंपरिकतेवर प्रहार असायचा. त्यामुळेच, या सदरात 'भाला'कार भोपटकर खांडेकरांच्या लेखनाचं लक्ष्य अनेकदा झाल्याचं दिसून येतं. 'समुद्रमंथन' हे सदराचं शीर्षक असल्याने विचारांचं मंथन असायचं; पण चर्वितचर्वण मात्र नसे. लेखनातून कधीकधी ते निष्कर्षवजा विधानं करीत. ती विधानं म्हणजे, वि. स. खांडेकरांच्या विचार, व्यवहार, निरीक्षण, तर्क यांची ती प्रचिती असायची. या विधानांना सुभाषिताचं रूप आल्याचं आढळतं. उदाहरणार्थ सांगायचं झालं तर, 'संधिकाळाचा फायदा संधिसाधु घेतात' (५ ऑक्टोबर, १९३७), 'जगाच्या निकषावर आलेले सोने कसा व मग आपल्या बावनकशीपणाच्या बढाया मारा' (१४ डिसेंबर १९२६) अशी सैद्धान्तिक विधानं या सदरात जागोजागी आढळतात. त्यामुळे, हे सदर आज ९० वर्षांनंतरही वाचनीय व प्रस्तुत ठरतं, हे विशेष. मूळ मजकुरात शीर्षके नव्हती. संपादन करताना तो मजकूर वाचला जावा

म्हणून ती नव्याने घालण्यात आली आहेत, याची नोंद घ्यावी.

'समुद्रमंथन' स्तंभात विषयांचं वावडं नसायचं. उलटपक्षी, जीवनाच्या सर्वांगांना स्पर्श करत हा मजकूर वाचकांना प्रगल्भ करत राहायचा. खांडेकरांच्या या लेखनात वाचकांना अंतर्मुख करून त्यांचे जीवनव्यवहार, विचार बदलण्याची शक्ती दिसून येते. स्वातंत्र्यपूर्व काळातील समाज हा पारंपरिकतेच्या गर्तेत अडकलेला होता. त्याला 'प्रागतिक' आणि 'पुरोगामी' बनवण्याचं 'वैनतेय'च्या संपादकांचं ध्येय होतं खरं. पण आज, २०१५ साली या ओळी लिहीत असतानाही समाजात मूलभूत परिवर्तन होऊन तो धर्मनिरपेक्ष, वैज्ञानिक, विवेकवादी, जातीयतामुक्त झाला, असं म्हणता येत नाही. म्हणूनही या सदराचं वाचन समकालातही प्रसंगोचित ठरतं. 'वैनतेय' साप्ताहिकामधील लेखनाच्या 'समुद्रमंथन', 'कल्पनातरंग', 'वाङ्मय विचार' आणि 'वैनतेय' या चार संग्रहाचे संपादन, प्रकाशन करत असताना 'संपादक' म्हणून मला वाटतं की, वि. स. खांडेकरांच्या असंकलित, अप्रकाशित साहित्याचं संपादन म्हणजे, जुन्या लेखनाचा केवळ संग्रह नव्हे. तो शिळ्या कढीला ऊत तर मुळीच नाही. बऱ्याचदा 'जुनं ते सोनं' असतं. 'दवा, दारू जितकी जुनी तितकी लागू' चा रिवाजही त्यामागे आहे. इतिहास हा विस्मरणाचा घटक नसून तो पुनर्मूल्यांकनाचं साधन आहे, हे आपण या संदर्भात लक्षात घ्यायला हवं.

'समुद्रमंथन' हे सदराचं शीर्षक मिथकीय असलं, तरी ते निष्कर्षजन्यतासूचक आहे. समुद्रमंथनातून जशी रत्नं हाती आली होती, तशी या लेखातून तत्कालीन घटना, प्रसंगजन्य विचारमौक्तिकं आजही हाती लागतात. भाषेच्या दृष्टीने हे सदर तत्कालीन भाषिक परंपरा प्रस्तुत करणारं आहे. उदाहरण सांगायचं झालं तर, यातील कितीतरी शब्दकळा आज वापरात नाहीत. त्यामुळे, त्यांचे संदर्भित अर्थ मजकूर वाचल्याशिवाय लक्षात येणं अवघड. भाषेच्या जुन्या चीजांचा संग्रह म्हणूनही मला 'समुद्रमंथन' सदराचं ऐतिहासिक, सांस्कृतिक महत्त्व वाटतं. 'पुनर्घटना' शब्द आज वापरात नाही. विसाव्या शतकाच्या पूर्वार्धात तो 'परिवर्तन' या अर्थाने प्रचलित होता. 'उपाय पडू लागणे' या वाक्प्रचाराचा अर्थ 'परिणाम दिसणे, प्रभाव पडणे' होता. 'पुरवणे' ही क्रिया अथवा क्रियापद 'परवडणे' या अर्थाने वापरलं जायचं. एकूण खर्चासाठी 'वट्ट' शब्द वापरात होता. 'शेकोटी' या अर्थाने 'शेगोटी' शब्द प्रचारात होता. अशा भाषाशास्त्रीय विकास व अर्थपरिवर्तन या अंगानेही मला या सदराचं महत्त्व वाटतं. कोकण, बेळगाव, गोवा अशा प्रदेशांतील 'तत्कालीन भाषेचे प्रतिबिंब' म्हणूनही या लेखनाकडे पाहता येईल.

'समुद्रमंथन' लेखनाची व्याप्ती तिला वैविध्य-सौंदर्य बहाल करणारी आहे. यात बॅरिस्टर जयकरांपासून ते रुपयार्ड किपलिंगपर्यंतच्या व्यक्ती, विचारांचा परामर्श आहे. सोनार, शिंपी, कुळकर्णी – साऱ्या वर्गांची यात हजेरी आहे. इंग्लंड, ब्रह्मदेश,

इटली इथे आहे. नि सोलापूर, बेंगलोरही. हिंदू, ख्रिश्चन, मुसलमान ही सर्व धर्म घटनांची नोंद घेण्याचा उदारपणा या लेखनात प्रतिबिंबित आहे. विद्यार्थ्यांद्वारा बाराव्याच्या जेवणावर बहिष्कार घालण्यासारख्या छोट्या घटनेची नोंद हा स्तंभ घेतो, तद्वतच बर्नार्ड शॉने नोबेल पुरस्काराची रक्कम स्वीडिश अकादमीस परत केली, हे सांगायलाही हे सदर विसरत नाही. श्रद्धांजली सभा असो वा निवडणुकीची सभा, त्याची मल्लिनाथी झाली नाही, असं घडलं नाही. स्वातंत्र्यपूर्व काळात दक्षिण कोकणातील सावंतवाडीसारख्या छोट्या संस्थानातून प्रकाशित होणारं हे साप्ताहिक, तत्कालीन मुंबई इलाख्यात (महाराष्ट्र, कर्नाटक, गोवा, गुजरातमध्ये) वाचलं जायचं, याचं श्रेय वि. स. खांडेकरांच्या 'वैनतेय'मधील बहुअंगी व बहुआयामी लेखनासच द्यावं लागेल. 'समुद्रमंथन' सदर तत्कालीन समाजाचं मंथन करणारं ठरलं होतं व आजही ते तेच कार्य करण्यास उपयुक्त वाटतं यातच सदरलेखनाची कालातीतता, मृत्युंजयत्व सिद्ध होतं. यांतील काही स्फुटे मात्र अशी आहेत की, त्यांच्या विचारांशी आज सहमत होता येत नाही.

● वाङ्मय-विचार

हे सदर साप्ताहिक 'वैनतेय'मध्ये निनावी प्रकाशित होत असलं, तरी ते वि. स. खांडेकरांचं लेखन असल्याची नोंद जया दडकर यांच्या 'वि. स. खांडेकर वाङ्मय सूची'त आहे (पृ. ५५). शिवाय, सदरलेखनाची भाषा आणि शैलीही ते सिद्ध करतं. तत्कालीन संपादकीय व्यासंगही खांडेकरपूरक आहे. वि. स. खांडेकरांनी २० डिसेंबर १९२७ ते २६ नोव्हेंबर १९२९ अशा दोन वर्षांच्या कालखंडात या स्तंभाचं लेखन केलं. ते एकूण १७ अंकांत प्रकाशित झालं. पैकी उपलब्ध १५ भागांचा विचार इथे करण्यात आला आहे.

वि. स. खांडेकर शिरोड्यासारख्या आडगावी राहत होते. पण पुणे-मुंबईला जोडलेले मित्र, साहित्यप्रेमी, प्रकाशक, साहित्यिक-सहकारी यांच्यातून त्यांना वाचनाचा विलक्षण छंद जडला होता. मराठी व इंग्रजी या भाषांतील साहित्य व नियतकालिकं ते नित्य वाचत. अशा वाचनाच्या अनुषंगाने मनात निर्माण झालेले विचार, प्रतिक्रियांची नोंद खांडेकर 'वाङ्मय-विचार' सदरात करताना दिसतात. एका अर्थाने ते प्रतिक्रियात्मक लेखन असलं, तरी वाचकांचा प्रतिसादात्मक व्यवहार अपेक्षित असायचा. कारण, या लेखनात जागोजागी तशा अपेक्षा व्यक्त केलेल्या दिसतात. एका अंकात वा भागात कधी एका तर कधी अनेक घटना, प्रसंग, साहित्यकृती, विचारांवर लिहिलेलं आढळतं. सर्व लेखनाचा उगम प्रकाशित वा वाचलेलं साहित्य असून वाङ्मयाच्या परिघातच हे सारं लेखन झालं आहे. ते अल्पाक्षरी आहे. त्याचा हेतू वाचकांना

प्रगल्भ करणे, त्यांची वाचन, विचारकक्षा रुंदावणे हा स्पष्टपणे लक्षात येतो.

'वाङ्मय-विचार' सदरात केलेलं लिखाण पाहता स्पष्ट होतं, की समकालीन साहित्यव्यवहाराची नोंद घेत मराठी भाषा व साहित्यव्यवहार गतिमान करणे, विकसित व प्रगल्भ करणे त्याचा उद्देश आहे. यात वेळोवेळी उठणाऱ्या साहित्य प्रवाहांची केवळ नोंद नसून, तदनुषंगिक विचारही आवर्जून नोंदवले गेले आहेत. मेरी कॉरेलीच्या 'The Sorrow of Satan' कादंबरीची नोंद घेताना खांडेकर संपादकांच्या टिपणीच्या अनुषंगाने भाष्य करतात. म्हणून हे सदर माहितीपर नसून विश्लेषक वाटत राहतं. महर्षी धोंडो केशव कर्वे यांच्या सहकारी पार्वतीबाई आठवले यांची आत्मकथा 'माझी कहाणी' खांडेकर वाचतात. तिचं कथानक न देता, त्यातील अनुभव, प्रसंगांच्या निमित्ताने 'पौर्वात्य ब्राह्मविवाह' (पालकांनी ठरवलेले विवाह) आणि पाश्चात्त्य प्रेमविवाह यांची तुलना करत, कालौघात कोणता विवाह योग्य – तेही सुचवायला विसरत नाहीत. यातूनही 'वैनतेय' आणि खांडेकरांचं पुरोगामीपण लक्षात येतं. धर्म, ब्राह्मण्य इ. अनुषंगानेही खांडेकर समाजास काळाच्या पुढे नेण्याचा प्रयत्न करताना दिसतात. 'वैनतेय'मध्ये एकाच 'वाङ्मयविचार' सदरात अनेक स्फुट प्रकाशित करून प्रसृत करून वाचकांपुढे एकाच नाण्याच्या दोन बाजू प्रकाशित करून, प्रश्न वाचकांवर सोडतात. वाचकांत निर्णयक्षमता, स्वतंत्र विचारबुद्धी निर्माण करण्याचा प्रयत्न म्हणून १७ जुलै १९२८ मधील पालेकरांचा लेख व खांडेकरांचं हे सदर ताडून पाहता येतं. वि. स. खांडेकर 'विविध विस्तार' या तत्कालीन वाचनीय नियतकालिकाचे नियमित वाचक होते. तदनुषंगिक प्रतिक्रियात्मक लेखनही खांडेकर या सदरात करीत. ते विचार करायला भाग पाडणारं होतं व आहे, हे आजही वाचताना स्पष्ट होतं. 'किर्लोस्कर खबर' मासिकात प्रकाशित महादेवशास्त्री दिवेकरांच्या 'देववाद' लेखाचं खंडन करीत, खांडेकर देवावर भरिभार घालून स्वस्थ बसणाऱ्यांवर कोरडे ओढायला विसरत नाहीत. 'साहित्य ही शब्दसृष्टी खरी; पण तिचा जीवनाशी संबंध नसेल, तर सारंच शून्य' हे समजावत, वि. स. खांडेकर 'जीवनासाठी कला' हा आपला विचारपक्ष इथेही अधोरेखित करतात. या नि अशा अनेक उदाहरणांनी संपन्न असं हे सदर वाचकांनी मुळातच वाचलं पाहिजे. वि. स. खांडेकरांचं लेखन अनुभवसंपन्न वाटतं, त्यामागे वाचन व विचारांचं अद्वैत होतं, ते स्पष्ट करणारं हे स्तंभलेखन होय. इथेही 'समुद्रमंथन'प्रमाणे मूळ मजकुरात नसलेली शीर्षके इथे देण्यात आली आहेत. मजकूर वाचला जावा हाच उद्देश त्यामागे आहे.

● कणसाचे दाणे

'विहंगम' या टोपणनावाने वि. स. खांडेकरांनी 'कणसाचे दाणे' या सदराचं

लेखन केलं. यापूर्वी सांगितल्याप्रमाणे, वि. स. खांडेकरांचं वाचन 'वैविध्यपूर्ण' असं होतं. 'लेखक' म्हणून खांडेकर आपण वाचलेलं इतरांना सांगण्यास सतत उत्सुक असायचे. हे त्यांच्याशी झालेल्या संवादातूनही स्पष्ट होत राहायचं. तीच उत्सुकता लेखनातही दिसून येते. २८ मे, १९२९ ते २१ सप्टेंबर, १९३७ या सुमारे साडेसात वर्षं हा स्तंभ चालला. या काळात सदर स्तंभाचे ३० भाग प्रकाशित झाले. प्रत्येक भागात कधी तीन तर कधी चार-पाच स्फुटं असत. बहुधा, प्रत्येक स्फुटाचा विषय वेगळा असायचा. पण कधी एकाच विषयाचे अनेक पैलू सांगायचे झाले, तर अनेक स्फुटं सलग एकाच विषयाला वाहिलेली असायची.

अन्य सदरांतून केलेलं लेखन हे वि. स. खांडेकरांचं स्व-लेखन असायचं. या सदरात 'विहंगम' हे टोपणनाव संग्राहक म्हणून लिहिलेलं आढळतं. हे माहितीपर सदर होतं. खांडेकर या सदरातून वाचकांना जीवनातील विविध विषयांवरील माहिती पुरवून, 'वैनतेय' वाचकांचं सर्वसामान्य ज्ञान वाढेल, असा प्रयत्न करायचा. 'जे जे आपणास ठावे । ते ते सकळास शिकवावे।। शहाणे करून सोडावे! सकळ जन।।' असा या लेखांचा बाज असायचा. ज्ञान, विज्ञान, व्यक्ती, विचार, भाषा, साहित्य, शिक्षण, राजकारण, इतिहास, भाषण, पर्यावरण, संस्कृती, देश, ग्रंथ, नियतकालिकं अशा कितीतरी विषयांना खांडेकरांनी या सदरातून स्पर्श केलेला आहे. नवंकोरं, ताजं देण्यावर खांडेकरांचा भर असायचा. यामागे, वाचकांना अग्रेसर बनवण्याची धडपड स्पष्ट दिसून येते. सदर अल्पाक्षरी होतं. स्फुटं आटोपशीर होती. भाषा सुबोध असायची. रंजनातून शिक्षणाचा भाव या लेखनामागे होता.

मक्याचं कणीस, त्यातील दाणे सुटे असले, तरी कणीस एकसंध असतं. ज्ञानकण स्वतंत्र खरे; पण त्याच्या वैविध्य व समग्रतेतून माणसास पूर्णत्व प्रदान करण्याच्या भावाने झालेलं हे लेखन वाचनाच्या अंगाने रंजक खचितच असायचं. अळंबी आणि प्रकाशमान वनस्पती, शिक्षकाचे दीपधारकत्व, हिंदू-मुस्लीम ऐक्य, सिनेतारका सीतादेवीची मुलाखत, जर्मन प्रेसिडेंट हिंडेनबर्ग यांचा साधेपणा, कुराण, पशुबली प्रथा, पुतळे आणि कलामीमांसा, स्त्रीचा मासिकधर्म, पर्यावरणशास्त्र, दंडबैठका व भारतीय देहयष्टी हे नुसते विषय वाचले, तरी मजकूरवैविध्य स्पष्ट व्हावं. खांडेकरांनी या सदरात कोणताच विषय वर्ज्य मानला नाही. मजकूर लेखनामागे अंतिमत: समाजहिताची दृष्टी असायची. काही स्फुटं दीर्घही आढळतात. पण अपवाद (उदा. २१ सप्टेंबर १९३७). काही स्फुटांतून खांडेकर सांख्यिकी माहिती (आकडेवारी) देऊन वाचकांचं ज्ञान अद्ययावत बनवितात. उदाहरणार्थ, दि. ११ जून १९२९च्या भागात वृत्तपत्रांची दिलेली आकडेवारी. काही स्फुटांत खांडेकर मिश्कीलपणे भाष्य करतात, तुलना करतात. एका स्फुटात ते पांजरपोळाची तुलना पेन्शनर्सशी करत त्यांच्या रिकामटेकडेपणावर बोट ठेवतात.

खांडेकर 'कणसाचे दाणे' मधून माहितीपर मजकूर देत असले, तरी त्यामागे लोकशिक्षणाचा उद्देश नक्कीच असायचा. कधीकधी तो उघड व्हायचा. कोरियातील 'किल' नावाच्या एका गृहस्थावर जपानने तो सिगारेटविरोधी प्रचार करतो म्हणून राजद्रोहाचा खटला भरला होता. ते वृत्त वाचून खांडेकर स्फुट लिहितात. खटल्याची सविस्तर माहिती देतात. पण शेवटी निष्कर्ष द्यायला विसरत नाहीत. लिहितात, ''विजयी राष्ट्र लांडग्यासारखे असते. मग ते पाश्चिमात्य असो वा पौर्वात्य असो.'' या सदरात साहित्यविषयक मजकूर जिज्ञासावर्धक आहे. इतकी वर्षं उलटूनही, तत्कालीन माहिती आजही उत्कंठावर्धक ठरते, याचं श्रेय मात्र खांडेकरांच्या चिकित्सक निवडीसच द्यावं लागेल. या सदरातील स्फुटांनाही वाचनीय व्हावीत म्हणून शीर्षके दिली आहेत. ती मूळ मजकुरात नव्हती याची वाचकांनी नोंद घ्यावी.

● रानफुले

'वैनतेय' साप्ताहिकात वि. स. खांडेकरांनी जे विपुल आणि वैविध्यपूर्ण स्तंभलेखन केलं, त्यात 'रानफुले' हे सदर आगळंवेगळं होतं. एका विशिष्ट साहित्यप्रकाराला वाहिलेलं सदर म्हणून 'रानफुले' व्यवच्छेदक ठरतं. या सदरात वि. स. खांडेकरांनी फक्त लघुनिबंध लिहिले. मराठी साहित्यात प्रा. ना. सी. फडके यांनी 'गुजगोष्टी' लिहून लघुनिबंधाला जन्म दिला. म्हणून, ते मराठी लघुनिबंधाचे 'जनक' मानले जातात. पण पुढे वि. स. खांडेकरांनी मराठीत इतके विपुल नि वैविध्यपूर्ण लघुनिबंध लिहिले, की त्यांच्याकडे समीक्षक 'मराठी लघुनिबंधाचे विकासक' म्हणून पाहतात. खांडेकरांचा पहिला लघुनिबंध 'निकाल द्या' हा 'वैनतेय' साप्ताहिकातच प्रसिद्ध झाला होता.

'रानफुले' सदर – वि. स. खांडेकरांनी १९२७ ते १९२९ अशा सुमारे दोन वर्षांच्या कालखंडात लिहिलं. 'वैनतेय'मध्ये हे सदर खांडेकरांनी 'आदर्श' या टोपणनावाने लिहिलं होतं. 'वैनतेय'मधून खांडेकरांचे २०-२२ लघुनिबंध प्रकाशित झाले. ते 'वायुलहरी' आणि 'रानफुले' या लघुनिबंधसंग्रहांत संकलित आहेत. 'रानफुले' सदरात 'पांढरपेशा', 'अरसिक किती हा', 'दूधभात', 'मनुष्य व यंत्र', 'वृद्धांची पतंगक्रीडा', 'काळोखाचे दिवस', 'नीचपणा नको', 'विषमता', 'लग्न' यांसारखे लघुनिबंध प्रकाशित झाले होते.

आकर्षक प्रारंभ, अप्रत्यक्षित वा अनपेक्षित घटनांची मालिका, निष्कर्षवजा शेवट अशा सूत्रांनी बांधलेले हे निबंध होत. साध्या विषयातून मोठा आशय सांगण्याचं सामर्थ्य या निबंधांतून आढळतं. कल्पनाविलास, संवादशैली, अनुप्रासिक भाषा ही खांडेकरीय लेखनवैशिष्ट्यं इथे न आढळती, तरच आश्चर्य! जीवनदृष्टी

देणारे हे लघुनिबंध वाचनीय आहेत. इथे नमुन्यादाखल एकच देण्यात आला आहे. कारण वि. स. खांडेकर याच्या प्रकाशित लघुनिबंध संग्रहांतून यापूर्वीच ते उपलब्ध झाले आहेत.

● गाढवाची गीता

'गाढवाची गीता' सदरलेखन नाट्यछटेच्या रूपात लिहिलं गेलं. इथे रूपबंधापेक्षा आशय महत्त्वाचा होता. सन १९२४-२५ च्या दरम्यान, म्हणजे 'वैनतेय' साप्ताहिकाच्या प्रारंभीच्या काळातच हे सदर प्रकाशित झालं. या लेखनामुळे, वि. स. खांडेकरांचा लौकिक 'विनोदी लेखक' म्हणून सर्वदूर पसरला होता. नाट्यछटा एका विशिष्ट घटना वा प्रसंगावर बेतलेली असते. तीत एकच एक प्रगट पात्र असतं. अन्य सूचक पात्रं जरूर असतात; पण ती गौण वा पूरक कार्य करतात. हा तसा एकपात्री प्रयोग असतो. स्वगत संवाद व प्रगट कथनांनी नाट्यछटा आकारत असते. खांडेकरांनी या रूपबंधात १८ अध्याय लिहिले. शिवाय, नंतर 'गीतारहस्य' शीर्षकाने प्रास्ताविक लिहिलं. पुढेही त्यानंतर 'गाढवापुढे गीता' म्हणून आणखीन दोन अध्याय लिहिले. या समग्र लेखनाचं स्वतंत्र पुस्तक 'गाढवाची गीता आणि गाजराची पुंगी' मधून या ओळीच्याच लेखकाने संपादित केले असल्याने, ते या संग्रहात संकलित करण्यात आलेलं नाही.

या सदरातून खांडेकरांनी सुशिक्षितांची मोफत वाचण्याची खोड, संपादकांची भूमिका, महागाई, भ्रष्टाचार, सावकार, केशवपन, श्रमप्रतिष्ठा, अंधश्रद्धा, नशीब, म्हातारपण, सदाचार यांसारख्या विषयांवर विनोदी शैलीतून केलेलं हे लेखन समाजाच्या तत्कालीन विसंगतीवर बोट ठेवणारं होतं. पण, आजही ते तितकंच प्रस्तुत ठरतं. काळ बदलला; पण माणसाच्या वृत्ती-प्रवृत्तींत मात्र बदल झालेला दिसत नाही, हे शल्य आजच्या वाचकांना खुपल्याशिवाय राहणार नाही. हे लेखन एक प्रकारे वाचकांशी सहज, रंजक पद्धतीनं केलेलं हितगूज होतं, म्हणून ते हृदयस्पर्शी झालं आहे.

● गाजराची पुंगी

'वैनतेय' साप्ताहिकात 'गाढवाची गीता'नंतर केलेलं विनोदी लेखन म्हणून 'गाजराची पुंगी' या सदराकडे पाहावं लागतं. सन १९२५ च्या मध्यास २ जून, १९२५ रोजी हे सदर सुरू झाले. ते २१ डिसेंबर, १९२६ पर्यंत चालले. या दीड वर्षाच्या कालखंडात याचे सप्तसूर (सात भाग) प्रकाशित झाले. सप्तकात या सदराची रचना करण्यात आली होती. असं दुसरं सप्तक लिहिलं गेलं होतं. पण

त्याचा एकच सूर (भाग) हाती आला आहे. हे सारं लेखन 'गाजराची पुंगी' या स्वतंत्र पुस्तकात प्रकाशित झाल्याने द्विरुक्ती भयापोटी इथे देण्याचं टाळलं आहे.

विनोदी लेख असं या सदराचं रूप होतं. 'जोड्याचे आत्मवृत्त', 'साधुसंत विश्वविद्यालय' यांसारख्या लेखशीर्षकावरून लेखनाचं स्वरूप स्पष्ट होतं. या लेखनातून खांडेकरांनी आपली समाजनिरीक्षणं टिपली आहेत. हे लेखन केवळ समाजचित्रण नसून, त्याची चिकित्सा, भाष्य, समीक्षा म्हणूनही महत्त्वाचं ठरतं.

वि. स. खांडेकरांचा 'लेखक' म्हणून झालेला प्रवास हा गमतीकडून गांभीर्याकडे सरकत गेलेला दिसतो. प्रारंभी कोट्या करणारे खांडेकर, नंतर सुभाषितवजा भाषा वापरतात. आरंभी उदाहरणांची खैरात व उपमांचा पाऊस पाडणारी त्यांची लेखणी उत्तरकाळात गंभीर तत्त्वचिंतनात रमलेली दिसते. एक 'लेखक' म्हणून खांडेकरांचा झालेला विकास पाहायचा, तर 'कल्पनातरंग'मधील लेखन पायाभूत ठरतं. वृत्तपत्रीय लेखन नियमित करावं लागतं. सातत्यातून कौशल्य विकसित होतं, हे गायकाच्या बाबतीत जेवढं खरं आहे, तितकंच ते लेखकाच्या बाबतीतही! 'गाढवाची गीता' आणि 'गाजराची पुंगी' या शीर्षकाने प्रकाशित स्वतंत्र ग्रंथातून दोन्ही एकत्र वाचणं, म्हणजे खांडेकरांचं विनोदी लेखन समजून घेणं होय.

● बहुरत्ना वसुंधरा

'गाढवाची गीता' आणि 'गाजराची पुंगी' सारखंच लिहिलेलं 'वैनतेय' साप्ताहिकातील तिसरं सदर म्हणजे, 'बहुरत्ना वसुंधरा' होय. ते निनावी असलं, तरी लेखनशैली व मांडणी लक्षात घेता, ते वि. स. खांडेकरांचंच होतं, हे सांगायला कोण्या भविष्यवेत्त्याची गरज नाही. वरील दोन स्तंभांच्या तुलनेत हे सदर 'अल्पकालिक'च म्हणावं लागेल. कारण या सदरात तीन रत्नंच (भाग) प्रकाशित झालीत.

पैकी पहिल्या रत्नात खांडेकरांनी सन १९२८-२९ या शैक्षणिक वर्षात अध्यापनात इंग्रजांनी 'डायरेक्ट मेथड' वापरण्याच्या काढलेल्या फतव्याचा फटकारे मारत परामर्श घेतला आहे. दुसरं रत्न गायक गाण्यासाठी कायकाय प्रयत्न करून नक्कल करत असतात, त्याची खिल्ली उडवली आहे. तर तिसरं रत्न साहित्याच्या मवाळ भूमिकेचा खरपूस समाचार घेतं. हे लेखन शैलीच्या अंगाने महत्त्वाचं ठरतं.

स्वातंत्र्यपूर्व काळात जून, जुलै, १९२८ मध्ये झालेलं हे लेखन. विसंगती वा अनुकरणावर बोट ठेवणारं हे लेखन. या लेखनात धार आहे खरी. पण सशाच्या शिकारीला सिंहाच्या शिकारीची तयारी केल्यासारखं त्याचं स्वरूप आहे. वि. स. खांडेकर अशा प्रकारचं लेखन करतात, तेव्हा त्यांचा युक्तिवाद मात्र बिनतोड असतो खरा! अशा लेखनात क्रोध, सुरसुरी भरलेली असली, तरी अल्पकालीन मनोरंजन,

हास्य यांपलीकडे त्याचं महत्त्व राहत नाही. लेखनातील कलात्मकता कधी महत्त्वाची तर कधी आशय. त्या दृष्टीने पाहिलं, तर या लेखनाचं महत्त्व भाषा आणि शैली-सौंदर्यापुरतंच मर्यादित राहतं, हे मात्र नाकारता येणार नाही.

● कल्पनातरंग

एखाद्या क्रिकेटवीराचा पहिल्या चेंडूवर झेल जावा अथवा त्रिफळा उडावा, तसंच 'कल्पनातरंग' या सदराचं झालं. त्याचा अवघा एक भाग 'वैनतेय' साप्ताहिकाच्या दि. २३ जुलै १९२९ च्या अंकात प्रकाशित झाला होता. तो भाग पहिला व शेवटचा ठरला. हे लेखनही 'बहुरत्ना वसुंधरा'प्रमाणे निनावी असलं तरी भाषा, शैली, उदाहरणं, लकब पाहता ते खांडेकरांचंच होय. या स्फुटात दोन भाग आहेत. पहिल्या भागात 'अति तेथे माती' वा 'अति सर्वत्र वर्जते' चा भाव आहे. दुसरा भाग त्याचाच, त्याच विषयभावाचा उत्तरार्ध असून दृष्टान्त, उदाहरण वेगळे आहे इतकंच. अतिरेकामुळे काव्य आणि व्यवहार, निवृत्ती आणि प्रवृत्तींमध्ये हाडवैर निर्माण होतं, अशी शिकवण देणारा हा मजकूर.

एखादी छोटी कल्पना घेऊन त्याचा तरंग विस्तारित करणारं हे सदर. त्याला 'कल्पनेचे तारे तोडणं' असं एवढ्याचसाठी म्हणता येणार नाही, कारण खांडेकर कधीच निरुद्देश्य लिहीत नसतात. खांडेकरांच्या लेखनाचा फेर सतत मनुष्यहिताभोवती पिंगा घालत राहतो. खांडेकरांमध्ये मनुष्यहिताचा अखंड असा एक प्रवाह निरंतर झरत असतो, त्याचं प्रत्यंतर 'कल्पनातरंग' सदरामधूनही येतं. खांडेकरांच्या लेखनात पाश्चात्त्य लेखकांचं उदाहरण व पौर्वात्य मिथकांचा प्रयोग, वापर यांची सरमिसळ नित्य असते. भूतकाळास भविष्यलक्ष्यी बनवण्याचा खांडेकरांचा छंद जुनाच. तो या लेखनात न आढळता, तरच आश्चर्य! आपणास सांगायची गोष्ट खांडेकर नेहमी शर्करा वेष्टनातून सांगतात, त्याचा प्रत्यय या लेखनातूनही येतो.

● परिचयाची परडी

ज्याला पुस्तकपरिचय, परीक्षण, टीका, समीक्षा म्हणता येईल, अशी दोन सदरं वि. स. खांडेकरांनी 'वैनतेय' साप्ताहिकात लिहिल्याचं दिसून येतं. पैकी एक होतं 'परिचयाची परडी'. हे सदर वि. स. खांडेकरांनी ११ नोव्हेंबर, १९२४ ते २२ एप्रिल, १९३० अशी सुमारे सहा वर्षं सतत लिहिलं. ते 'आदर्श' या टोपणनावाने ते लिहीत. दुसरं होतं, 'पुस्तकपरिचय'. ते निनावी असे. हे सदर २८ फेब्रुवारी, १९२८ ते ५ ऑक्टोबर, १९३७ असं सुमारे नऊ वर्षं चाललं. दोन्हींत थोडा फरक दिसतो. 'परिचयाची परडी'मध्ये खांडेकर आपल्याला आवडलेल्या पुस्तकांबद्दल

विस्ताराने व मनस्वीपणे लिहीत. त्यात एक प्रकारची अनौपचारिकता, प्रेम, आदरभाव दिसतो. 'पुस्तकपरिचय'मधील परीक्षणं ही 'साहित्यिक-संपादक' म्हणून आलेल्या औपचारिक जबाबदारीची परिपूर्ती असायची. 'परिचयाची परडी'मध्ये एका भागात एकच पुस्तकाबद्दल मनसोक्त लिहिलं जायचं. कधीकधी तर ते अनेक भागांत लिहिलं जायचं. उदाहरणच द्यायचं झालं, तर तांबेशास्त्रीलिखित 'धर्म-मीमांसा' ग्रंथाचं देता येईल. या सदराच्या प्रारंभीच सदर ग्रंथावर लिहिलं गेलं, तेही तीन भागांत. हे परीक्षण सततच्या तीन अंकात (११, १५ नोव्हेंबर आणि ३० डिसेंबर, १९२४ ते प्रकाशित करण्यात आलं.)

'परिचयाची परडी' मधून वि. स. खांडेकरांनी एकूण २८ ग्रंथांबद्दल लिहिलं आहे. त्यात श्रीपाद कृष्ण कोल्हटकरलिखित कादंबरी 'दुटप्पी की दुहेरी' वि. द. घाटे व माधव ज्युलियनांचा संयुक्तपणे संपादित कवितासंग्रह 'मधु-माधव', अण्णासाहेब लठ्ठे रचित 'श्री शाहू छत्रपती चरित्र', 'तुतारीचे पडसाद' हा श्री. वि. वर्तकांचा टीकाप्रबंध अशा अनेक महत्त्वाच्या आणि वैविध्यपूर्ण साहित्यप्रकारांवर बेतलेल्या ग्रंथांचा परामर्श खांडेकरांनी या सदरातून घेतलेला आढळतो. 'परिचयाची परडी'मध्ये ज्या ग्रंथांचा परिचय खांडेकर करून देतात, त्या ग्रंथांची त्यात भलावण असतेच असं नाही. कितीतरी वेळा कठोर टीकाही असते. 'धर्ममीमांसा' या तांबेशास्त्रीलिखित ग्रंथाच्या परीक्षणात ते शास्त्रीबोवांनी केलेल्या धर्माच्या व्याख्येचा 'धर्म आचारप्रभव' असल्याचे मान्य करतात. परंतु धर्मात परिवर्तन करता येत नाही, या मताचं खंडनही. खांडेकरांची ही वस्तुनिष्ठ समीक्षापद्धती अनेक परीक्षणांत आढळून येते. अण्णासाहेब लठ्ठे रचित 'श्री शाहू छत्रपती चरित्र' ग्रंथ राजाराम महाराजांमुळे ५०० पृष्ठांचा असूनही अवघ्या दोन रुपयांना मिळत असल्याबद्दल प्रशंसा करतात. 'तपकिरीच्या किमतीत कस्तुरी' असं त्यांचं वर्णन चपखल आहे. 'दलितवर्गाच्या उद्धाराकरिता शाहू छत्रपतींनी जिवाचं रान केलं व ही गोष्ट महाराष्ट्राच्या हृदयपटलावर कायमची कोरलेली राहील,' हे नोंदवायलाही ते विसरत नाहीत. टिळक, गांधी, गोखले प्रभृती – मान्यवर वा अन्यांबाबतीतही खांडेकरांची मते त्या काळाच्या वेळी होती; पण त्याच व्यक्तींबद्दलचं खांडेकरांचं नंतरच्या काळात झालेलं लेखन 'पूर्वमतांत झालेल्या परिवर्तनाचा पुरावा' म्हणून पाहता येतो. मतभिन्नता व परमताचा आदर हे विवेकशील, लोकशाही जीवनपद्धतीचा अनिवार्य भाग असतो. खांडेकरांच्या या परीक्षणातील मतांबाबत सर्वजण सर्वदा सहमत होतील असं नाही. मीही नाही. यासंदर्भात एक घटना 'वैनतेय'चे संपादक मेघश्याम शिरोडकरांच्या बाबतीत घडलेली असली, तरी या प्रसंगी ती प्रस्तुत म्हणून नोंदवावीशी वाटते. शिरोडकर समाजवादी, धर्मनिरपेक्ष. खांडकेरांप्रमाणेच. सावंतवाडी राष्ट्रीय स्वयंसेवक संघाचे गोळवलकरगुरुजी आलेले असताना भेटायला गेले होते, तेव्हा म्हणाले, 'Let us agree to differ'.

गुरुजींनी तत्काळ उत्तर दिलं, 'Let us differ to agree'. विचारांचं मतभेदपूर्ण स्वागत लेखनास उदारतेकडे नेत असतं, हेच खरं प्रागतिकपण होय.

या सदरात 'तुतारीचे पडसाद' या केशवसुतांच्या कवितेवरील टीकाप्रबंधाची चर्चा आहे. ती खांडेकरांचा काव्यविषयक व्यासंग स्पष्ट करणारी आहे. आचार्य अत्रे यांच्या 'झेंडूची फुले'चं परीक्षण मुद्दामहून प्रकाशित करतात. कारण खांडेकरांना गेल्या दोन वर्षांत विनोदी कवितेस ओहोटी लागल्याचं वैषम्य वाटतं. प्रा. ना. सी. फडके यांच्या 'दौलत' कादंबरीची या सदरात करण्यात आलेली चिकित्सा खांडेकरांच्या स्वागतशील समीक्षेचं उदाहरण म्हणून नोंदविता येईल. या सदरात खांडेकरांनी आपले लेखनगुरू श्रीपाद कृष्ण कोल्हटकरांच्या 'दुटप्पी की दुहेरी' (कादंबरी), कथासप्तक (संपादन), 'श्यामसुंदर'ची (कादंबरी) मीमांसा केली आहे. काशीबाई कानिटकर, आनंदीबाई शिर्के प्रभृती स्त्री-लेखिकांच्या लेखनाचा खांडेकरांनी करून दिलेला परिचय त्यांना 'उदारमतवादी टीकाकार' सिद्ध करणारा आहे.

आजच्या वृत्तपत्रात एका परिच्छेदात पुस्तकपरिचय करून देण्याने या वृत्तपत्रांची तत्कालीन वाङ्मयीन महत्ता लक्षात येते. या पार्श्वभूमीवर, 'वैनतेय'सारखं केवळ चार पृष्ठांचं साप्ताहिक असूनही पृष्ठंच्या पृष्ठं खर्च करायचं, यातून त्यांची वाङ्मयीन अभिरुची अधोरेखित होते. या समीक्षा बऱ्याचदा परखड झाल्या आहेत. काहींत पाल्हाळीकता आढळते. 'नमनास घडाभर तेल' अशी त्यांची स्थिती झाली आहे. पण खांडेकर सर्वच परिचयांत जी तार्किक चर्चा घडवतात, त्या मात्र विचारणीय असतात. खांडेकर सोदाहरण आपली सहमती वा मतभिन्नता नोंदवतात. त्यातून त्यांची सव्यसाची वृत्ती स्पष्ट होते. समीक्षेची ठेवण टीकाशास्त्राला धरून असल्याने त्या शास्त्रोक्त झाल्या आहेत. वि. स. खांडेकरांच्या साहित्यिकाबरोबर त्यांच्यातील 'टीकाकार' समांतरपणे घडत गेला. म्हणून त्यांचं लेखन समकालीनांच्या तुलनेत अधिक गुणात्मक, कसदार होत गेलं आहे.

● पुस्तक-परिचय

वर या सदराची पूर्वपीठिका दिली आहेच. या स्तंभात खांडेकरांनी विविध अशा २० ग्रंथांचा परिचय करून दिला आहे. उपरोक्त सदराच्या तुलनेत हे ग्रंथ दुय्यम ठरत असले, तरी वाङ्मयीन इतिहासाच्या दृष्टीने त्यांचं महत्त्व आहे. 'गडकरी यांच्या आठवणी', 'ऐतिहासिक पोवाडे' यांच्याबरोबरीने कादंबरी, काव्य, नाटक, भाषणं यांचा इथे परिचय करून देण्यात आला आहे.

'गडकऱ्यांच्या आठवणी'मधून १९ लोकांच्या विविध आठवणींतून खांडेकर राम गणेश गडकरी यांचं व्यक्तिमत्त्व उभं करतात. 'हिंदुपदपातशाही' ग्रंथाची तुलना

खांडेकरांनी न. चिं. केळकरांच्या 'मराठे व इंग्रज' ग्रंथाशी केली आहे. 'भावमंथन' आणि 'माधवी' या वाङ्मयविहार मंडळ प्रकाशित काव्यसंग्रहातील विविध कवी, काव्यप्रकारांचा खांडेकरांनी घेतलेला परामर्श ही त्यांच्या काव्यव्यासंगाची साक्ष होय. सुनीतं आणि गीतं यांमधील बारकावे खांडेकर जाणतात. तसंच, लक्ष्मीबाई टिळक, पांगारकर, गोविंदांच्या काव्यलेखन-कौशल्याची त्यांना पुरेपूर जाण असते. यातून खांडेकरांचं वाचन, विचार, तर्कव्यवहार समजायला ही परीक्षणं उपयोगी ठरतात. वि. स. खांडेकर या सदरातून केवळ ग्रंथांचीच नोंद घेऊन थांबत नाहीत, तर 'वैनतेय' वाचकांसाठी ते अधी-मधी साहित्य संमेलनांच्या निमित्ताने प्रकाशित विविध नियतकालिकांच्या विशेषांकांचा परिचय करून देऊन, संपादक, समीक्षकाची चौफेर चिकित्सा व चौकसबुद्धी सिद्ध करतात. सन १९३७ च्या 'यशवंत' मासिकाचा, ३५० पृष्ठांचा (ज्यात २०० पृष्ठं सचित्र होती), साहित्य संमलेन विशेषांकाचा विशेषत्वाने उल्लेख करावा लागेल. शिवाय, ते संमेलनात प्रसिद्ध झालेल्या ग्रंथांचाही आवर्जून परिचय करून देत. या त्यांच्या धडपडीमुळे, 'वैनतेय'मधील परीक्षण, टीकेस तत्कालीन मराठी साहित्यजगतात प्रतिष्ठा निर्माण झाली होती. या व अन्य नियतकालिकांतील परीक्षणांमुळे खांडेकर 'टीकाकार' म्हणूनही मान्यता पावले होते.

● स्फुट सूचना, वार्तापत्रं, टिपा

ज्याला 'संकीर्ण' म्हणता येईल अशा अनेक स्फुट सूचना, वार्तापत्रं, टिपा खांडेकरांनी 'वैनतेय'ची गरज म्हणून लिहिल्या आहेत. स्वातंत्र्यपूर्व काळात वृत्तपत्राच्या संपादकाला 'वृत्तपत्रीय गरज' म्हणून सर्व प्रकारची कामं करावी लागत. 'वैनतेय' साप्ताहिक शिरोडकर, खांडेकर, साप्ते या त्रिमूर्तींनी राष्ट्रीय ध्येयवादाने प्रकाशित केलं होतं. 'पहिली पावलं' या आपल्या साहित्यिक आत्मकथनात वृत्तपत्र-संपादनासंबंधी 'ताबंड्या मातीत उठाबशा'मध्ये खांडेकरांनी स्पष्ट केलं आहे की, "माझी भूमिका मजकुराचा माल पुरविणाऱ्या मदतनिसाची होती. अग्रलेखापासून फुटकळ बातमीपर्यंत. माझ्या या साप्ताहिक पोतडीत सर्व प्रकारच्या चिजा असत." यावरून खांडेकर पडेल ते लेखन करायचे, हे स्पष्ट होतं. शिरोड्याचे बातमीदार म्हणूनही खांडेकर लेखन करायचे. 'वैनतेय'मध्ये 'शिरोड्याचं वार्तापत्र' नियमित प्रसिद्ध होत असे. ते खांडेकरच लिहीत. सन १९३० साली शिरोडे येथे झालेल्या राज्यपातळीवरील 'मीठ सत्याग्रह'संबंधी वार्तापत्रं खांडेकरांनी लिहिली होती. खांडेकरांना सत्याग्रहातच प्रत्यक्षात भाग घ्यायचा होता. पण शाळेची नोकरी ही अडचण होती. त्याची भरपाई त्यांनी 'वार्तापत्रं' लिहून केल्याच्या नोंदी आहेत. धोंडो केशव कर्वे, डॉ. वॉनलेस प्रभृतींसंबंधी स्फुटं, टीपा अल्पाक्षरी असल्या, तरी प्रभावी आहेत. 'स्फुट सूचना'

मधील 'राष्ट्रीय भाऊबीज', 'येते साहित्य संमेलन', 'मराठी ज्ञानकोश', 'वा. गो. आपटे निधन', 'शंकराचार्यांपुढील कामे' यांसारखी स्फुटं केवळ वाचनीय नसून ती अंतर्मुख करतात. खांडेकर 'स्फुट लेखक' म्हणून बहुश्रुत, बहुअवधानी होते. स्वल्प आणि दीर्घ दोन्ही प्रकारचं लेखन ते समान तन्मयतेने करीत, हे विशेष. यातूनही त्यांचं सामाजिक मन, धर्मनिरपेक्ष वृत्ती, गैरांप्रति आक्रमकता, प्रागतिकता सारी वैशिष्ट्यं प्रतिबिंबित होत राहायची.

'समुद्रमंथन', 'कल्पनातरंग', 'वाङ्मय विचार' आणि 'वैनतेय' हे चार लेखनसंग्रह हे वरील सर्व लेखनाचे संग्रह आहेत. मुद्रण व वाचनसुविधेसाठी या लेखनाचे चार भाग करण्यात आले आहेत. चार भाग करताना, एकाच स्वरूपाची दोन सदरं वि. स. खांडेकरांद्वारा लिहिली जाणं–हेही एक कारण होय. उदाहरण द्यायचं झालं तर, 'पुस्तकपरिचय' आणि 'परिचयाची परडी' याचं देता येईल. दोन्ही सदरांचं स्वरूप एक आहे; पण उद्देश वेगळा आहे. तीच गोष्ट थोड्याफार फरकाने 'समुद्रमंथन' आणि 'कणसाचे दाणे' या सदरांची. हे लेखनसंग्रह वि. स. खांडेकरांच्या वृत्तपत्र लेखनवैविध्याचा आलेख व नमुना होय. हे ग्रंथ खांडेकरांचे अष्टपैलू वाचन, व्यासंगाचा पुरावा म्हणून महत्त्वाचे. 'स्फुट सूचना', 'वार्तापत्र', 'टिपणे' ही सदरं संकीर्ण, तरीही लेखनकामाठी सिद्ध करणारी. विसाव्या शतकाच्या प्रारंभी, संपादन-लेखनासाठी किती मेहनत घेत हे पाहिलं, की त्यांचे कष्ट व समर्पणाचा अचंबा वाटल्यावाचून राहत नाही. हे सर्व देशासाठीचा त्याग व निष्ठेसाठी होतं, हे महत्त्वाचं. मिळकत – शून्य. कष्ट केवळ ध्येयवादातच शक्य असतात. 'पत्रकारितेचा आदर्श' म्हणूनही या लेखनसंग्रहांचे ऐतिहासिक महत्त्व आहे.

जया दडकर यांच्या 'वि. स. खांडेकर वाङ्मयसूची'मुळे हे चार ग्रंथ संपादित करणं शक्य झाले. पंचम खेमराज महाविद्यालय, सावंतवाडीचे ग्रंथपाल श्री. गं. आ. बुवा यांच्यामुळे हा सारा लेखनसंग्रह उपलब्ध होऊ शकला. त्या उभयतांचे मनःपूर्वक आभार!

'वि. स. खांडेकर रजत स्मृती-प्रकल्प'मधील हा 'रजत स्मृती प्रकल्प' पूर्ण करताना, या प्रकाशनास अनुमती व सहकार्य करणाऱ्या वि. स. खांडेकरांच्या कन्या मंदाताई आपल्यात नाहीत. त्यांचं कृतज्ञ स्मरण आणि हा सारा 'रजत स्मृती प्रकल्प' त्यांना आदरपूर्वक समर्पित! वरील चार ग्रंथांचा हा गुच्छ वाचकांनी मिळवून एकत्रितपणे वाचावा. त्यामुळे वि. स. खांडेकरांच्या 'वैनतेय' साप्ताहिकातील सर्व लेखन वाचल्याचे समाधान वाचकांना लाभेल. त्यातून वि. स. खांडेकरांच्या समग्र लेखनाचे आकलन शक्य होईल. या प्रकल्पाचं प्रकाशन पूर्ण केल्याबद्दल मेहता पब्लिशिंग हाऊस, पुण्याचे अनिलभाई आणि सुनीलभाई पिता-पुत्रांचे मनःपूर्वक आभार! त्यांच्याशिवाय हे शक्य नव्हतं, याची जाणीव आज प्रकर्षाने होते आहे.

गेले तपभर केलेल्या कष्टांचे फलित म्हणून या ‘रजतस्मृती प्रकल्प’च्या संकल्पपूर्तीकडे पाहावे लागेल.

‘रजतस्मृती प्रकल्प’ वि. स. खांडेकरांच्या पंचविसाव्या स्मृती वर्षात (२००१) संकल्पित करुन सुरु केला. सन २०१९मध्ये तो एकूण २८ ग्रंथ प्रकाशित होऊन पूर्ण होत आहे. मुळात २५ ग्रंथ प्रकाशित करण्याची योजना होती. ती ग्रंथसंख्या २८च्या घरात गेली आहे. अद्याप किमान पाच ग्रंथांचे संपादन प्रगतीपथावर आहे. रोजच्या माझ्या खांडेकर शोधाच्या ध्यासात ही संख्या कितीवर जाईल हे सांगणे अशक्य! मराठीतील हा अशा स्वरूपाचा एकमेव बृहत् प्रकाशन प्रकल्प असावा.

डॉ. सुनीलकुमार लवटे

११ एप्रिल, २०१५
महात्मा जोतिबा फुले जयंती

अनुक्रमणिका

समुद्रमंथन

१. माणसागणीक पक्ष

इंग्लंडचे माजी प्रधान मि. ॲस्किथ, सध्याचे लॉर्ड ऑक्सफर्ड यांनी नुकतेच आपले आत्मचरित्र प्रसिद्ध केले आहे. ॲस्किथ हे प्रागतिक पक्षाचे (Libaral Party) एक माजी पुढारी आहेत. त्या पक्षात उत्पन्न होणारे उपपक्ष व या उपपक्षांमध्ये पुन्हा होणारी फाटाफूट यांविषयी त्यांनी आपल्या आत्मचरित्रात विवेचन केले आहे. व्यक्तिविषयक हित अगर प्रेम-अप्रेम हेच या पक्षोपपक्षांच्या मुळाशी अनेक वेळा असते, असे ते म्हणतात. ही सार्वजनिक जीवनात मुरलेल्या इंग्लंडची स्थिती; मग हिंदुस्थानची गोष्ट बोलायलाच नको! जिथे बृहस्पती थकला, तिथे मुक्याचा काय पाड लागणार? घराप्रमाणे राष्ट्रांतही भाऊबंदकी नेहमीच विघातक असते. सध्या हिंदुस्थानात माणसागणीक पक्ष झाले आहेत. एवढेच नव्हे; तर उद्या एखाद्या माणसाचे डावे अंग असहकारितावादी तर उजवे अंग सहकारितावादी असाही देखावा दिसण्याचा संभव आहे. (अर्धांगवायूने आजारी असलेले सर्व रोगी या पक्षाला मिळतील, हे लिहावयाला नकोच.) आपले वैद्य आपले औषध रामबाण असल्याचा जसा पुकारा करीत असतो, त्याप्रमाणे प्रत्येक पक्ष आपलाच मार्ग बरोबर असल्याचे तुणतुणे वाजवितो. पक्षभेदाच्या विषाने आजचे हिंदी राजकारण मृतवत् झाले आहे. या पक्षोपपक्षाच्या पोटात शिरले, तर ॲस्किथनी लिहिल्याप्रमाणे व्यक्तिविषयक गोष्टीच दृष्टीला पडतात. देशाची दिवाळी उदय पावावी म्हणून पुढारी शिमगा साजरा करीत आहेत हा देखावा नाहीसा होईल तो सुदिन!

२. चर्चा मंडळाची आवश्यकता

रूडियार्ड किपलिंग या विख्यात इंग्रज ग्रंथकाराच्या 'Debits and Credits' या नव्या पुस्तकाच्या ५०००० प्रती अवघ्या तीन आठवड्यांत खपल्या. महाराष्ट्रात तीन पिढ्यांत ज्याच्या इतक्या प्रती खपल्या आहेत असे एकदेखील पुस्तक

दाखविता येणार नाही. (वैद्य मणिशंकर गोविंदजी यांचे 'कामशास्त्र' हे शास्त्रीय (!) पुस्तक मात्र या विधानाला अपवाद ठरेल. मागणी न करणारांनाही ते पुस्तक पाठविण्यात येत असल्यामुळे त्याच्या आवृत्त्यांवर आवृत्त्या निघाल्या आहेत.) शरीराला अन्न तसे. पण आमच्याकडे परीक्षा संपली की, पंडितही पुस्तकांना रामराम ठोकतात. सुखवस्तू विद्वानांना 'प' कार आवडतो; पण तो पत्त्यांचा पाहिजे, पुस्तकांचा नको. त्यांना बुकापेक्षा बॅट हातात धरणेच जास्ती इष्ट वाटते. सध्याच्या धक्काबुकीच्या मामल्यात ज्या राष्ट्राला इतरांचे गुलाम होऊन लाथा खात बसायचे नसेल, त्याने आपली संस्कृती वाढविण्याचा प्रयत्न केला पाहिजे. चहा-चिवडामंडळाप्रमाणे चर्चामंडळांचीही आवश्यकता आमच्या सुशिक्षितांना कधी पटू लागणार?

३. मराठ्यांचे घोड्यावरील प्रेम

मराठ्यांचे घोड्यावरील प्रेम सुप्रसिद्ध आहे. स्वराज्याच्या दिवसांत आज भीमथडीला तर उद्या गंगाथडीला अशी मराठी शिलेदारांची घोड्यावरील मांड असे. कोल्हापूरच्या महाराजांमध्ये या विसाव्या शतकातही हे घोड्यावरील प्रेम आढळून येत आहे. फरक इतकाच, की पूर्वी घोडे शत्रूच्या निःपातासाठी दौडत असत; हल्ली ते शर्यतीसाठी (व अर्थात, शर्यतीचा नाद लागलेल्या लोकांच्या निःपातासाठी) दौडत जातात! कोल्हापूरच्या या घोड्यांच्या शर्यतीत 'श्री शिवाजी महाराजांच्या' स्मरणार्थ एक चषक ठेवला आहे, ही गोष्ट विशेष लक्षात घेण्याजोगी आहे. केस राखून कॉलर नेकटायनी मंडित होणाऱ्या तरुण मंडळींनी ज्यांचे केस चांगले दिसतील, त्याला 'समर्थीं'च्या नावाने बक्षीस देण्यापैकीच हा प्रकार आहे. महाराष्ट्रात अगर हिंदुस्थानात शिवाजी महाराजांचे स्मारक पेल्यानी अगर बशांनी होणे शक्य नाही; ते स्वराज्याच्या स्थापनेनेच होईल. घोड्यांच्या शर्यतीत छत्रपतींच्या नावाने बक्षीस ठेवणे व बुद्धाच्या नावाने खाटीकखाना उघडणे, यात काही विशेष अंतर नाही.

४. समाजसेवेचे बाळकडू

विद्यार्थ्यांनी सार्वजनिक कामाचा भाग यथाशक्ती उचलणे हे महत्त्वाचे आहे अशी आमच्याकडे पुष्काळांची समजूत असते. तोंडाने विडीचा धूर सोडणारे विद्यार्थी पाहूनही जे हिमालयाप्रमाणे थंड राहू शकतात, त्याच सद्गृहस्थांनी आठवड्यातून एखाद्या दिवशी एखाद्या संस्थेसाठी भिक्षा मागणारे विद्यार्थी पाहिले, की तळपायाची आग मस्तकाला जाते. खरे पाहिले तर सार्वजनिक कार्य विद्यार्थीवृत्तीला विरोधक

आहे असे नाही. बालवयात स्वाभाविकच उत्साहाचा पारा चढता असतो व अशा वेळी त्यांना समाजसेवेचे बाळकडू मिळाले, तरच मोठेपणी ती मुले समाजसेवेचा भार हौसेने अंगावर घेतील अशी आशा करावयाला जागा असते. गांधीजींनी आपल्या आत्मचरित्रात विद्यार्थ्यांचा आपणही असाच उपयोग करून घेतल्याचे लिहिले आहे. दक्षिण हिंदुस्थानातील स्थितीविषयीची पत्रके त्यांना ठिकठिकाणी पाठवावयाची होती. पण त्या पत्रकांभोवती कागद गुंडाळणी, दोरा बांधणे वगैरे कामी पगारी मनुष्य लावला असता तर कितीतरी खर्च झाला असता. गांधीजींनी आपल्या भोवतालच्या बाळगोपाळ मंडळींस जमवून हा उद्योग बिनखर्चाने व लवकर पार पडला. या बाळगोपाळांतले दोघे गांधीजींचे सहकारी स्नेही आहेत. आमचे शिक्षकपालक 'नाचता येईना अंगण वाकडे' या महामंत्राचा अवलंब करण्यापेक्षा गांधीजींच्या या अनुभवाचे चिंतन करतील, तर कितीतरी बरे होईल.

५. स्त्रीरूपी साधनाचा उपयोग

'आत्मस्तुती व परनिंदा करू नये' असे एका साधूने म्हटले आहे. पण या साधूच्या वेळी कौन्सिलाच्या निवडणुका नव्हत्या. हा साधू जर १९२६ च्या निवडणुकीला उभा राहिला असता, तर त्याला असे म्हणता आले नसते. अथवा त्याने आपले अनुभव एखाद्या ग्रंथात लिहिले असते, तर ती बाब आपल्या ग्रंथात प्रक्षिप्त आहे, असे तरी त्यांनी सांगितले असते. या काळ्या रंगपंचमीतच 'आत्मानं सततं रक्षेत् दारैरपि धनैरपि' या सूत्राचीही भर पडली आहे. मते मिळविण्यासाठी साम, दाम, दंड, भेद हे जुने चार उपाय अपुरे व पुल्लिंगी असल्यामुळे मतदारांवर मोहिनी घालण्याला असमर्थ असे वाटून स्त्रीरूपी साधनाचाही काही कौन्सिलबहाद्दरांनी उपयोग करावयाला सुरुवात केली आहे. राजकारणाला आजपर्यंत वीरांगनेची उपमा देण्यात येत असे. पण प्रत्यक्ष वारांगनाच त्याच्या गळ्यात बांधण्याचा मान कौन्सिल उमेदवारांनीच मिळविला. मतदारांच्या डोळ्यांत धूळ फेकण्याचा प्रयत्न, 'शंख दध्मौ पृथक पृथक' अशा थाटाची उमेदवारांची भाषणे, सभ्यपणाची होणारी होळी व उमेदवारांची पिकणारी पुरणपोळी इत्यादिकांच्या जोडीला मते गोळा करण्याकरता वाईट चालीची स्त्री देऊन कौन्सिल निवडणूक म्हणजे शिमगा, हेच या गृहस्थांनी पूर्णपणे सिद्ध केले आहे. महात्मा गांधी तरी ही हकिगत ऐकून काय करणार? ते आपल्या उत्तरात म्हणतात सार्वजनिक जीवन विशुद्ध झाल्यावाचून स्वराज्य मिळणे शक्य नाही. या बहाद्दरांना स्वराज्य कुठे पाहिजे आहे? त्यांना फक्त कौन्सिल पाहिजे.

२३ नोव्हेंबर, १९२६

१. बडबड बहाद्दर

एका चाकाने रथ जसा चालू शकत नाही, त्याप्रमाणे ज्वलजहाल अगर मृण्मय मवाळ यांपैकी एकाच वृत्तीने देशाची प्रगतीही होऊ शकत नाही. स्वराज्य असलेल्या देशातही जहाल-मवाळ अगर रॅडिकल कॉंझरवेटिव्ह – असे पक्ष आढळतातच. यांपैकी कोणत्या पक्षाचे म्हणणे खरे होते व देशाचे खरे कल्याण कुणी केले हे ठरविण्याचा अधिकार भविष्यकाळाचा असतो. परंतु, सर्व पक्षांच्या पुढाऱ्यांच्या देशभक्तीबद्दल अगर योग्यतेबद्दल इतर देशातल्या लोकांना जरी आदर वाटत असला, तरी दुर्दैवी हिंदुस्थान मात्र त्या नियमाला अपवाद आहे. म्हापसे येथे नुकतेच एक राष्ट्रीय कीर्तनकार आले होते. मुरलीधराच्या उत्सवाकरता आलेल्या या कीर्तनकारांनी गोपाळ कृष्ण गोखल्यांवर यथेच्छ तोंडसुख घेतले. ज्यांच्या पायाच्या नखाची सर या अललडुर्र कीर्तनकारांना येणार नाही, त्या गोखल्यांच्या तोंडावर या बडबड-बहाद्दरांनी खुशाल निंदेचे शिंतोडे उडविले. सदरहू कीर्तनकारांचा पूर्वीचा पेशा डॉक्टरचा असल्यामुळे कीर्तनाचे औषध देणाऱ्याने सभ्यपणाचे पथ्य पाळल्यास बरे हे त्यांना लोकांनीच सुचविले पाहिजे, असे नाही. कुठे हिंदुस्थानचे मुत्सद्दी गोखले आणि कुठे आमचे राष्ट्रीय (!) कीर्तनकार! श्यामभटाच्या तट्टाणीने इंद्राच्या ऐरावतावर दुगाण्या झाडल्या म्हणून तो थोडाच जखमी होऊन जमिनीवर पडणार आहे! राष्ट्रातील विभूतीविषयी श्रोत्यांच्या मनात अनादर उत्पन्न करणे हेच जर राष्ट्रीय कीर्तनकारांचे काम असेल, तर मात्र ते उत्कृष्ट प्रकारे बजावल्याबद्दल सदरहू कीर्तनकारांना राष्ट्रीय सभेच्या अध्यक्षत्वाचा मान दिला तरी चालेल. 'उचलली जीभ आणि लावली टाळ्याला' ही म्हण लोकांना पूर्णपणे कळावी म्हणून सदरहू कीर्तनकार ज्या गोखल्यांची निंदा करतात, त्यांच्याविषयी कीर्तनकारांना अत्यंत वंद्य असलेल्या गांधींनी आत्मचरित्रात खालील उद्गार काढले आहेत. "राजकीय क्षेत्रात माझ्या हृदयात गोखल्यांना जे स्थान होते ते आहे ते दुसऱ्या कुणालाही मिळालेले नाही."

२. जत्रेतला जुगार आणि पोलीस

जत्रेचा जुगार हा धर्मपतित होय अशी आजपर्यंत समजूत होती व जुगाराची हकालपट्टी होऊ लागल्यामुळेच की काय, ठिकठिकाणच्या जत्रा सध्या रोडावू लागल्या आहेत. या रोडावणाऱ्या जत्रा पाहून व जुगारांच्या विरहामुळे त्यांना होणारे विरहदु:ख जाणून कित्येक सहृदय लोक चोरून मारून का होईना, जुगारजत्रांची भेट व्हावी म्हणून प्रयत्न करतात. सरकारच्या शापामुळे जत्रेपासून दूर गेलेला जुगाररूपी यक्ष तिच्या भेटीसाठी उत्कंठित होऊन जे दूत पाठवू लागतो, ते पाहून कालिदास देखील थक्क झाला असता. या दूतांपैकी मुख्य म्हणजे पोलीसदूत, पाटील-कुळकर्णीदूत, कांटा वगैरे होत. आजगावच्या जत्रेत राजरोस जुगार चालला असताना पोलिसांनी 'आश्चर्यवत् पश्यति कश्चिदेनम्' या गीतेतील चरणाबरहुकूम वर्तन केले. येत्या गीताजयंतीला आजगावला मुद्दाम सभा भरवून सदरहू शिपाईमहाशयांनाच तिचे अध्यक्षस्थान द्यावे. कदाचित 'दिसते तसे नसते' या उक्तीची पोलीस अधिकाऱ्यांना याच वेळी आठवण होत असावी व 'मला समोर जरी जुगार दिसत आहे तरी तो जुगार नाही' असे म्हणून ते स्वत:चे समाधान करून घेत असतील. पण ज्यांच्या रोमारोमात गीता इतकी मुरली नाही, त्या बापड्या सामान्य लोकांनी काय करावे? शिरोड्याच्या जत्रेत जुगाराला बंदी होताच त्याने आजगावच्या हद्दीचा आश्रय केला. लक्ष्मणाने सीतेला काढून दिलेल्या रेषेप्रमाणे संस्थानची हद्द जुगाऱ्यांना वाटावी हे आजगावच्या पोलिसांना भूषणावह आहे की काय?

३. आम्ही एकशेपाच

कौन्सिलाची निवडणूक म्हणजे एक प्रकारचे स्वयंवरच असते. स्वयंवराकरता येणाऱ्या राजाप्रमाणे 'मामियं वृणीत, मामियं वृणीत' अशा अहमहमिकेने निवडणुकीकरिता उमेदवार उभे राहतात. छाताडावर धनुष्य घेऊन पडणाऱ्या रावणाप्रमाणे काही गर्विष्ठ उमेदवार पडतात, तर काहींना मतदारांचा मत्स्यवेध उत्तम साधला असल्यामुळे सहजासहजी यश मिळते. पण लग्नाची दंगल सूप वाजताच संपते व पतिपत्नींना एकमेकांचे आयुष्य सुखावह करण्याचा बिकट प्रश्न सोडवावा लागतो. मतदाररूपी मातापितर कार्य झाल्यामुळे निश्चिंत झाले आहेत, एजंटरूपी उपाध्ये 'नवरा मरो नवरी मरो, भटाची दक्षिणा कधी न सरो' हा मंत्र जपीत पोटावरून हात फिरवीत आहेत. सामान्य जनता 'मिष्टान्नमितरे जना:' या न्यायाने निवडणुकीमुळे झालेल्या करमणुकीवर संतुष्ट आहे; पण कौन्सिल व निवडून आलेले लोक यांना मात्र आपल्या

संसाराविषयी विचार करणे प्राप्त आहे. कौन्सिल म्हणजे जशी कामधेनू नाही, तसा तो टोणगाही नाही. स्वराज्याची वाट कौन्सिल हॉल मधूनच जाते, असे जरी म्हणता आले नाही तरी कौन्सिलचा दिवाणखाना व स्वराज्य यात दोन ध्रुवांइतके अंतर आहे असेही नाही. कौन्सिल म्हणजे, कोकणची खडकाळ व रेताळ जमीन आहे. सकस व संपन्न गुर्जरभूमी नाही. प्रयत्न करील त्याला काही ना काही या भूमीत उत्पन्न करता येईल. पण हे उत्पन्न पदरात पडण्याला मात्र एकी पाहिजे. लोकपक्षातच एकाचे तोंड पूर्वेला तर दुसऱ्याचे पश्चिमेला अशी फाटाफूट असल्यावर सरकारच्या तोंडाला तोंड कोण देणार? सर्व लोकपक्षांनी आपल्या मागण्यांचा दृढभाजक काढला, तरी सरकारला ती संख्या लघुत्तमाइतकी मोठीच वाटते. अशा स्थितीत तात्त्विक भेदांची भांडणे भांडून बसण्यात कौन्सिलच्या सभासदांनी कालापव्यय करू नये. परक्या शत्रूशी कौरव व पांडव मिळून एकशेपाच योद्धेच झुंजतील हा धर्माचा उपदेश सभासदांनी लक्षात घेतला, तरच कौन्सिलात लोकोपयोगी कार्य होऊ शकेल.

४. महाराष्ट्राची खरीखुरी उन्नती

भारतगौरवग्रंथमालेने नुकतेच रियासतकार सरदेसाई यांचे 'नानासाहेब पेशव्यां'चे चरित्र प्रसिद्ध केले असून, त्या चरित्राला श्री. शेजवलकर यांनी विस्तृत सडेतोड व मार्मिक प्रस्तावना लिहिली आहे. रियासतकारांच्या मते, नानासाहेब हा उच्चदर्जाचा मुत्सद्दी होता व शिवशाहीत सर्वांगांनी विचार केला, तर शिवाजीच्या खालोखाल त्यालाच गुण द्यावे लागतील. शेजवलकर त्याला अगदी सामान्य पुरुष मानतात व कालात्मा (Spirit of the time) न ओळखता त्याने घोडचुका केल्या, असे म्हणतात. 'मराठे व इंग्रज' या सुंदर पुस्तकाला कै. वासुदेवशास्त्री खरे यांनी लिहिलेल्या प्रस्तावनेइतकीच शेजवलकरांचीही प्रस्तावना मननीय व माननीय झाली आहे. 'जगाच्या निकषावर आपले सोने घासा व मग आपल्या बावनकशीपणाची चढाई मिरवा' असे त्यांचे स्पष्ट सांगणे आहे. यापुढे महाराष्ट्राला आपली खरीखुरी उन्नत्ती करून घ्यावयाची असेल, तर या सांगण्याप्रमाणे त्याने वागले पाहिजे. सूक्ष्म व खोल व्याख्याने शास्त्रकलांची छाननी केल्यावाचून त्यांचे जीवन व्यापक होणार नाही. सध्यातरी जुन्या बाजारातल्या मोडक्यातोडक्या वस्तूंवर गुजराण करणाऱ्या अगर 'तातस्य कूपायमिति ब्रुवाणी क्षीरं जलं क:पुरुषा पिबन्ति' अशा मासल्याच्या मनुष्यासारखे आमचे वर्तन झाले आहे. गडकरी हे एक मोठे नाटककार होऊन गेले खरे; पण मराठी नाट्यवाचकाला त्यांच्या मोठेपणावर नेहमीच जगणे शक्य नाही. आधुनिक युरोपचा इब्सेन हा मोठा नाटककार होय. पाश्चिमात्य त्यांच्या शिष्यांची

नाटके रंगभूमीवर येऊन, त्यांनी नवा संप्रदाय निर्माण केला, तरी मराठी वाचकांना इब्सेनची अद्याप दादच नाही. 'निरस्तपादपे देशे एरंडोऽपि द्रुमायते' अशी वृत्ती आपल्यामध्ये सध्या फार बोकाळली आहे; व तिच्या डोळ्यांत चरचरीत अंजन घालण्याचे कार्य रा. शेजवलकरांनी आपल्या प्रस्तावनेच्या द्वारे केले आहे.

१४ डिसेंबर, १९२६

१. गीता, अंधश्रद्धा आणि कोकण

१५ मे रोजी अनेक ठिकाणी गीताजयंती झाली. गीताजयंतीची आवश्यकता हल्लीइतकी पूर्वी कधीही नव्हती. इंग्रजी शाळांतल्या मुलांना हिंदुधर्माची मूलतत्त्वे विचारली असताना, युरोपातील प्रॉटेस्टंट पंथाच्या उदयावर व्याख्याने देणारी त्यांची जीभ मूकव्रत धारण करते. घरी पालकांच्याकडे पाहावे, तर त्यांच्याकडून विद्यार्थ्यांना मिळणारे धर्मशिक्षण नन्नाच्या बाराखडीपलीकडे कधीच जात नाही. मृत पतीच्या पराक्रमाचे पोवाडे गाणाऱ्या दुबळ्या विधवेप्रमाणे हिंदुधर्माच्या ग्रंथशेष झालेल्या तत्त्वज्ञानाकडे बोट दाखवून आज आम्ही आत्मविवंचना करीत आहो. कागदी रुपया (नोट) भट्टीत घातला तर जसे राखेखेरीज दुसरे काहीच पदरात पडत नाही, त्याप्रमाणे कागदी तत्त्वज्ञान प्रतिकूल परिस्थितीच्या भट्टीत राष्ट्राच्या मुळीच उपयोगी पडत नाही. प्रभु रामचंद्रांचे नाम आदराने उच्चारायचे व एखादे अंगवस्त्र ठेवायचे, 'गीता' शब्द ऐकताच आदराने मान लकवावयाची व लढण्याचा प्रसंग आला की पाठ दाखवायची, हिंदुधर्म सर्व जगात श्रेष्ठ म्हणून बडबड करायची व सात कोटी माणसांसारख्या माणसांना अमानुषपणे अस्पृश्य लेखायचे, आम्ही निवृत्तीपर म्हणून बढाई मारायची व पैसाठी भावाच्या मानेवर सुरी ठेवायची, अशी दृश्ये जोपर्यंत हिंदुसमाजात प्रत्यही व प्रतिस्थळी दृष्टीला पडत आहेत, तोपर्यंत हिंदुधर्माचे श्रेष्ठत्व कुणाला पटणार? भुतेखेते, जुगार-जत्रा, नवस-सायास, प्रसाद-अवसर, मंत्र-तंत्र, इत्यादिकांतच धर्म साठविला आहे अशी समजूत असणाऱ्या कोकणात तर गीतेच्या तत्त्वज्ञानाचा प्रसार होणे जरूर आहे.

२. लक्ष्मीच्या नाकात सरस्वतीची वेसण

प्रख्यात आयरिश नाटककार बर्नार्ड शॉ यांनी नोबेल प्राइझबरोबर येणारी ६५०० पौंडाची रक्कम स्वतः न घेता स्वीडन व ब्रिटन यांच्या कलात्मक व

वाङ्‌मयात्मक विनिमयासाठी स्वीडिश रॉयल ॲकॅडमीकडे परत केली आहे. लक्ष्मीने सरस्वतीला बटीक केल्याची उदाहरणे प्रत्येक काळात व देशात सापडतात. पण सरस्वतीने लक्ष्मीच्या नाकात वेसण घालून तिला आपल्या सेवेला लावल्याचे ह्यासारखे उदाहरण क्वचितच सापडते. ही रक्कम परत करताना शॉ म्हणतात, ''लंडनमधील नाक्याच्या जागा फळफळावळ, मेवामिठाई, कलाकुसरीची कामे इत्यादी वस्तूंच्या दुकानांनी काबीज केलेल्या आढळतात. या अजबखान्यात कपिलाषष्ठीच्या मुहूर्ताने दिसणारी वस्तू म्हणजे पुस्तक होय. स्वीडन आपला कागद घेण्याविषयी आम्हाला आग्रह करिते; पण तो कागद कोरा करकरीत असतो. त्या कागदाचा उपयोग ऑस्ट्रेलियन सीताफळे गुंडाळण्याच्या कामी काय होईल तेवढाच. स्वीडनच्या निर्गतातील अत्यंत मौल्यवान वस्तू त्यांचे वाङ्‌मय ही होय. पण ती कोणाच्या गावीही नाही.'' शॉनी स्वीडनविषयी जे म्हटले आहे, ते हिंदुस्थानाला स्वीडनपेक्षाही अधिक लागू पडेल. इंग्लंड हिंदुस्थानचा कापूस घेते; पण त्या कापसापेक्षाही पांढऱ्या शुभ्र असलेल्या त्याच्या संस्कृतीची इंग्लंडला दादही नाही. इंग्लडांतून हिंदुस्थानात कापड येते; पण हिंदुस्थानाचे दारिद्र्य झाकण्याऐवजी उघड करण्यालाच त्याची मदत होते. संस्कृती-संवर्धनाच्या दृष्टीने दोन राष्ट्रांचे संघटन होणे अत्यंत श्रेयस्कर असते. पण उंदरांची उन्नती करण्याकरता आलेल्या बोकेसंन्याशाला तळिरामाखेरीज दुसरा देव कुठून माहीत असणार?

३. साहित्यातील पात्रे

अर्नोल्ड बेनेट या प्रसिद्ध कादंबरीकारांनी 'लॉर्ड रेनेगो' हे पात्र संयुक्त मंत्रिमंडळातील एका माजी सभासदावरून चितारले आहे असा आरोप करून, लॉर्ड बर्केनहेड यांनी त्यांच्यावर चांगलाच ताशेरा झाडला. नृपनीतिनिपुण बर्केनहेडना बेनेटनी दिलेले उत्तर मार्मिक व सुंदर आहे. ते म्हणतात, 'प्रचलित राजकारणाचा ऊहापोह जर कादंबरीकाराच्या क्षेत्रात येत असेल, तर आपली पात्रे व्यवहारातील त्या त्या प्रकारच्या पात्रांसारखी वाटतील अशा प्रकारची रचना त्याने केलीच पाहिजे; मुख्य प्रधानाचे पात्र रंगविताना त्याच्या अंगी मुख्य पात्राचे गुण कोणी दाखविणार नाही; लोकांना प्रधानाचे वाटतील असेच गुणावगुण तो चित्रित करील.' कल्पनात्मक वाङ्‌मय वाचताना बेनेटनी सांगितलेले हे तत्त्वज्ञान लक्षात ठेविले पाहिजे. आम्हाला संसाराची चित्रे पाहिजे असतात; पण त्यात आमचे चित्र मात्र आलेले चालत नाही! चांगल्या लेखकाचे लिहिणे जातिविषयक (Type) असले, तरी त्याच्या अनुभवाचा उगम व्यक्तीतच असतो व जातीची प्रतिनिविभूत अशी एक व्यक्तीच त्याला निर्माण करावयाची असते. सर्व विवाहेच्छू थेरड्यांनी 'भुजंगनाथ' म्हटल्याबद्दल देवलांवर, शिवाजीच्या

नावाने व्याख्यानात टाळ्या घ्यावयाला सवकलेल्या सर्व दे.भ.नी कोल्हटकरांवर, अगर 'कामिनी तेवढी कुट्टिनी' या मंत्राचा जप करणाऱ्या कुत्सित व कुटिल नूपुरांनी गडकऱ्यांवर बेअब्रूची फिर्याद केली तर जनतारूपी न्यायाधीश प्रतिवादींना नि:संशय दोषमुक्त करील. हीन दर्जाच्या लेखनात अनेक वेळा व्यक्तिविडंबन होते; पण खऱ्या वाङ्मयातली व्यक्ती खरीखुरी भासली, तरी 'डोंगरचे आंवळे आणि समुद्राचे मीठ' यांच्याप्रमाणे लेखकाची कल्पना व त्याचे अनुभव यांच्या मिश्रणातूनच तो जन्माला येतो.

२८ डिसेंबर, १९२६

१. करनकरीचा वसा

मुंबई सरकारने दिवाण नेमण्यात मार्मिकता दाखविली असली, तरी त्यांच्याकडे सोपवावयाच्या खात्यात करनकरीचा वसाच प्रकट केला आहे. शिक्षण-व्यवसायात जन्म घालविलेल्या डॉ. परांजप्यांना जंगल व अबकारी खाती बहाल करण्यात आली आहेत. शिक्षणामृतापेक्षा दारूकडे व राष्ट्राच्या उदयोन्मुख अंकुरापेक्षा जंगलातील किर्र झाडीकडे डॉ. परांजप्यांचे लक्ष वेधविण्याचा सरकारचा काय उद्देश असेल, तेच कळत नाही. डॉ. परांजप्यांचे पांडित्य जंगलखात्यात अरण्यारोदनवत् व्हावयाचे व त्यांची सरस्वती कलालांच्या कल्पनेनेच भिऊन जायची! 'नहि चूडामणिः पादे नूपुरः शिरसि धार्यते' हे तत्त्व सगळ्यांपेक्षा सरकारला आधी कळले पाहिजे. डॉ. परांजपे यांच्या हवाली जंगल व अबकारी खाती करणे म्हणजे धर्मोपदेशकाला युद्धावर पाठविणे अगर केशराचा उपयोग भोपळ्याच्या भाजीत करणे आहे. मुंबई इलाख्याला त्यांच्या शिक्षणविषयक अनुभवाचा व ज्ञानाचा उपयोग सरकार असाच करून देणार काय?

२. अनुकृत लेखन म्हणजे आत्महत्याच

महाराष्ट्रातील वाङ्मयाकडे सूक्ष्म दृष्टीने पाहिले, तर मोर नाचतो म्हणून लांडोर नाचते असाच प्रकार अनेक ठिकाणी आढळतो. नदीला काढलेल्या कालव्यात नदीचा जिवंत ओघ जसा आढळत नाही, त्याप्रमाणे अनुकृत लेखनातही जिवंतपणा असत नाही, हे अनेक लेखक विसरतात. केशवसुतांनी 'तुतारी' फुंकल्याबरोबर एकाने 'नगारा' वाजविला, दुसरा 'पडघमाचे' पाय धरू लागला तर तिसऱ्याने 'मेरीला' तोंड दिले. अद्याप 'बँड' 'ढोल' वगैरे या पद्धतीच्या कविता झाल्या नाहीत; पण अंध अनुकरण करणारे कवी त्या करणार नाहीत कशावरून? राष्ट्रीय पुरुषांच्या पुण्यस्मरणाची लाट उसळल्याबरोबर कित्येक कवींची स्मरणशक्तीची लाट इतकी

तीव्र झाली की, इतिहासाच्या पुस्तकात एकच ओळ अडविणाऱ्या व्यक्तींवर त्यांनी शेकडो कविता लिहिल्या. एका कवीने 'स' कविता लिहिल्याबरोबर दुसऱ्याला प्रेमाचा पान्हा फुटून तोही 'स'लाच उद्देशून कविता लिहितो. असले निनावी 'स'वर कविता लिहून नाव मिळविणारे कवी बिनभांडवली धंदा करणाऱ्या व्यापाऱ्यांचेदेखील गुरू होण्याला पात्र आहेत. एका प्रेमकवीने तर 'स' हा चतुर्थीचा प्रत्यय अपुरा वाटून 'स-ला-ते' या प्रत्ययांची कविता लिहिली. गणेशचतुर्थीला चंद्र पाहणाऱ्या मनुष्यावर चोरीचा आळ येतो, ही समजूतही या कविमूषकाच्या बाबतीत खरी ठरली. कारण 'स-ला-ते' या चतुर्थीच्या प्रत्ययांच्या खाली लिहिलेल्या ओळी त्याने चोरल्या आहेत, असे उद्‌गार अनेक वाचकांनी काढले. बिचारा चतुर्थीच्या प्रत्ययात प्रियेचा मुखचंद्र पाहणारा कवी! या रुक्ष, काव्यहीन जगाने त्याची कदर केली नाही. आपल्या अंध अनुकरणातच गडकऱ्यांच्या अनुप्रासांचे, भाषेचे व वैशिष्ट्यांचे जे अनुकरण होत आहे, त्याची जमा केली पाहिजे. गेल्या महिन्यामध्ये इंदूर येथे भरलेल्या मध्यप्रांतीय कविसंमेलनाचे अध्यक्ष श्री. तांबे यांनी सर्व कवींना 'अनुकरण करू नका; आपल्या लेखनगुरूंच्या पावलांवर कृतज्ञतेची फुले वाहा; पण त्यांच्या पावलांवर पाऊल टाकून काव्यरचना करण्याचा खटाटोप मात्र करू नका.' हा जो इशारा दिला आहे, त्याचे महाराष्ट्रातील होतकरू लेखकवर्गाने अवश्य मनन केले पाहिजे. 'अनुकरण म्हणजे आत्महत्या' हे इमर्सनचे म्हणणे स्फूर्तीच्या प्रांतात तर पूर्णपणे लागू पडते.

३. कुबेरांचे अग्निमांद्य

'जगी सर्वसुखी असा कोण आहे' या प्रश्नाचे उत्तर नेहमीच नकारार्थी येते. दैव माणसाशी नेहमीच लपंडाव खेळत असल्यामुळे या उत्तराचा खरेपणा पदोपदी पटत असतो. रॉकफेलर व फोर्ड हे अमेरिकेतील कुबेर सर्वांना माहीत आहेत. पण या कुबेरांशी अग्निदेवतेचे फारसे सख्य नसल्यामुळे त्यांना अग्निमांद्य झाले आहे. या श्रीमंत गृहस्थांना मोकळ्या मुठीने पैसे देता येतात; पण मोकळ्या जिभेने काहीही खाता येत नाही. लोक मुक्तकंठाने त्यांचे पोवाडे गातात; पण मुक्तकंठाने दोन घास खाण्याचे भाग्यदेखील बापड्यांच्या कपाळी देवाने लिहिलेले नाही. समुद्रात बुडून मनुष्य कोरडाच कसा राहू शकतो, हे त्यांच्याकडे पाहिले असता कळून येईल. आपली तिजोरी पाहून त्यांना डोळ्यांचे पारणे फेडता येते; पण इतका पैसा असून तोंडाचे मात्र कधीच फेडता येत नाही. मानवी जीवित काही झाले, तरी अपूर्ण असायचे हेच खरे!

४ जानेवारी, १९२७

१. संततिनियमन की संततिसंवर्धन?

तबलीघ कॉन्फरन्सच्या शेवटच्या बैठकीत बॅ. महंमद अमीन यांनी आपल्या धर्मबांधवांना दर वर्षात कमीत कमी तीन हिंदू बाटवून पऱ्यांच्या प्रसादाला पात्र करण्याचा उपदेश केला. श्रद्धानंदांच्या हिंस्र हत्येचे रक्त वाळले नाही, तोच अवघ्या आठ दिवसांच्या आत मुसलमान वक्त्यांनी आपल्या जिभा सैल सोडाव्यात, ही दुर्दैवाची गोष्ट आहे. मुसलमानांची लोकसंख्या १५ कोटी करणे हे आपले ध्येय आहे, असे बॅरिस्टरसाहेब म्हणतात. संततिनियमनाऐवजी संततिसंवर्धनाची तळीच बॅरिस्टरांनी उचलावी म्हणजे झाले! पण, हिंदूंची शेंडी उपटून व ती त्यांच्या हनुवटीला लावून त्यांना महंमदानुयायी करण्याचा या अव्यापारेषु व्यापारात त्यांनी पडू नये. दर दहा वर्षांना तीन हिंदू बाटविण्याचे प्रमाणही बॅ. साहेबांनी कुठून पैदा केले ते कळत नाही. वैद्यशास्त्राप्रमाणे मुलाचा पाळणा तीन वर्षांचा असतो. हिंदूंना मुसलमान व्हावयाचे असेल, तर त्यांनी या पाळण्याचा नियम पाळलाच पाहिजे असे तर नाही ना? मुसलमानांतले कायदेपंडितदेखील 'हम करेसो कायदा' याखेरीज दुसरा कायदा जाणत नाहीत हे मात्र मि. अमीन यांच्या भाषणावरून स्पष्ट होते. हिंदू लोकांनी मात्र 'वाघ म्हटले तरी खातो आणि वाघोबा म्हटले तरी खातो' हे लक्षात घेऊनच यापुढे योग्य तो मार्ग स्वीकारला पाहिजे.

२. धार्मिक सौख्य हवे

श्रद्धानंदांच्या मृत्यूनंतर दिल्लीला कित्येक हिंदू वक्त्यांची भाषणे झाली व त्यांत वैदिक धर्माचा अग्नी श्रद्धानंदांच्या निरपराधी रक्ताने विझून न जाता अधिकच प्रज्वलित होईल अशा अर्थाचे उद्गार कित्येकांनी काढले. त्यामुळे चिडून जाऊन काँग्रेसच्या सभासदत्वाचा राजीनामा पाठविणारे बॅ. असफअल्ली मि. अमीन यांच्या १५ कोटींच्या बाटाबाटीची व्यवस्था काय करणार? नाहीतर, आपला तो बाब्या व

दुसऱ्याचा तो कारटा असा या बाबतीत प्रकार व्हावयाचा. श्रद्धानंदांच्या खुनाची कल्पना एका माथेफिरूच्या डोक्यातूनच उगम पावली; तिचा उगम इतर मुसलमानांच्या हृदयात नाही, असे हिंदू पुढारीदेखील सांगत आहेत; पण बाटाबाटीचा व्यापार करून १५ कोटी फैज टोप्या खपतील इतके धर्मबांधव कृत्रिम रीतीने पैदा करण्याचा एका बॅरिस्टरचा अट्टाहास, श्रद्धानंदांचा खून करणाऱ्याने मला आणखी अनेक पुढाऱ्यांचा खून करावयाचा होता असे काढलेले उद्‌गार, इत्यादी गोष्टी काय दर्शवतात? मुसलमान समाज 'मौनं सर्वार्थ साधनम्' या तत्त्वाचा अवलंब करून अशा वेळी मूक राहील, तर हिंदभूमीच्या या दोन हातांची शक्ती एकमेकाला खच्ची करण्यातच खर्च होईल.

३. मनुष्यजातीला न शोभणारा राक्षसीपणा

शारदेने 'आम्ही गाई गरीब जातीच्या' असा स्त्रीजातीचा उल्लेख केला आहे. पशुसृष्टीत हिंदुसमाज बैलापेक्षा गाईला अधिक मान देत असला, तरी मनुष्यसृष्टीत त्याची वर्तणूक अगदी उलट आहे. गरीब गाईवर नवरेपणा गाजविण्याचा अधिकार समाजस्थितीमुळे ज्यांना मिळाला आहे, असे पराक्रमी पुरुष पशू पदवीवरील आपला हक्क पशुतुल्य (बिचाऱ्या पशूंना बेअब्रूचा कायदा माहीत नाही म्हणून हे विशेषण चालत आहे.) वर्तनाने सिद्ध करावयालाही सज्ज असतात. मध्य त्रावणकोरात एका ब्राह्मण बहाद्दाराने आपल्या सोन्यासारख्या बायकोला तांबड्यालाल लोखंडाने भाजून काढली. या आधुनिक पुराणाच्या नायकाने आपल्या पत्नीचे वस्त्रहरण आपणच करून माडाला बांधून घातली व नंतर तिला लोखंडाचे चणे खावयाला दिले! लोहभस्माने आपल्या बायकोची प्रकृती सुधारणार नाही म्हणूनच की काय या महात्म्याने जळत्या लाकडाने तिला यथेच्छ चोप दिला. ज्या अग्नीसमक्ष पतिराजांनी तिचे पाणिग्रहण केले होते, त्या अग्नीला साक्षीदार करूनच या क्रूर राक्षसाने आपल्या पतिहोमाची सांगता केली! हे अग्निदिव्य प्रकरण पोलिसात गेलेले आहे; पण आमचे शंकराचार्य व हिंदुसभा केव्हा जाग्या होणार? मनुष्यजातीला न शोभणाऱ्या या राक्षसीपणाबद्दल याला कोणी वाळीत टाकतील का?

११ जानेवारी, १९२७

१. मद्यपानाच्या पुरस्काराचे पातक

दारूबंदीचा प्रश्न आला, की दारूच्या वसुलीवाचून राज्ययंत्र चालणार नाही, तेवढा वसूल दुसऱ्या रीतीने मिळण्याची व्यवस्था कराल, तर आजचा सूर्य अस्ताला जाण्यापूर्वीच आम्ही दारूबंदी करू असे प्रत्येक सरकारकडून उत्तर देण्यात येते. या उत्तराला नीतीचा नसला, तरी व्यवहाराचा तरी आधार असतो. पण कित्येक महानुभाव मुसद्दी दारूबंदी म्हणजे लोकांच्या दारू पिण्याच्या हक्कावर घातलेली गदा आहे; लोकांचे दारू पिण्याचे स्वातंत्र्य सरकारला कसे हिरावून घेता येईल असा सवाल जेव्हा करू लागतात, तेव्हा त्यांच्या मुत्सद्दीपणाला हसावे का तर्कटाबद्दल रडावे, हेच कळत नाही. 'मद्यपान हा जन्मसिद्ध हक्क आहे' असे धुंदी उतरल्यावर दारूबाजदेखील म्हणणार नाही. मद्यपान हा जर लोकांचा जन्मसिद्ध हक्क; तर चोरी हाही तेवढाच मोठा असा त्यांचा हक्क आहे. मग चोरांना पकडून व त्यांना तुरुंगात घालून सरकार त्यांचा हा जन्मसिद्ध हक्क हिरावून घेत नाही काय? मद्यपानाच्या या पुरस्कर्त्यांकडे एखाद्या गावच्या लोकांनी आम्हाला दारूचे दुकान नको म्हणून अर्ज केला तर ते लगेच म्हणणार, 'बाबांनो, परदुःख शितळ आहे. तुम्हाला दारू नको असेल; पण तुमच्या गावातून जाणाऱ्या प्रवाशांची गैरसोय होईल व योग्य वेळी दारू न मिळाल्यामुळे त्यातील एखादा जर प्राणाला मुकला तर त्याचे खापर तुमच्याच कपाळी फुटणार नाही काय?' या मुत्सद्दीपणाला भतृहरीने शेकडो वर्षांपूर्वीच उत्तर देऊन ठेवले आहे. 'बुझावू शकेना विधाता तयाला!'

२. व्यासंगाच्या टाकीचे घाव

शरदचंद्र चतर्जी या प्रख्यात वंगकथालेखकांचा महाराष्ट्रीयांना थोडाफार परिचय आहेच. ते म्हणतात, 'पी हळद अन् हो गोरी ही वृत्ती आज सर्वत्र दिसून येत आहे. व्याकरणाची तोंडओळख होण्याच्या आधीच वाङ्मयाच्या गळी पडणारे व रेखाकला

अवगत करण्याचे आयास न घेताच चित्रकलापारंगत होऊ इच्छिणारे लोक फार!' चतर्जींच्या या आक्षेपाला महाराष्ट्र काही अपवाद नाही. दर महिन्याला एखादा नवा कादंबरीकार अगर नाटककार आमच्याकडे जन्माला येत आहे; (त्या महिन्यापूर्वीच २०-२५ वर्षे त्याचा जन्म झालेला असतो हा भाग निराळा; फार झाले तर या जन्माला 'पुनर्जन्म' म्हणावे लागेल.) पण, हरिभाऊ आपटे अगर गडकरी यांची तपस्या यांपैकी एकात तरी आढळते काय? व्यासंगाच्या टाकीचे घाव सोसल्यावाचून कोणत्याच लेखकाला देवकळा येत नाही. वाङ्मयाची वीट पुरवली; पण राजकारणाचा दगड नको, अशी तिकडे स्थिती आहे. 'केसरी'तल्या वर्तमानसारापलीकडे ज्यांचे वाचन नाही व 'सोळा विरुद्ध अठरा पेन्सांचा लढा' मिटविण्याचा सोपा उपाय सोळा व अठरा दोन्ही खिशांत टाकणे हाच होय असे ज्यांना वाटते, ते कित्येक गावांतून पुढारी म्हणून मिरवू शकतात. इंग्रज सरकारच्या हातून स्वराज्य मिळविण्यासाठी कौन्सिलात गेलेल्या कित्येक वीरांना धड इंग्रजीच येत नाही. (यामुळे, सरकारने शिव्या दिल्या, तरी स्वराज्य दिले असाच यांचा समज होणार) लोकल बोर्डाच्या शाळांतून ग्रामस्थांपैकी जे कमेटीदार नेमलेले असतात, त्यांपैकी कित्येकांचे दर्शन शाळेला कपिलाषष्ठीच्याच योगावर होते, तर कित्येकांच्या भाषणांपासून मुलांना नव्यानव्या शिव्या मात्र शिकायला मिळण्याचा संभव असतो. मोठेपणा कामाच्या स्वरूपावर नसून काम करण्याच्या पद्धतीवर असतो, हे तत्त्व अमलात आल्यावाचून सुधारणा होणार कधी?

३. झाले संस्थानिक भाट

बनारसच्या महाराजांनी लॉटसाहेबांचे स्वागत करून त्यांना चांगली मेजवानी दिली. मेजवानीनंतर मुखशुद्धीकरिता त्यांनी आपल्या मुक्ताफळांचे जे प्रदर्शन केले ते मात्र फारसे रुचकर नव्हते. 'बीच में मेरा चांद भाई' करून संस्थानिकांनी खालसाच्या राजकारणात तोंड घालण्यात अर्थ काय आहे? ब्रिटिश सरकार काही कुक्कुलंबाळ नाही अगर खालसातील प्रजाही बोंडल्याने दूध पीत नाही. आपल्या पायाखाली काय जळत आहे ते न पाहता, शेजारच्या घरातल्या रोषणाईला आग समजून लोकांना तिकडे चला म्हणून सांगणाऱ्या शहाण्याच्याच पंक्तीला असले वक्ते जाऊन बसतात, हे महाराजसाहेब विसरले नसते तर बरे झाले असते. खालसात प्रजेला अधिकाधिक हक्क मिळाले की संस्थानी प्रजाही तेच हक्क सांगू लागते. तेव्हा संस्थानी प्रजा जागृत होऊ नये म्हणून जागृत झालेल्या खालसातील प्रजेला वायू झाल्याचे निदान महाराजांनी केले आहे. पण 'झाले संस्थनिक भाट।

त्यांचे वर्म जाणे लॉट॥' हे आमच्या दूधखुळ्या नरेशांच्या डोक्यात कधीच शिरत नाही. खालसातल्या प्रजेने सुधारणांचा योग्य उपयोग केला किंवा नाही हा प्रश्न सोडविण्याला खालसातली प्रजा खंबीर आहे. तिला 'पुष्कळ सिंह मारणाऱ्या व अनेक लोकांना मेजवान्या देणाऱ्या' काशीराजांच्या साहाय्याची मुळीच जरूर नाही.

४. इतिहास संशोधक वि. का. राजवाडे

राजवाड्यांच्या मृत्यूने एका गगनचुंबी प्रतिभापर्वताला महाराष्ट्र मुकला आहे. हा पर्वत वरून खडकाळ; पण आतून रत्ने धारण करणारा असा होता. त्याच्यावरील वृक्षांचे विविधत्व, आश्चर्य करण्याजोगे होते. इतिहास-संशोधनाच्या कामी त्याने एकदा जी बैठक मारली, ती मृत्यूवाचून दुसऱ्या कुणालाही ढळविता आली नाही. राजवाड्यांची कार्येकनिष्ठा व त्यांचा प्रचंड उद्योग यांची महाराष्ट्राला आज अतिशय आवश्यकता आहे. शास्त्रांवाचून (Sciences) हिंदुस्थानला तरणोपाय नाही असे त्यांचे ठाम मत होते व वाङ्मयशिक्षण व दारिद्र्य यांच्या वाढीचे समप्रमाण पाहिले म्हणजे ते अचूक आहे, हे कुणालाही कबूल करावे लागेल. आमचे राजेसाहेब औद्योगिक शिक्षणाकडे लक्ष द्या म्हणून सांगतात. डॉ. बोस गरिबीची आग शास्त्रीय शिक्षणाने विझेल, काव्यरसाने कमी होणार नाही, असे बजावतात. या सर्वांच्या उपदेशाचे सार 'शास्त्र शिका' या राजवाड्यांच्या मंत्रात आहे. महाराष्ट्राने राजकारण, समाजसुधारणा, वाङ्मय वगैरेंत जितके मन घातले आहे, तितके शास्त्रांत अद्यापि घातले नाही. ते घालणे हेच राजवाड्यांचे खरेखुरे स्मारक होय.

५. विवाहविषयक सामाजिक सुधारणा

बालविवाह सर्वथैव त्याज्य आहे याबद्दल शंकाच नाही. पण प्रौढविवाह व प्रेमविवाह स्वीकार न करणाऱ्या समाजाने बालविवाहाला बंदी केली की त्यातील मुलींची स्थिती दोन्ही घरच्या उपाशी पाहुण्यासारखी होते. हुंड्याच्या राक्षसाने नकळत बालविवाहाला अनेक ठिकाणी हद्दपार केले आहे; पण अशा प्रौढ कुमारिकांची स्थिती स्पृहणीय नसून करुणाजनक असते, असे म्हणावयाला हरकत नाही. पुरुषाच्या आत्म्याचे समाधान महत्त्वाकांक्षेने व स्त्रीच्या आत्म्याचे प्रेमाने होते असे टागोरांनी एके ठिकाणी म्हटले आहे. सुशिक्षित मुलींच्या विवाहाचा प्रश्न सुटल्याखेरीज वय वाढविण्याची सुधारणा एकांगीच होणार हे उघड आहे. मुलगी कितीही परीक्षांच्या दारातून गेली, तरी हुंड्याच्या दाराशी तिला डोके आपटीत बसावे

लागतेच. शिवाय, ना शिक्षण ना लग्न असा ध्येयहीन व अर्थात सुखहीन स्थिती कित्येकींना वर्षेच्या वर्षे कंठावी लागतात. शैक्षणिक सुधारणांचे यशापयश सामाजिक सुधारणांवर अवलंबून असते; व विवाहविषयक सामाजिक सुधारणा गतिप्रिय व्यक्तीपेक्षा स्थितिप्रिय बहुजनसमाजावरच अवलंबून असते. या गोष्टी लक्षात घेऊनच हा बिकट प्रश्न सुधारणावाद्यांनी सोडविला पाहिजे.

१८ जानेवारी, १९२७

१. पगार, परीक्षा आणि पदवीपलीकडे

बडोदे येथे हेमंत व्याख्यानमालेत प्रि. गो. चिं. भाटे यांचे एक शिक्षणविषयक व्याख्यान झाले. विलिंग्डन कॉलेजसारख्या संस्थेच्या या अध्वर्यूंनी सध्याच्या शिक्षणाने फक्त कारकुनांत भरत पडत आहे, असे तेथे प्रतिपादन केले. न्यूमनने वर्णिल्याप्रमाणे, बौद्धिक व आत्मिक विकास हेच ज्यांचे एकमेव ध्येय आहे अशा प्रकारची विद्यापीठे महाराष्ट्राला सध्या पाहिजेत, असे सांगून त्यांनी आपले भाषण संपविले. प्राचीन ऋषींच्या गुरुकुलांची कल्पना कितीही मोहक असली, तरी व्यापाराप्रमाणे विद्येलाही मोठी शहरेच आवडतात, असा सध्याचा अनुभव आहे. ओठांवर बालाग्रदेखील काळेपणा न राहू देण्याकडे ज्यांचा कटाक्ष, ते आर्य ऋषीमुनींप्रमाणे दाढ्या वाढवितील ही गोष्ट जेवढी अशक्य, तेवढीच सध्याचे एकपक्वान्नी अगर पंचपक्वान्नी विद्यार्थी कंदमुळावर राहावयाला तयार होतील हीही, गोष्ट अशक्य आहे. सध्याच्या शाळांतून व्हावी तशी बौद्धिक व आत्मिक उन्नती होत नाही याचे मुख्य कारण 'परीक्षा' हेच होय. ज्याचे विद्यार्थी परीक्षेत अधिक पास होतील, तो उत्तम शिक्षक ठरतो; मग त्याने विद्यार्थ्यांना सुसंस्कृत करण्याकरता काडीमात्र प्रयत्न केले नाहीत तरी चालते. काव्याने विद्यार्थ्यांच्या उदात्त भावना जागृत करावयाच्या, इतिहासाने त्यांच्या सुप्त, संशोधक बुद्धीला हलवावयाचे विषयानुरोधाने सामाजिक, राजकीय व आर्थिक प्रश्नांची चर्चा करून त्यांची विचारशक्ती सतेज करावयाची असे ध्येय ठेवणारे व त्याप्रमाणे वागणारे शिक्षक कुठे आहेत? पगार, परीक्षा व पदवी या पकारांपलीकडे गुरू-शिष्य जोपर्यंत पाहत नाहीत, तोपर्यंत प्रि. भाटे म्हणतात त्याप्रमाणे, सुशिक्षित म्हणजे कारकून हेच समीकरण कायम राहणार.

२. साधी राहणी आणि उच्च विचारसरणी

सुशिक्षितांची बेकारी हा एक प्रश्न सध्या हिंदुस्थानाच्या पुढे 'दत्त' म्हणून उभा आहे. सरस्वती व लक्ष्मी यांचे हाडवैर असते म्हणून सुशिक्षितांत दारिद्र्य वाढले आहे म्हणावे तर सुशिक्षितांच्या आजच्या दारिद्र्याला राजकीय व आर्थिक अनेक कारणे आहेत. पण, वाटेत पडलेल्या या पर्वतप्राय कारणांचा चुटकीसरशी निकाल करणे शक्य नाही. अशा वेळी साध्या राहणीनेच सुशिक्षितांच्या त्यांच्या हृदयाचे रक्त शोषणाऱ्या दारिद्र्यरूपी जळवांच्या तडाख्यातून स्वतःची सुटका करून घेता येईल. 'साधी राहणी व उच्च विचारसरणी' ह्या ध्येयाऐवजी उच्च राहणी व साधी विचारसरणी सुशिक्षितांत फार वेळा आढळून येते. साधेपणात सौंदर्य असते; पण ज्यांच्या डोळ्यांत ज्ञानाचे अंजन पडते त्यांनाही ते दिसू नये, ही केवढी खेदाची गोष्ट आहे! नागपूर येथे श्री. राजगोपालाचार्य यांनी विद्यार्थ्यांना 'महिना १० रु.त आपला चरितार्थ चालवून पहा' म्हणून जो उपदेश केला, त्याचे मर्म हेच आहे. 'बडे घर पोकळ वासा' झालेल्या जहागीरदाराला मिशांना तूप लावून फिरण्याबद्दल जर आम्ही हसतो तर दुपारची भ्रांत असणाऱ्या लोकांनी सकाळी फिरावयाला जाण्याचा पोशाख निराळा व संध्याकाळी फिरावयाला जाण्याचा पोशाख निराळा असले चोचले करणे योग्य होईल काय?

३. चार्ल्स मिल्लरची पश्चातबुद्धी

टोरॅन्टो येथील वकील व सावकार मि. चार्ल्स मिल्लर हे गेल्या महिन्यात वारले. त्यांचे मृत्युपत्र फार गमतीचे आहे. दारू काढण्याच्या कारखान्यातील आपले स्वामित्वाचे हक्क त्यांनी मद्यपाननिषेधक मंडळाचे सभासद असलेल्या काही मंडळींना बहाल केले आहेत. मिलरसाहेबांचे भाग्य घोड्याच्या शर्यतीतही गुंतलेले होते. त्यातील आपला भाग त्यांनी शर्यतीचा तीव्र निषेध करणाऱ्या तीन मंडळींना दान दिला आहे. महात्मा गांधींना अस्पृश्योद्धाराकरता आपल्या मालकीची दारूची दुकाने देण्यासारखाच वरील प्रकार आहे. आजपर्यंत ध्येयहीन वर्तमानपत्रांनी मद्यपाननिषेधकांचा अगर शर्यतीच्या विरोधकांचा पुष्कळ उपहास केला असेल. पण, मृत्युपत्राने त्यांचा खमंग समाचार घेणारा पहिला गृहस्थ मिलर हाच होय. गडकऱ्यांच्या तळिरामांचे अंतकाळचे भाषण यापुढे कुणालाही अतिशयोक्तीचे वाटणार नाही.

२५ जानेवारी, १९२७

१. समाजसत्तावादाचा प्रश्न

पार्लमेंटचे समाजसत्तावादी सभासद म्हणून प्रसिद्ध असलेले हिंदी गृहस्थ मि. सकलातवाला हे नुकतेच हिंदुस्थानात आले आहेत. मुंबईला झालेल्या पहिल्याच व्याख्यानात समाजसत्तावाद सध्याच्या सुधारणेतूनच उत्पन्न झाला आहे, असे त्यांनी सांगितले. सध्याची सुधारणा यंत्रांच्या साहाय्याने माणसासारख्या माणसांची यंत्रे बनवित आहे; यंत्रांच्या जिवावर पैसे मिळविणाऱ्या कारखानदारांना त्या यंत्राप्रमाणे हृदय नसते; देशातील द्रव्यरूपी दूध एकत्र करून कारखानदार त्याचे विरजण घुसळतात; या घुसळण्याच्या कामी मजूरवर्गाचा रवीप्रमाणे यथेच्छ उपयोग करून घ्यावयाला मागेपुढे पाहत नाहीत; पण शेवटी लोण्याचा गोळा बाजूला राहूनही रवीच्या कपाळी त्याचा पुसट वास मात्र येतो. मानवी समाज वरिष्ठ वर्गाच्या मेंदूपेक्षा कनिष्ठ वर्गाच्या रक्तावरच जगतो, असेही मि. सकलातवाला यांनी उद्गार काढले. शरीराच्या दृष्टीने विचार केला तर हे विधान खरे ठरेल; मनाच्या दृष्टीने मात्र ते सदोष आहे; कारण अन्न पचविण्याकरिता हवापालटात व औषधात हजारो रुपये खर्च करणारे मालक, मजूर, शेतकरी अगर तशाच प्रकारे राबणाऱ्या लोकांवर जो अधिकार गाजवितात याचे कारण त्यांच्या मेंदूची झीज होते हे मुळीच नाही. समाजसत्तावादाचा प्रश्न जावा-जावांच्या भांडणासारखा नसून, सास्वा-सुनांच्या भांडणासारखा आहे. हे द्वंद्व मेंदू व हात यांमध्ये नसून संपत्ती व सत्ता विरुद्ध दारिद्र्य व स्वातंत्र्य यांचे आहे. तसेच पाहू गेले, तर समाजासाठी आपला मेंदू झिजविणारे शास्त्रज्ञ अगर ग्रंथकारही बहुधा गरीबच असतात.

२. इंग्रजीप्रेमी मराठी माणसे

पुण्याला कै. राजवाडे यांच्या निधनानिमित्त भरलेल्या एका सभेत सरदेसायांच्या रिसायतीपेक्षा त्यांनी लिहिलेले इंग्रजी पुस्तकच आपणाला अधिक समजते, असे

एका प्रोफेसरांनी सांगितले. मृताच्या आत्म्यास शांती मिळो म्हणून केलेल्या या सभेत राजवाड्यांच्या आत्म्याला क्षुब्ध करणारे उद्‌गार मराठी भाषेचे शिवाजी विष्णुशास्त्री चिपळूणकर यांनी 'स्वदेशी'च्या ध्येयाने काढलेल्या विद्यालयाच्या शाखांवर बसलेल्या पंडितांनी काढावेत, यापेक्षा अधिक दुर्दैवाची गोष्ट दुसरी कोणती असणार? सदरहू प्रोफेसरांना त्यांच्या मुलांनी 'बाबा' ही हाक मारली असताना ते 'ओ' देखील देत नसतील; कारण त्यांना 'बाबा'पेक्षा 'पपा' शब्दच अधिक समजत असेल!

३. थोर लोकांची लघुमनस्कता

निवडणुकीच्या बाबतीतदेखील 'शिमगा गेला तरी कवित्व राहते' हाच अनुभव येणार, असा रंग दिसत आहे. इतकेच नव्हे; तर या राहिलेल्या कवित्वाने स्फूर्ती होऊन नवीन महाकाव्येही रचली जाणार असा वारा वाहत आहे. अशा एका काव्याला मुंबई युनिव्हर्सिटीतर्फेच्या निवडणुकीत पडलेले बॅ. बॅप्टिस्टा यांनी सुरुवात केली आहे. जयकरांविरुद्ध त्यांनी हत्यार उचलले असून जयकरांनी पक्षनिष्ठा पाळली नाही, असा त्यांचा आरोप आहे. बॅप्टिस्टाकाकांना निवडणुकीतल्या पराजयामुळे हे आरोप करावयाला व तत्संबंधी लंबी पत्रे लिहावयाला फुरसत असेल. पण निवडून गेलेल्या लोकांना काहीतरी काम करावयाचे आहे, हे काकांच्या केव्हा ध्यानात येणार? निवडणुकीने देशाचे काय हित होईल ते होवो; पण गळ्यात गळा घालणाऱ्या मित्रांना तिने एकमेकांच्या उरावर बसावयाला लावले, ही गोष्ट नि:संशय आहे. थोर लोकांची लघुमनस्कता (खरी वा खोटी) सामान्य जनतेपुढे मांडून देशाचा विशेष फायदा होतो असे नाही. बॅप्टिस्टाकाकांनी या बाबतीत तरी गांधींना गुरू करणे अवश्य आहे.

१ फेब्रुवारी, १९२७

१. शिक्षकिणींच्या प्रसूती-रजा

अन्न तयार व्हावयाला, अग्नी व पाणी या दोन्हींचीही जशी जरुरी असते, त्याप्रमाणे संसाराला पुरुष व स्त्री यांची असते. राष्ट्राला निधड्या छातीच्या योद्ध्याइतकीच सहृदय शिक्षकाचीही आवश्यकता असते. या दृष्टीने योद्धा व शिक्षक अगर पुरुष व स्त्री यांची योग्यता सारखीच आहे. पण याचा अर्थ शिक्षकाला रणांगणात आघाडीवर पाठविल्यास तिथे त्याचा उपयोग होईल, असा मात्र नाही. छडीची सवय असलेल्या हाताला बंदूक उत्तम रीतीने पेलता येईलच म्हणून कुणी सांगावे? प्रश्नाच्या उत्तरांऐवजी तोफांच्या गोळ्यांनी कान किटू लागले, तर शिक्षक महाशयांचे धाबे दणाणूनही जाईल. पुरुषांची सर्व कामे बायकाच करू लागल्यामुळे असाच गमतीचा देखावा पाश्चात्त्य राष्ट्रांत दृष्टीला पडू लागला आहे. न्यू यॉर्कमध्ये गेल्या सप्टेंबरपासून सुरू झालेल्या सहामाहीत २०८ शिक्षकिणींनी बालराजाच्या स्वागतार्थ कामाची रजा घेतली आहे. गरोदरपणा, प्रसूती व बालशुश्रूषा या सर्वांना मिळून दोन वर्षे लागतात व तेवढी रजा शिक्षकिणी घेतात. काही तर पहिली रजा संपण्याच्या सुमारास दुसऱ्या अपत्याकरता दुसरी व ती संपण्याच्या सुमारास तिसऱ्या अपत्याकरता तिसरी रजा मागतात. न्यू यॉर्कच्या शिक्षणाधिकाऱ्यांना हे अखंड रजांचे कोडे कसे सोडवावे, हा प्रश्नच पडला आहे!

२. वर्तमानपत्रे बंद पडली तर...

काँग्रेसमध्ये स्वामी श्रद्धानंदासंबंधाने बोलताना हिंदुस्थानातील शेकडा नव्वद वर्तमानपत्रे बंद पडली, तर देशाचे काडीइतकेदेखील नुकसान होणार नाही, असे गांधीजींनी उद्गार काढले. गांधीजींच्या या स्पष्टोक्तीत बरेच सत्य आहे, हे दुर्दैवाने कबूल केले पाहिजे. लोकांच्या डोक्यात सत्याचा प्रकाश पाडण्यासाठी आगीत तेल ओतून ती भडकविणारे हरीचे लाल हात ओला होताच वाटेल त्या उपद्व्यापी

माणसाचा मजकूर छापून सुक्याबरोबर ओले जाळणारे अग्निहोत्री, जातिभेद व धर्मभेद यांच्या फुटीत आपल्या लेखणीची पाचर ठोकणारे कलमबहादूर हे समाजाची प्रगती करू शकतील तर तलवारीच्या पाण्याने माणसाची तहान भागू लागेल व तोफेच्या गोळ्यांनी आगी विझतील. वर्तमानपत्रकार व धर्मोपदेशक यांचे समाजाच्या प्रगतीला सहाय्य होऊ शकते; पण 'माझे आपले दक्षिणेशी काम' हा मंत्र त्यांनी जपता कामा नये.

३. डॉ. केतकर आणि त्यांची 'परागंदा'

डॉ. केतकर हे नवी टूम काढण्यात पूर्णपणे निपुण आहेत. कादंबरीच्या आक्षेपकांचे व कादंबरीकाराचे एक छोटे संमेलन भरवून, त्यांनी हल्लीच एक नवा उपक्रम केला आहे. या संमेलनात डॉक्टरसाहेबांच्या 'परागंदा' या नव्या कादंबरीविषयी चर्चा आहे. डॉक्टरसाहेबांनी कादंबरीरचनेच्या नियमांनाही परागंदा व्हावयाला लावले आहे, हे सदरहू कादंबरीच्या वाचकांना माहीत आहेच. सर्व नियमांचा हेतू वाचकांची उत्कंठा शेवटपर्यंत कायम ठेवणे हाच असल्यामुळे डॉक्टरसाहेबांनी आपल्या अतिथी-टीकाकारांना 'पुस्तक संपेपर्यंत उत्सुकता कायम राहते की नाही' असा वकिली बाण्याचा प्रश्न केला व लेखणीपेक्षा जिभेचे टोक बोथट असते म्हणूनच की काय, सर्वांनी अस्तिपक्षी उत्तर दिले. 'उत्सुकता कायम टिकत असली तर मग तुमचे रूढ नियम पाळण्याचा कर्मठपणा दाखविण्याची काय जरूर आहे' असा पुढे सवाल करून त्यांनी या टीकाकारांना कुंठित केले. पण खरी गोष्ट अशी आहे की, डॉक्टरसाहेबांची कादंबरी संपविल्यावाचून खाली ठेववत नाही असे म्हणण्यापेक्षा, खाली ठेवल्यावाचून संपवत नाही, असे म्हणणेच योग्य होईल. त्यांच्या 'रघु'ला एखादी सीता मिळते की, मत्तमयूरी मिळते, अगर त्यांच्या लालागजपतरायांना ब्रिटिश सिंहावर मात करिता येते की नाही, या गोष्टीकडे वाचकांचे मुळीच लक्ष नसते. संपूर्ण स्वभावपरिपोष चमत्कृतिजनक कथानक, अगर उत्कंठित करणारे प्रसंग या सर्वांचा 'परागंदे'त अभाव आहे. सुशिक्षित वाचक ही कादंबरी वाचतील ती माहितीसाठी व परदेशातील आपल्या बांधवांची राजकीय व सामाजिक परिस्थिती जाणून घेण्यासाठी! एखाद्या शास्त्रीय ग्रंथाप्रमाणे परागंदा खंडशः वाचली असता रसभंग झाल्याचे मुळीच वाटत नाही. सुशिक्षित स्त्रियांपैकी किती जणी एका बैठकीला ही कादंबरी संपवितात, याचा जर डॉक्टरसाहेब प्रयोग करू पाहतील, तर त्यांना या कादंबरीचे गुणात्मक यंत्र काय असावे, हे ठरविता येईल.

८ फेब्रुवारी, १९२७

१. अन्य मोह

एका विद्वान गृहस्थाला सभेचा मोह मुळीच आवरत नसे. एका प्रकाशकाला एक पुस्तक लिहून देण्याचे त्याने कबूल केले होते. प्रकाशक दररोज त्याच्या घरी जाई; पण चहा अगर लाडू यांच्याखेरीज दुसरे साहित्य त्याच्या पदरात पडेनाच. 'काल किती लिहिलेत' असा त्याने दररोज प्रश्न करावा व दररोज 'काल त्या मद्यपान निषेधाच्या सभेमुळे लिहायला जमले नाही'; 'काल त्या मद्यपान प्रतिबंधनिवारक सभेला जायचे होते त्यामुळे अद्याक्षरदेखील लिहून झाले नाही' अशा अर्थाची उत्तरे ऐकावी. शेवटी, ३६५ दिवस ३६५ सभांत गेले व एक वर्ष लोटले; पण उपसंहार तर लांबच राहिला, उपोद्घातदेखील प्रकाशकाला मिळाला नाही. क्रिकेटचे सामने व तत्सम दुसरे खेळ यांच्यामुळे सावंतवाडीच्या विद्यार्थ्यांची स्थितीही या विद्वानाप्रमाणेच होऊ पाहत आहे. चेंडूफळीच्या सामन्यात दंग होणाऱ्या विद्यार्थ्यांना परीक्षक पहिल्याच प्रश्नकंदुकाने चीत करणार, हे सांगायला काही एखादा अंपायर (पंच) नको. एप्रिलमध्ये शाळांच्या व विश्वविद्यालयांच्या परीक्षा असताना जानेवारी-फेब्रुवारीत खेळाला भरती येणे, म्हणजे आजाराच्या अपथ्याची वैद्याने व्यवस्था करणे होय. सामन्याचे महिने बदलले, तर काय खेळाला रंग चढणार नाही?

२. फॉर्म दैवत

इंग्रजी सातवीच्या वर्गात अनेक शाळांतून १००-१०० विद्यार्थी असताना विश्वविद्यालयाच्या दर्शनाला त्यांतले शिकस्त तर ४० पाठविण्याचा प्रघात असतो. इंग्रजी भाषेत शेकडा ४० गुणाने पास होता येते ही कसोटी शाळा लावतात, की उरलेल्या साठांविषयी 'साठी बुद्धी नाठी' या मराठी म्हणीचा आश्रय करतात, हे त्यांचे त्यांनाच माहीत. पण शाळेतून मिळणारा 'फॉर्म' 'बहुनां जन्मानामन्ते' मिळवयाचा असा अनेकांना अनुभव येतो. शनीपेक्षाही खडतर झालेले हे फॉर्म दैवत किती

पालकांचा पैसा व विद्यार्थ्यांचे वय फुकट घालवीत आहे याची कल्पनाही करता येणार नाही, इतके विद्यार्थी एकदम सातव्या यत्तेतच कच्चे होतात याचे कारण काय? वरच्या यत्तेत विद्यार्थ्यांना वर्षे काढावयाला लावण्यापेक्षा विद्यार्थ्यांना वर घालतानाच अधिक दक्षता बाळगणे योग्य होणार नाही काय?

३. पुढाऱ्यांची मल्लिनाथी

राष्ट्राच्या प्रगतीला वीररसाची आवश्यकता असते असा आजपर्यंतचा अनुभव आहे. पण बॅप्टिसकाका व मौलाना महंमदअली इत्यादी बड्या मंडळींचा हास्यरसावरतीच जास्ती भर आहे, असे दिसते. चीनमध्ये चढाई झाल्याबरोबर प्रतियोगी काकांनी राष्ट्रीय सभेच्या अध्यक्षाला चीनमध्ये पाठविण्याची सूचना केली. महायुद्ध सुरू असताना काका एकदा प्रांतिक परिषदेचे अध्यक्ष झाले होते. त्या वेळी प्रेक्षकांऐवजी तोफांना तोंड द्यावयाला काका का धावले नाहीत? मौलाना महंमदअली तर चीनला 'पाठविण्यात येणाऱ्या सैन्याला थोपवून धरण्याकरिता आगगाडीच्या रुळावर सत्याग्रह करावा' असे म्हणत आहेत. यापेक्षा लंडनमध्ये प्रधानमंडळाच्या मोटारीपुढेच सत्याग्रह केलेला काय वाईट? बोलाचीच कढी असली काय अगर रस्सा असला काय, त्याने कुणाचेच पोट भरत नाही हे काका-मौलानांच्या कधी लक्षात येणार? हिंदुस्थान दरिद्री झाला असला, तरी त्याचे पुढारी मात्र 'वचने का दरिद्रता' अशा बाण्याने वागत आहेत. याला म्हणावे पुढारी!

१५ फेब्रुवारी, १९२७

१. गांधीपर्वणी

गांधीजी इकडच्या बाजूला येणार असल्यामुळे अनेकांची धांदल उडाली आहे. लोकांच्या मनात येणारे विचार जर कृतीत येतील तर चालू आठवड्यात खादी टोप्या शिवता-शिवता शिंप्याच्या व मोडके चरखे दुरुस्त करता-करता सुतारांच्या नाकी नव येतील असे म्हणावयाला हरकत नाही. दुकानदारांच्या पडून राहिलेल्या स्वदेशी साखरेची लोकप्रियता याच वेळी वाढण्याचा संभव आहे. अस्पृश्यांचा उद्धार शिव्यांनीच करणाऱ्या लोकांना त्यांच्यासाठी काहीतरी केले पाहिजे, असे वाटू लागण्याचीही शक्यता आहे. या गांधीपर्वणीमुळे निद्रित समाजात एवढी हालचाल झाली, तरी पुष्कळ आहे; मात्र गांधीजींची मोटार मालवणच्या मार्गाला लागताच डोक्यावर बसविलेल्या खादी टोप्या पायी तुडविल्या जाणार नाहीत व चरख्यांची स्थापना अडगळीच्या खोलीत होणार नाही, याविषयी सर्वांनीच दक्ष राहिले पाहिजे.

२. जाहिरात व अतिशयोक्ती

परीक्षेत 'अतिशयोक्ती' अलंकाराचे उदाहरण विचारले असल्यास विद्यार्थ्याने 'वर्तमानपत्रातील जाहिरात' असे उत्तर दिले तर ते फारसे चूक ठरणार नाही. ६ फेब्रुवारीच्या एका वर्तमानपत्राच्या अंकात 'वर पाहिजे' या सदराखाली मुलींचे वर्णन असे दिले आहे : 'व्यंग फक्त मुकेपणा व तदनुषंगिक बहिरेपणा ×××× थोडेसे लिहिणे, वाचणे व बोलणे' मूकनायक नाटकात नायक बोलतो यात आश्चर्य मानण्याचे या जाहिरातीमुळे कारणच राहिले नाही. सर्वांत विचित्र जाहिरात म्हणजे, औषधांची 'गरज तसा पुरवठा' या न्यायाने पाहिले, तर महाराष्ट्र म्हणजे एक मोठे इस्पितळ आहे व त्यातील सर्व लोक तिन्ही त्रिकाळ औषधेच पित असले पाहिजेत असे या जाहिरातीवरून वाटू लागते. एखाद्या परक्या मनुष्याने गंभीरपणाने या जाहिरातीची वर्गवारी करून निष्कर्ष काढला तर तो देश नार्मद झाला आहे, हाच

निघेल. जो वैद्यराज (!) निघतो तो मदनाला वेठीला धरतो. पुराणातही मदन सर्वांच्या मागे हात धुवून लागला होता असे दिसते; पण आमच्या या औषधकारांनी त्याला आपला बंदा गुलाम करून सोडला आहे. याबद्दल, वैद्य-राजेश्वरांना कुणी पदके का देत नाही?

३. दामल्यांचे सांगणे

'चित्रमय जगता'च्या जानेवारीच्या खास अंकात श्री. सी. के. दामले यांनी लेखनविषयक एक लेख लिहिला आहे. त्यात 'बातम्या, डायऱ्या, पंचांगे, लग्नचिठ्ठ्या, जाहिराती, शालोपयोगी अगर जुनी सर्वमान्य पुस्तके' यांखेरीज इतर लिखाणाशी असहकारिता पुकारण्याइतके आपण कावून गेलो आहे, असे ते म्हणतात. बाकीच्या लेखनाला बंदी केल्यानंतर सध्याच्या पिढीतील पुस्तके जुनी व सर्वमान्य ठरविण्यास दामले कोणते यंत्र शोधून काढणार? ही बंदी तात्पुरती तीन वर्षांचीच व्हावी असा दामले यांचा मनोदय असेल, तर त्यांना ही देवपूजा पूर्वी का आठवली नाही, याचे कारण कळत नाही. चहा पीतपीत तरुण पिढीत बोकाळलेल्या चहाचा निषेध करणाऱ्या प्रौढांपेक्षा दामल्यांचे सांगणे काही अधिक सुसंगत नाही. प्रत्येक आईला ज्याप्रमाणे आपले मूल चांगलेच दिसते, त्याप्रमाणे प्रत्येक लेखकाला आपले लेखनही बरेच वाटते. सध्याच्या सगळ्याच कादंबऱ्या 'न्याय की अन्याय'हूनही नीरस आहेत अशी दामल्यांची समजूत असली, तर ती फारशी बरोबर नाही.

२२ फेब्रुवारी, १९२७

१. इंग्रजी शिक्षण : यक्षिणीची कांडी

कॉलेजात जाऊ इच्छिणाऱ्या विद्यार्थ्याला परीक्षांची दोन दिव्ये पार करावी लागतात. एक शाळेचे व दुसरे युनिव्हर्सिटीचे. या पहिल्याच चकमकीत निम्मेशिम्मे शिपाई घायाळ होतात व शाळा त्यांना तुंबळ रणांगणावर निरुपयोगी म्हणून जाऊ देत नाही. हिंदुस्थानातील सरासरी आयुमर्यादा पंचविसाच्या आत आहे व माणशी सरासरी मिळकत पन्नास रुपयांच्या आत आहे. युनिव्हर्सिटीच्या प्रवेशपरीक्षेस जेवढे विद्यार्थी बसतात, तेवढेच शाळेतून दाखला न मिळाल्यामुळे कुंचबत राहतात असे गृहीत धरले, तरी ५-६ हजार विद्यार्थ्यांचे प्रत्येक एक वर्ष व २५०-३०० रुपये पाण्यात जातात. वर्षांनुवर्षे देशातील तरण्या रक्ताची व पैशाची अशी उधळपट्टी चाललीच आहे. पुढच्याला ठेच लागली तर मागचा शहाणा होतो, हा नियमदेखील या बाबतीत खोटाच ठरतो. इंग्रजी शिक्षण म्हणजे यक्षिणीची कांडी हा समज सध्याच्या परिस्थितीने तरी नाहीसा झाला पाहिजे. विद्यार्थ्यांची उपजत आवड एका ठरावीक चरकात भरडून काढायची, नंतर युनिव्हर्सिटीला नालायक म्हणून त्यांना सातवीच्या वर्गात वर्षांनुवर्षे डांबून ठेवायचे व पुढे व्यवहारात ती निरुत्साही व निराश दिसू लागली की खेद करायचा, यात काय अर्थ आहे? कलाकौशल्य, व्यापारधंदा, शेती इत्यादी गोष्टींकडे वळण्याचे धैर्य मुलांनी व त्यांच्या पालकांनी दाखविल्यास कितीतरी विद्यार्थ्यांच्या आयुष्यांना चांगली दिशा लागेल.

२. उन्नतीची गुरुकिल्ली

१९०१ सालच्या काँग्रेसला जाताना दक्षिण आफ्रिकेच्या प्रश्नाविषयी गांधीजींना मेथांनी उत्तर दिले, 'स्वत:च्याच देशात ज्यांना हक्क नाहीत, त्यांना परदेशात विचारतो कोण व ते भांडणार तरी कोणत्या तोंडाने?' या मार्मिक उत्तरातच आमच्या उन्नतीची गुरुकिल्ली आहे. हिंदुस्थानातल्या लोकांना सरकारने अन्याय केला की

गंगायमुना वाहवण्याखेरीज दुसरे काहीच करता येत नाही. मग त्यांच्या धमकावणीला अगर विनंतीला परदेशात कोण पुसतो? हुंडीची किंमत व्यापाऱ्याच्या पतीवर अवलंबून असते त्याप्रमाणे परराष्ट्रीय राजकारण राष्ट्रीय सामर्थ्यावर अवलंबून असते, पण हिंदी लोकांच्या अंगातच जिथे पाणी नाही, तिथे वसाहतीच्या पोहऱ्यात ते कुठून येणार?

३. पांढरपेशा व शेतकरी बायका

गृह हे स्त्रियांचे राज्य. पुरुषांनी पैसा मिळवावा व स्त्रियांनी तो संसाराच्या कामाला व्यवस्थितपणे लावावा, हीच आजपर्यंतची समजूत होती. स्त्रियांच्या हातात गृहरत्ने असली तरी लक्ष्मी वसत नाही, असे मानण्याचा प्रघात पडून गेला आहे. पण शेतकरी, काष्टी वगैरे लोकांच्या बायका पुरुषांबरोबर काम करू शकतात, ही गोष्ट लक्षात घेतली, म्हणजे द्रव्यार्जनाच्या दृष्टीने स्त्री सर्वस्वी परावलंबी असते, असे म्हणणे योग्य होणार नाही. पांढरपेशात मात्र स्त्री ही गृहलक्ष्मी असली, तरी खऱ्याखुऱ्या लक्ष्मीला ती गृहाच्या सेवेला लावू शकत नाही. पुष्कळ वेळा पैसा वाचवणे म्हणजे पैसा मिळविणे असे असूनही सुखवस्तू स्त्रियांच्या हातून ते काम होऊ शकत नाही. महायुद्धाच्या धरणीकंपामुळे पूर्वीच्या आर्थिक गोष्टी उलथ्यापालथ्या होऊन गेल्या आहेत. अशा वेळी पांढरपेशा स्त्रियांनी आपल्या इतर भगिनींपासून धडा घेतला, तर त्यांचा संसार अधिक सुखावह झाल्यावाचून राहणार नाही.

१५ मार्च, १९२७

१. प्रार्थनामंदिरे व देवळे

इंग्लंडमध्ये दर रविवारी प्रार्थनामंदिरात जमणाऱ्या मंडळींची संख्या दिवसेंदिवस कमी होऊ लागली आहे. मराठी म्हणीत न कर्त्याचा वार शनिवार आहे; पण ख्रिश्चन धर्मात अक्षरशः न कर्त्याचा वार रविवार असतो. विद्यार्थ्यांनी पुस्तके, व्यापाऱ्यांनी हिशेबाच्या चोपड्या, शिपायांनी बंदुका व झाडुवाल्यांनी झाडण्या टाकून रविवारी प्रार्थनामंदिरात धार्मिक दृष्टीने एकत्र होण्याचा दिवस रविवार हा होय. पण अलीकडे पूर्वीच्या दहाव्या हिश्शानेदेखील इंग्लंडातील प्रार्थनामंदिरात गर्दी होत नाही. आमच्या इकडील देवळांना एकांतवासाच्या दुःखात ही प्रार्थनामंदिरे भागीदारच मिळाली म्हणायची?

२. रसज्ञानावाचून वाङ्मयज्ञान

शिशुवर्गापासून एम.ए.पर्यंत शिक्षणक्रमात सर्व ठिकाणी भाषाशिक्षणाचा समावेश झालेला असतो. पण अश्वत्थाम्याला दूध म्हणून जसे पीठ घातलेले पाणी मिळाले, त्याप्रमाणे वाङ्मय म्हणून शब्दांचे अर्थ, व्याकरणाचा कीस, व रुक्ष चर्वितचर्वण विद्यार्थ्यांच्या पदरात पडते. वाङ्मयाचा आनंददायक रस एका बाजूलाच राहून, त्याची चिपाडेच मोलाची म्हणून बाळगली जातात. प्राथमिक व दुय्यम शाळांकडेच पाहिले तर मराठी, संस्कृत व इंग्रजी या विषयांना नेमलेली पुस्तके नीरस व शिकविण्याची पद्धती 'शब्दाला शब्द' अशी असते. रसज्ञानावाचून झालेले वाङ्मयज्ञान म्हणजे निर्जीव शरीर होय.

२२ मार्च, १९२७

१. मनुष्य वाचनाचे यंत्र बनू नये म्हणून...

इंग्लंडमध्ये दर वर्षी सुमारे २७५० कादंबऱ्या प्रसिद्ध होतात. दिवसाला एक कादंबरी वाचणाऱ्या मनुष्यालादेखील वर्षाकाठी प्रसिद्ध होणाऱ्या या कादंबऱ्यांचा एक सप्तमांशच शिकस्तीने वाचता येईल, असे म्हणावयाला हरकत नाही. शिवाय, दिवसाला कादंबरी वाचावयाची म्हटली म्हणजे वायुभक्षण करूनच राहावयाची पाळी यायची! वाङ्मय हे केव्हाही चांगलेच असा आजपर्यंतचा समज होता; पण अन्नापेक्षाही ग्रंथांची निष्पत्ती जास्त होऊ लागली, तर आवडत्या ग्रंथाआधीच वाचकांच्या आयुष्याचा ग्रंथ आटपायचा संभव फार! 'अति सर्वत्र वर्जयेत्' या अनुभवसिद्ध उक्तीकडे वाङ्मयानेही काणाडोळा करता कामा नये. कपड्यांच्या सुधारणा होता होता मनुष्य हे चालतेबोलते कापडाचे दुकान बनले; राहण्याची सुधारणा होता होता मनुष्याची निवासस्थाने ही मधमाश्यांची पोळा व मुंग्यांची वारुळे बनली; त्याप्रमाणे वाङ्मयाची सुधारणा होता होता मनुष्य हे वाचणारे यंत्रच बनून जायचे.

२. पशुबली निंद्य

देवाच्या नैवेद्यात कोंबडी, बकरे व रेडा यांचाही समावेश आमच्या समाजाने केला आहे. बिचारे बकरे याविरुद्ध तक्रार करतील, तर आमचे धर्ममार्तंड 'अजापुत्रं बलिं दद्यात्' हे संस्कृत वचन काढून त्यांची तोंडे बंद करतील. (गळ्यांवर सुरी चालवून नंतर ती बंद होताच म्हणा) पुनर्जन्म मानणाऱ्या धर्माने अशा प्रकारच्या हत्येला जवळ ओढावे, ही केवढी नामुष्कीची गोष्ट आहे. नागपूरकडील एका सुप्रसिद्ध डॉक्टरप्रमाणे देवांचेही मत मांसाहारावाचून तरणोपाय नाही, असे तर झाले नाही ना? देवाच्या दारात सांडणारे निरपराधी मुक्या प्राण्यांचे रक्त दिसताना तांबडे असले, तरी धर्माचे तोंड काळे केल्यावाचून राहत नाही. या निंद्य प्रकाराला सरकारी कायदा व समाजाचे लोकमत यांच्या कात्रीत धरल्यावाचून त्याच्या चिंधड्या उडणार नाहीत.

३. नोकरशाहीचे राज्य

नोकरशाहीचे राज्य म्हणजे बायकांचे बंड! या राज्यातील कायदेमंडळात शिरणारे हिंदी देशभक्त म्हणजे प्रमिलेच्या स्त्रीराज्यात परवानगी काढून जाणारे अर्जुनादी वीरच होत. पण, या विसाव्या शतकातल्या अर्जुनांना जुन्या अर्जुनापेक्षा निराळाच अनुभव मात्र येत आहे. नोकरशाहीचे बायकांचे बंड मोडण्याऐवजी या पुरुषांनाच ती मुठीत ठेवीत आहे. कौन्सिलात ठराव पुष्कळ पास होतात; पण त्यांची अंमलबजावणी करण्याला नोकरशाही कुठे बांधलेली आहे? आमच्या आमदार-नामदारांनी खुशाल कागदी घोडे नाचवावेत व वादविवादाच्या लढाया जिंकाव्यात. पण त्या घोड्यांचे लगाम व चाबूक मात्र नोकरशाहीच्या ताब्यात आहेत. प्रमिला स्वयंवरानंतर 'कर्मण्येवाधिकारस्ते या फलेषु कदाचन' हा श्लोक अर्जुन शिकला व त्याचीच अंमलबजावणी नोकरशाही त्यांच्याकडून करवीत आहे.

४. शिक्षणावरील खर्च

हिंदुस्थान सरकार दर माणशी शिक्षणाकरता पाच आणे खर्च करते. अमेरिकेत हाच खर्च पन्नास रुपये आहे. हिंदुस्थान सरकारजवळ लष्करच्या भाकऱ्या भाजायला पैसे आहेत; पण लोकांना शिक्षणामृत पाजायची पाळी आली की ते खाका वर करते. दुसऱ्या कोणत्याही देशाच्या सरकारने हा पाच आण्यांचा तिमाजी नाईकी आकडा प्रयत्न करून वाढवला असता. पण मायेवीण रड नाही हेच खरे. अज्ञान हेच सुख असे एका इंग्रजी कवीने म्हटले आहे; प्रजेचे अज्ञान हेच परकीय राजसत्तेचे सुख असते, या दृष्टीने हे खरेही आहे. अशा स्थितीत अज्ञान वाढविणाऱ्या संस्था सरकार स्थापित नाही, हेच भाग्य म्हणायचे.

१९ एप्रिल, १९२७

१. लग्नाचे वय

मोरोपंतांनी कृष्णानुजा सुभद्रा लग्नाला योग्य झाल्याचे वर्णन आपल्या लोकप्रिय आर्येत केले आहे. पण सुभद्रेच्या वयाचा त्यांनी कुठेच उल्लेख केला नसल्यामुळे 'लग्नाला योग्य' म्हणजे झाकली मूठच आहे. देवलांची तेरा-चौदा वर्षांची शारदा तर 'कधी करशील लग्न माझे तुज ठावे ईश्वरा' म्हणून जपमाळ घेऊन बसलेली आढळते. आमच्याकडे पूर्वी बालमाता आढळत असत. तशा आता युरोपियन देशांत वृद्ध कुमारिका दिसू लागल्या आहेत. हे दोन्ही अतिरेक सोडून दिले, तरच लग्नाचे योग्य वय सापडण्याचा संभव आहे असे सामान्य मनुष्याला वाटते; पण चहाचूडामणी लिप्टन यांनी नुकतेच लग्नाला योग्य वय ७० ते ८० च्या दरम्यानच असते, असे मत प्रगट केले आहे. अवघे पाऊणशे वयमान असणाऱ्या म्हाताऱ्या नवरदेवांनो, तुम्हाला आता देवलांची भीती बाळगण्याचे मुळीच कारण नाही. लिप्टनसाहेबांच्या पाठिंब्यावर तुम्ही आता खुशाल पाणिग्रहणाच्या पुण्यमार्गाला लागा.

२. अवघे पाऊणशे वयमान

७० ते ८० च्या दरम्यान असणाऱ्या वधूवरांचा देखावा पाहण्याचे भाग्य या मृत्युलोकावर फारच थोड्यांनी पाहिले असेल. पाणिग्रहणाच्या वेळी वधूवरांचे हात कापत असले, तरी म्हातारपणामुळे नसून प्रेमस्पर्शामुळेच आहे, असे लिप्टनसाहेब सांगतील. 'नाति चरामि'ची शपथ अशा वृद्ध वधूवरांकडूनच अक्षरश: पाळली जाईल. नवऱ्याच्या डोक्याला टक्कल पडले आहे व बायकोच्या केसांच्या अंबाड्या झाल्या आहेत, असे धवल दृश्य सध्याच्या लग्नात दृष्टीला पडणेच शक्य नाही. अशा लग्नातील वधूवरांवर अविनयाचा आरोप येऊ शकणार नाही व वरराज इंग्लंडातील शिक्षणाचा खर्च हुंडा म्हणून मागणारही नाहीत. एखाद्या जावयाला रुसायचेच झाले तर चितेकरता चंदनाची लाकडे पाहिजेत म्हणूनच काय तो हट्ट तो

धरील. ७० ते ८० च्या दरम्यान लिप्टन चहा पिणारे भर तारुण्यात असतात, असे दाखविण्यासाठी तर लिप्टनसाहेबांनी हे मत प्रदर्शित केले नाही ना?

३. प्रौढविवाह

चहाच्या पेल्यातील हे मत बाजूला ठेवले, तर प्रौढविवाहाची पुरस्कर्ती पाश्चात्त्य राष्ट्रे मुग्धविवाहाकडे वळू लागली आहेत. अपट्न सिंक्लेअर या अमेरिकन लेखकाने 'Book of Life' या पुस्तकात विशीच्या आतबाहेर लग्न होणेच इष्ट आहे, असे प्रतिपादन केले आहे. 'Book Of Life' व 'हिंदुधर्म आणि सुधारणा' यांची अशा विवाहांबद्दलची कारणे मात्र एकच आहेत असे नाही. विवाहोत्तर आयुष्यासंबंधाचे उभयतांचे विचारही भिन्न आहेत. पण प्रौढविवाहाच्या प्रश्नाला दुसरी बाजूही आहे, याबद्दल वाद नाही. ना शिक्षण ना लग्न अशा प्रौढ कुमारिकांचे आयुष्य सुखावह होणे शक्य तरी आहे काय? विद्यार्जनाला अडथळा येऊ नये म्हणून लग्न लांबणीवर टाकायचे व शृंगारपरिपूर्ण नाटके, सिनेमा, गप्पा इत्यदिकांत दंग होऊन जायचे ही विद्यार्थ्यांत आढळून येणारी प्रवृत्ती ब्रह्मचर्याच्या मूळ हेतूवर कुऱ्हाड घालीत नाही काय?

४. शरीरसंपत्ती

महाराष्ट्रीयांनी व्यापारात आजपर्यंत फारशी संपत्ती कधीच कमावलेली नाही; पण पिढीजात चालत आलेली शरीरसंपत्ती मात्र ते गमावू लागले आहेत. डोके चालवयाला त्याच्याखालचे शरीरही चालले पाहिजे, ही गोष्ट सूर्यप्रकाशाइतकी स्पष्ट आहे. पण आमची मने जुन्या काळच्या बाळंतिणींच्या खोल्यांसारखी झाल्यामुळे त्यात हा साधा प्रकाशच अद्याप पडत नाही. विद्यार्थ्यांनी एका हातात औषधाची बाटली व दुसऱ्या हातात पुस्तक घेऊन अभ्यास करण्यात पुरुषार्थ कसला? रोगांशी झगडण्यातच ज्यांचे आयुष्य जाते, ते परसत्तेशी व राक्षसी रूढींशी कुठून लढू शकणार? या बाबतीत पालक-शिक्षकांना पुष्कळ करता येण्यासारखे आहे. पण नालासाठी घोडा व घोड्यासाठी स्वार जाऊन त्याचे पर्यवसान जसे राज्य जाण्यात झाले, तसेच पालक-शिक्षकांच्या बाबतीतील उपेक्षेमुळे होत आहे.

२६ एप्रिल, १९२७

१. सात रुपयांत लग्न?

महात्मा गांधींच्या धाकट्या मुलाचे लग्न नुकतेच झाले. या विवाहसमारंभाला ७ रु. खर्च झाला असे कळते. हा आकडा पाहून लग्नात शेकडो विडे वाटणारे लोक एवढी रक्कम कातालादेखील पुरणार नाही, असे म्हणतील. लग्नात हजारो रुपयांचे दारूसामान जाळून पुढे दिव्याच्या तेलाला महाग होणारे हरीचे लाल महाराष्ट्रात हवे तितके सापडतील. एकीकडे, आला दिवस कसा ढकलावा ही चिंता समाजाला जाळीत आहे, तर दुसरीकडे बॅन्डच्या थाटामाटात वराती निघत आहेत. देवाला नैवेद्य सोन्याच्या वाटीतून दाखवायचा; पण मनात भावाचा मात्र लवलेश नाही; असलाच प्रकार आमच्या लग्नाच्या झाला आहे. हुंड्याचा गळफास जिथेतिथे मुलीच्या बापाला 'त्राहि भगवन्' करून सोडीत आहेच; त्यात आणखी अवास्तव खर्चाच्या घोंगड्याची समाजाने भर घालू नये. लग्नात बॅन्ड आणला नाही म्हणून नवरा बायकोशी जन्मभर अबोला धरील अगर चंद्रज्योती उडल्या नाहीत म्हणून संसार अंधकारमय होईल, अशी मुळीच भीती बाळगण्याचे कारण नाही.

२. रखडत पडलेले विद्यार्थी

आमच्या परीक्षा व शाळा यांचे सगळे लक्ष उत्तीर्ण होणाऱ्या विद्यार्थ्यांकडे असते. फलज्योतिषी ज्यांचे ठोकताळे पटले आहेत, त्यांचीच नावे जशी सांगत सुटतो अगर वैद्य आपण वाचविलेल्या रोग्याचीच यादी जशी पाठ म्हणतो, त्याप्रमाणे शाळाही यशस्वी विद्यार्थ्यांच्या नामोच्चारांतच गुंग झालेल्या असतात; पण ज्यांना ग्रहांनी ज्योतिषीराजांना दाद दिलेली नसते अगर वैद्यराजांची भस्मे घेऊनही भस्म होण्याची पाळी ज्यांना चुकविता येत नाही, अशा माणसांप्रमाणे परीक्षेच्या ऐलतीरावर रखडत पडलेले विद्यार्थीही असतातच. मुंबई विद्यापीठाच्या नुसत्या प्रवेशपरीक्षेत यंदा ५००० विद्यार्थी पराभूत झाले आहेत. अशा विद्यार्थ्यांच्या रूपाने

समाजाचे किती श्रम, पैसा व बुद्धी फुकट जात आहे. 'सबघोडे बाराटक्के' या न्यायाने सर्व विद्यार्थ्यांपुढे प्रवेशपरीक्षेचेच ध्येय ठेवावयाचे ही गोष्टही अनेक कारणांप्रमाणे या दु:स्थितीच्या मुळाशी आहे. कमळांतदेखील चंद्रविकासी व सूर्यविकासी कमळे असतात; गाण्यात एखाद्याला 'गारा' राग हृदय द्रवविणारा वाटतो तर दुसऱ्याला 'कलिंगडच' रसपूर्ण भासतो. वैचित्र्याला इतर सर्व ठिकाणी वाव आहे; पण ज्याच्यावर देशाची भावी उन्नती अवलंबून आहे, त्या विद्यार्थ्यांचा अभ्यासक्रम मात्र तुरुंगातल्या कैद्याच्या आयुष्यक्रमाप्रमाणे ठरावीक साच्यांचा! 'यवा: प्रकीर्णा: न भवन्ति शालय:।'

३. दारूचा मृत्युसिद्ध अधिकार

मद्रास कोर्टाच्या एका न्यायाधीशांनी 'माझ्यापुढे आलेल्या खुनाच्या खटल्यांपैकी शेकडा ९५ दारूच्या अमलात झालेले होते' असे उद्गार काढले आहेत. दारूचे भीषण चित्र यांच्यापेक्षा अधिक ते काय असणार? पण, खंबीर मुंबई सरकार या व्यसनाला आळा कसा घालावा यांच्यापेक्षा दारूबंदीमुळे उत्पन्न कमी झाल्यावर ते भरून कसे काढावे, याचाच विचार अद्याप करीत आहे. दारूच्या पायी लाखो लोकांच्या शरीरसंपत्तीची राखरांगोळी होत असेल, हजारो कुटुंबे अन्नाला महाग होत असतील; पण सरकारला त्याचे काय होय? थोड्या दिवसांपूर्वी एका आमदारांनी की नामदारांनी जे उद्गार काढले होते, त्यांच्याकडेच सरकार बोट दाखविणार! सदरहू महाशयाच्या मते, 'दारू पिणे हा प्रत्येकाचा जन्मसिद्ध हक्क आहे!' जन्मसिद्धच का मृत्युसिद्धदेखील!

२१ जून, १९२७

१. वठलेल्या झाडास पाणी घालणारा माळी

बंगलूरला महात्माजी गेल्यानंतर त्यांच्या सायंप्रार्थनेला लोकांची गर्दी होऊ लागली आहे. ईश्वराच्या चिंतनापेक्षा गांधीजींच्या दर्शनासाठीच यांतील बरेचसे लोक येत असावेत अशी एखाद्याने शंका काढल्यास ती अगदीच चुकीची ठरेल, असे नाही. प्रार्थनेत श्लोकपठणानंतर 'रघुपति राघव राजाराम' हे भजन होते. भजनाचा उद्देश प्रार्थनेला जनसमूहाचे पाठबळ मिळावे व आमच्या प्रार्थना ऐकणारा जर एखादा देव असेल तर तो संतुष्ट व्हावा, असा असल्याचे महात्माजींनी सांगितले. यातील 'जर-तर' भाविक लोकांना कसेसेच वाटतील, यात शंका नाही. देवाला उद्देशून प्रार्थना करायची तर ती प्रार्थना ऐकून घेणारास देव आहे, ही श्रद्धा दृढ असेल, तरच लोक करतील. वठलेल्या झाडाला पाणी घालत बसणारा माळी जगात विरळाच सापडेल.

२. स्मरण आणि उपोषण

'भाला'कार भोपटकर यांनी पुण्यतिथीबद्दल 'मयंती' हा शब्द योजावयाला सुरुवात केली आहे. 'गच्छंती' हा शब्द ते वापरत नाहीत, हे महाराष्ट्रभाषेचे सुदैवच म्हटले पाहिजे. येती 'टिळक जयंती' त्यांनी तीन प्रकारांनी म्हणजे पुरी, प्रसाद व पाटवडी या खाद्यप्रकारांनी साजरी करण्याचे ठरविले आहे. मयंती म्हणजे श्राद्ध. मग श्राद्धाप्रमाणे, त्या दिवशी मृताच्या नावाने गोडधोड खावयाला काय हरकत आहे? अशी 'भाला'कारांची विचारसरणी असावी! पुरी, प्रसाद व पाटवडी यांच्या साहाय्याने टिळकांच्याऐवजी, दुसऱ्या बाजीरावाचे राजकारण मात्र ते चालविण्याला समर्थ होतील. टिळकांचे स्मरण दोन रुपये देऊन व पुऱ्यादी तीन प्रकारांवर हात मारून करण्यापेक्षा त्या दिवशी उपोषण करून करणे बरे नाही का होणार? पण हे 'भाला'कारांना पसंत पडणार नाही. त्यांचे ध्येयच 'प्रसाद, तितुका मेळवावा! पुऱ्या

पाटवड्या वाढवाव्या! याविषयी न करिता तकवा! 'भाला'कार हासती।। असेच झाल्याचे दिसते.

३. मंगलाचरण व भरतवाक्य

२० जूनच्या अंकात 'भाला'कारांनी बेकार पदवीधरांवर एक अग्रलेख लिहिला आहे. त्यात आमरण अविवाहित राहणाऱ्या पदवीधरालाही महिना चाळीस-पन्नास रुपयांची प्राप्ती हवी, असे त्या लेखाचे मंगलाचरण केले आहे. भरतवाक्यात ते म्हणतात, 'पदवीधरांनी फेरीवाल्यांचा धंदा खुशाल करावा' 'दोन वेळचा ताकभात व तिसऱ्यांदा हातावर पाणी' ही म्हण प्रत्येक फेरीवाल्या पदवीधराने आपल्या हृदपटलावर खोदून तिच्याप्रमाणे आचरण केले पाहिजे. दोन वेळच्या ताकभाताला व तिसऱ्या वेळच्या पाण्याला महाराष्ट्रात दरमहा ४०-५०रु. पडू लागले आहेत. मग पुण्यामुंबईतल्या खाणावळवाल्यांना दरमहा २००/२५० रु. प्रमाणे दर ठेवायला 'भाला'कारांच्या हिशेबाप्रमाणे मुळीच हरकत नाही.

४. खरा उपाय

पदवीधरांची बेकारी कमी करावयाला परीक्षा पास व्हावयाला लागणाऱ्या मार्कांचे प्रमाण वाढविण्याचा उपाय त्यांनी सुचवला आहे. भिकार कमी व्हायला श्रीमंतांनी मुठीऐवजी अर्धीमूठ भिक्षा घालावी अशातलीच ही सूचना आहे. गुणांचे प्रमाण वाढविल्यास नापास मुलांची संख्या व त्यांच्या शिक्षणाप्रीत्यर्थ होणारा खर्च वाढेल. 'हतो वा प्राप्स्यसौ स्वर्ग जित्वा वा भोक्ष्यसे महीम्' अशा भावनेने मुलांना परीक्षांना पाठविणाऱ्या आईबापांचे डोळे मार्क वाढले म्हणून थोडेच उघडणार आहेत. पदवीधरांची संख्या अशा कृत्रिम रीतीने कमी करून, त्यांची बेकारी कमी केल्याचे श्रेय मिळविणे, म्हणजे देशातील सर्व अशक्त लोकांना गोळ्या घालून नंतर मृत्यूचे प्रमाण कमी झाल्याचे दाखविण्यासारखे आहे. खरा उपाय सुशिक्षितांना उद्योगधंद्याचे दरवाजे उघडे करून देणे व त्याविषयीची गोडी लावणे, हाच आहे.

२८ जून, १९२७

१. मानवी मनाची प्रवृत्ती

दिल्ली येथील खादीमंडळाच्या एका सभासदाने गांधीजींना प्रश्न केला, 'परदेशी कापडापेक्षा खादी महाग मिळते; मग तिचा खप व्हावा कसा? राजकारणात जिकडेतिकडे सामसूम आहे. राजकीय चळवळीचे वारे वाहू लागले, तरच खादीच्या प्रसाराची गती वाढण्याचा संभव आहे.' खादीवरील हे आक्षेप सर्वसामान्य आहेत. खादी परदेशी कापडाइतकी स्वस्त मिळत नाही, ही गोष्ट हिंदुस्थानावर इंग्रजांचे राज्य आहे या गोष्टीइतकीच स्पष्ट आहे. पण, स्वस्त-महागपणाच्या तुलनेवर आमचे सर्व व्यवहार चालतात काय? पोटचा मुलगा मंद असून त्याच्यासाठी जास्त खर्च करावा लागतो, म्हणून हुशार मुलगा दत्तक घेणारी आई कुठेतरी आढळेल काय? जन्मभूमी अथवा जन्मग्राम यांच्याविषयी प्रत्येकाला जे प्रेम वाटते, नेहमी अर्थशास्त्रदृष्ट्या फायदेशीर असते काय? 'आपला तो बाब्या' ही मानवी मनाची स्वाभाविक प्रवृत्ती आहे. पण हिंदुस्थान इतका दुर्दैवी देश झाला आहे की, त्यात 'आपला तो कारट्या' या मुलखावेगळ्या तत्त्वाच्याच भजनी लक्षावधी लोक लागत आहेत.

२. इच्छा तिथे मार्ग

कपडा कमी वापरून अगर अन्य तऱ्हेने खादीकरता लागणारा अधिक खर्च भरून काढणे पूर्णपणे शक्य आहे. पण इच्छा असल्याशिवाय हा मार्ग दिसणार कुठून? एक हातभर परदेशी कापड घेणे, म्हणजे आपल्या एका देशबांधवाच्या पोटावर नकळत एका दिवसापुरता पाय आणणे आहे. खादीकरता अधिक खर्च झाला तर वाटीतले ताटात सांडले एवढेच होईल. पण परदेशी कापडाकरता कमी खर्च झाला, तरी तो सर्वस्वी ताटाबाहेर जातो. स्वत:ची पै वाचविण्याच्या कारवाईत देशाचा रुपया बुडतो. कळून-सवरूनदेखील या सामान्य गोष्टीची अंमलबजावणी

होत नाही. हे पाहिले म्हणजे, कायद्याच्या ब्रह्मास्त्राशिवाय दृष्ट फरक घडून येणार नाहीत, असे वाटू लागते. संस्थानिकांना नाना प्रकारच्या लहरी येतात. त्यांतल्या एखाद्याला संस्थानच्या प्रत्येक नोकराने खादीचा पोशाख केलाच पाहिजे, असा हुकूम सोडण्याची लहर येईल तर काय बहार होईल!

३. आयुष्याचे खरे मार्गदर्शक

'देशाला स्वातंत्र्य कसे मिळेल?' या प्रश्नाचे उत्तर निरनिराळे लोक निरनिराळ्या रीतीने देतात. कुणी कौन्सिलातील लांब भाषणांनी तर कुणी तितक्याच लांब सुताने ते स्वातंत्र्य संपादन करता येईल, असे मानतात. पण, मनाच्या स्वातंत्र्याखेरीज या सर्व गोष्टी व्यर्थ आहेत. इकडे पाटलापासून कलेक्टरापर्यंत सर्वांची मर्जी सांभाळायची, तिकडे गरुडपुराणापासून उपनिषदांपर्यंत सर्वांपुढे मान लववायची, हेच जिथे आयुष्याचे ध्येय तिथे देशाचे स्वातंत्र्य मिळणार कसे? सदसद्विवेकबुद्धी व ईश्वर हे दोनच आपल्या आयुष्याचे खरे मार्गदर्शक असले पाहिजेत; (Heart within and God overhead) पण आज याच गोष्टीची किंमत मध्यंतरीच्या काळातील जर्मन मार्कांप्रमाणे उतरली आहे. 'न विभेति यदा चायं' हा सिद्धान्त ब्रह्मप्राप्तीप्रमाणे स्वराज्यप्राप्तीलाही लागू आहे.

४. कोकणात आरोग्यमंडळे हवीत

'काउंटेस ऑफ आस्क्विथ' यांनी आरोग्याविषयी काढलेले खालील उद्‌गार मननीय आहेत : १) विश्रांती घेण्यापेक्षा काम करा असा सल्ला डॉक्टर देऊ लागले; तर बऱ्याच लोकांची प्रकृती सुधारेल. २) खाण्याच्या बाबतीत पुरवठा तशी गरज अशी स्थिती असते. ३) संततिनियमन, गुप्तरोग इत्यादी जाड्या-जाड्या प्रश्नांचा समाज विचार करीत आहे; पण सर्व रोगांचा रोग जो अपचन याच्याकडे जावे, तसे कोणाचेच लक्ष जात नाही. गीता पाठ असणाऱ्या मनुष्याला आरोग्याचे नियम माहीत असतातच असे नाही. प्रत्येकाने केली पाहिजे व प्रत्येकाला करता येईल अशी आपल्या गावची जर कोणती सेवा असेल, तर तो आरोग्याच्याच बाबतीत होय. कोकणात इतर मंडळे निघतात, पण 'आरोग्यमंडळा'ची आठवण कुणालाच होत नाही.

२२ नोव्हेंबर, १९२७

१. इंग्रजी शिक्षण कामधेनू नव्हे

वेदान्त म्हटला की, त्यात संसाराची व स्त्रीची निंदा ही जशी यायचीच, त्याप्रमाणे राष्ट्रीय दृष्टी म्हटली की, त्यात इंग्रजी शिक्षणावर आग पाखडलीच पाहिजे, अशी जणू काही रूढीच पडून गेली आहे. नव्या काळात 'शेती आणि शेतकरी' या नावाच्या लेखमालेत लेखकाने हेच सनातन ध्येय कायम राखले आहे. शेतीचा पुरस्कार करून खेड्यातील इंग्रजी शिक्षण विषतुल्य मानणाऱ्या या लेखकाला आपल्या नावाची आद्याक्षरे इंग्रजीतच लिहिण्याचा मोह सुटत नाही, ही गोष्ट लक्षात ठेवण्यासारखी आहे. इंग्रजी शिक्षण म्हणजे एक कामधेनू आहे असे कोणीच मानीत नाही. पण सदरहू लेखकाने त्याला टोणग्याच्या दर्जापर्यंत खाली ओढले असून खेड्यापाड्यांना दुधाऐवजी त्याच्या शिंगांचाच प्रसाद मिळणार अशी भीती घातली आहे.

२. खेड्यातील शिक्षण-महत्त्व

इंग्रजी ५ यत्ता व १२५ मुले असणाऱ्या खेडेगावातील शाळेपायी त्या खेड्यावर २०,००० रुपयांचा बोजा पडतो, असे सदरहू लेखकांनी लिहिले आहे. कृषिशास्त्र सोडून आकडेशास्त्राकडे त्यांनी आपला मोर्चा वळविला नसता, तर फार बरे झाले असते. आकडेशास्त्र हे एक भयंकर भूत आहे. ते वाटेल ते चमत्कार करून दाखवू शकते. हिंदुस्थानचे लोक अधिक सुखवस्तू होत आहेत असे आकडेशास्त्राच्या साहाय्याने सिद्ध करण्याचा प्रयत्न इंग्रजी मुत्सद्दी करतातच की नाही? खेड्यातील इंग्रजी शाळा केवळ आर्थिकदृष्ट्यादेखील लोकांचा फायदा करून देते, हेही आकडेशास्त्राने सिद्ध होईल. ५ वर्षे मुलगा परगावी ठेवला तर त्याच्यासाठी घरच्यांपेक्षा दरसाल १०० रु. अधिक खर्च करावा लागतो. खेडेगावातील याच यत्तांची शाळा या दृष्टीने दर विद्यार्थ्यांमागे खेड्याचे ५०० रु. वाचवीत नाही काय?

३. इंग्रजी शिक्षणखर्च

सदरहू लेखकमहाशयांचा हिशेब असा आहे– दर मुलामागे वार्षिक १२५ रु वरखर्च धरला, तर इंग्रजी शाळेतील सर्व मुलांसाठी १३५०० रु. खर्च होतात. ही मुले इंग्रजी शाळेत जात नसती तर कोणतातरी धंदा शिकत-शिकत दरमहा ५ रु. तरी मिळविती. दर मुलामागे दरमहा ५ रु.चा होणारा हा तोटा ७५०० रु. आहे. अर्थात, दोन्ही रकमा मिळून २०००० रु. झाले.

४. सुसंस्काराची किंमत

लेखकाचे हे शेखमहंमदी मनोराज्य त्याच्या मताने अगदी सुव्यवस्थित आहे. पण आम्हाला त्यात कल्पनांचा गोंधळ, वस्तुस्थितीच्या विपर्यासाचे दंगे व सहानुभूतीच्या अभावाचे कट यांखेरीज दुसरे काहीच दिसत नाही. मुले इंग्रजी शाळेत गेली काय अगर न गेली काय, त्यांच्या जेवणाचा खर्च १५-१६ वर्षांपर्यंत तरी आईबापांच्या अंगावर पडतोच पडतो! तेव्हा मुले जेवतात हा खर्च इंग्रजी शिक्षणापेक्षा परमेश्वराच्या माथी मारणेच अधिक योग्य होईल. उलट, न शिकलेली मुले विडी, जुगार वगैरे व्यसनांत शेकडा ९९ सापडण्याचा खेडेगावात पूर्ण संभव असतो. तोंडाने सरस्वतीचे नामस्मरण करणाऱ्या विद्यार्थ्याला त्या तोंडात विडीची रहदारी सुरू ठेवणे अगर ज्या हाताने पुस्तके घेतली, त्याच हाताने फासे उचलणे नि:संशय कठीण जाते. पोटापाण्याचा प्रश्न महत्त्वाचा असला, तरी सुसंस्कारांची किंमत जास्ती असते हे शेतीचा पुरस्कार करणाऱ्यांनीही विसरू नये.

५. भौतिकशास्त्र प्रगती व जीवनकलह

धंदा करता-करता प्रत्येक मुलगा द.म. ५ रु. मिळवू शकेल ही गोष्ट दरिद्री हिंदुस्थानातील आहे की कुबेराच्या राज्यातील आहे, हेच कळत नाही. खेडेगावातील सर्व उद्योगधंदे ठार झालेले आहेत. काम करणाऱ्या धट्ट्याकट्ट्या माणसाला बारा महिने भरपूर काम मिळण्याची कोकणात मारामार पडत आहे. अशा वेळी घरची गुरे राखावयाला नेण्याखेरीज लहान मुलांना करता येण्यासारखा मोठा धंदा कोणता आहे, ते सदरहू लेखकांना माहीत? विष्णूच्या सुदर्शनाप्रमाणेच गांधींच्या चरख्याचा हे शेतीभक्त शेवटी धावा करणार हे आम्ही जाणून आहो. पण मुंबईच्या उंटावरून बसून खेडेगावातील शेळ्या हाकता येत नाहीत, ही गोष्ट त्यांनी विसरू नये. लहानपणापासून थोरापर्यंत प्रत्येकाने चरखा फिरवीत बसावे ही गोष्ट जर इष्ट आहे,

तर सदरहू लेखकांनी तरी लेखणीचा आश्रय का करावा? सध्याचे इंग्रजी शिक्षण अपूर्ण व असमाधानकारक आहे यात संशय नाही. पण मुलाला एखादा विकार झाला म्हणून त्याला मारून टाकणे अगर आकडेशास्त्राप्रमाणे त्याच्यापासून घराचा किती तोटा होतो हे दाखवीत बसणे जसे हास्यास्पद आहे, तसेच खेडेगावातील शिक्षणाच्या मुळावर कुऱ्हाड उचलणे होय. हिंदीसमाजाची भौतिकशास्त्रात प्रगती झाल्यावाचून जीवनकलहात त्याला कधीही यशस्वी होता येणार नाही.

१३ डिसेंबर, १९२७

१. आपले कर्तव्य

सोलापूर जिल्हा लोकल बोर्ड सरकारने तीन वर्षे रद्द केले आहे. कारण सभासदांची लाथाळी व कारभाराची बंडाळी हे आहे. 'स्वराज्य हा माझा जन्मसिद्ध हक्क आहे', या वाक्याबरोबरच 'सार्वजनिक कार्यात व्यक्तिविषयक स्वार्थ पूर्णपणे विसरणे हे माझे जन्मजात कर्तव्य आहे' हे तत्त्व लोकांच्या अंगवळणी पडले पाहिजे; पण जातिभेद व स्वार्थ यांच्या कात्रीत आमची सार्वजनिक कार्ये सापडून त्यांच्या चिंधड्या कशा उडतात, हे त्यांचे सदरहू बोर्ड एक उदाहरण आहे. मुलाला मास्तर ठेवताना जातीपेक्षा 'चांगले शिकवायला कुणाला येते' याचा आम्ही विचार करतो. औषधाच्या वेळी स्वजातीय वैद्यापेक्षा परजातीय डॉक्टरच पसंत करतो; कोर्टात दावा असेल तर आपल्या गोव्याच्या मुखदुर्बळापेक्षा ज्याचे आपले गोत्र पटत नाही, अशा वाग्भट वकिलालाच पसंत करतो; पण लोकलबोर्ड अगर तत्सम संस्था यात मात्र असे वागायला तयार नाही. सार्वजनिक कार्य ही धर्मशाळा नसून आपल्या घरातील देवघर आहे, हे आमच्या लोकांना पटल्यावाचून इष्ट सुधारणा होणे शक्य नाही.

२. परलोकविद्या व लोकमान्य धर्म

'भाला'कारांना ऋषींची परलोकविद्या हे एक खूळ वाटते. पण 'लोटीबंद' 'तोटीबंद' छोटीबंद इत्यादी आपली धर्मतत्त्वे मात्र शहाणपणाची वाटतात. त्यांनी भोजनाबरोबर भजनाकडेही आता आपला मोर्चा वळविला आहे. त्यांनी लोकमान्य धर्म स्थापन करण्याची जाहिरात दिली असून त्या धर्मात स्त्रिया कितीही वृद्ध वयाच्या असल्या, तरी त्यांना घेण्यात येणार नाही, अशी आपली स्मृती रचिली आहे. मग प्रसादाची व्यवस्था कशी होणार?

३. अज्ञान दुर्विदग्ध मनुष्य

ताजमहालला जगातले आठवे आश्चर्य म्हणण्याचा प्रघात आहे. या आनदंकारक आठव्या आश्चर्याबरोबर दुःखदायक पंधरावे रत्नही हिंदुस्थानात सापडावे, ही खेदाची गोष्ट आहे. हे पंधरावे रत्न म्हणजे, अज्ञान दुर्विदग्ध मनुष्य होय. मिस मेयोने आपल्या जन्मभूमीवर उडविलेला चिखल पाहून तिच्या हाताला अभिनंदनाचे अत्तर लावायला अगर तिने हिंदी लोकांचे तोंड काळे करण्याचा घाट घातल्याबद्दल तिची पाठ थोपटायला कुणी हिंदी प्राणी तयार होईल असे आम्हास वाटत नव्हते. पण असोद्याच्या काळे या नावाच्या कविवर्यांनी ही कर्तबगारी केली आहे, असे कळते. सदरहू काळ्यांना लॉटसाहेबांपासून मोठमोठ्या लोकांची पत्रे येतात, असे ते लोकांना सांगतात. पुराव्यादाखल गव्हर्मेंट हाउसचा शिक्काछाप असलेले लिफाफेही ते दाखवितात. पण, लिफाफ्याच्या आतील मजकूर पाहण्याचे भाग्य मात्र अद्यापि कुणालाच लाभले नसावे.

४. बड्यांचे वेड

हे लिफाफ्याचे कोडे दिसते तितके कठीण नाही. नूतन वर्षारंभानिमित्त अगर अशाच शुभप्रसंगी कुणीही अभिनंदनपर पत्र पाठविले की, त्याला शिष्टाचार म्हणून आभारप्रदर्शन उत्तर द्यायचेच, हे उघड आहे. सदरहू काळ्यांना अशी पत्रे पाठविण्याचे व्यसनच जडले असावे! त्यांना मधून-मधून आपण इंग्लंडचे राजकवी असल्याचा भासही होतो असे सांगतात. त्यांनी जॉर्ज बादशहावर केलेल्या मराठी कवितांचे इंग्रजी भाषांतर या राजकवित्वाला कारणीभूत झाले आहे, अशी ते ग्वाही देतात. पण, या मराठी अगर इंग्रजी कविता अद्यापि कुणाच्याच वाचनात आल्या नाहीत. श्री. काळे यांच्या वाचनात तरी आल्या असतील की नाही याची शंकाच आहे. 'महाशय', 'महाराज' वगैरे पदव्यांनी मोठ्या लेखकांना अगर लोकांना गौरवून लिहिणे, त्यांची औपचारिक उत्तरे संग्रही ठेवून त्यांच्या बळावर आपला बड्या लोकांशी स्नेह आहे असे दाखविणे वगैरे त्यांच्या लीलांकडे कुणी फारसे लक्ष दिले नसले, तरी मेमोबाईंचे अभिनंदन करण्याचा जो उपद्व्याप काळ्यांनी केला आहे, तो 'येनकेन प्रकारेण'च्या पुढचा आहे. असोदे सोडून हे राजकीय ठाण्याला येतील, तर फार बरे होईल.

५. प्रेमभाव खरा पाया

काही दिवसांपूर्वी मद्रास इलाख्यात तिनवेल्ली येथे काही ब्राह्मणेतरांनी मनुस्मृतीची एक प्रत जाळली. धर्मग्रंथाच्या प्रती जाळून जर रूढी नाहीशा होत असत्या, तरी हिंदुस्थानचे सर्व अर्वाचीन इतिहास जाळून टाकताच त्याच्या मानेवरील परसत्तेचे जू दूर झाले असते. परदेशी कपड्यांच्या होळीऐवजी इतिहासाची होळी न करणारे पुढारी या ब्राह्मणेतरांच्या मते मूर्खच असले पाहिजेत. ब्राह्मण-ब्राह्मणेतर वाद हा भावाभावातील वाद आहे. परस्परांविषयी प्रेमभाव हाच त्याचा पाया असला पाहिजे. मनुस्मृती आजच्या कालाला अनुरूप नसेल तर खुशाला बाजूला टाका; पण सार्वजनिक सभा करून त्यात ब्राह्मणेतरांनी मनुस्मृती जाळणे व मुसलमानांनी हिंदूंच्या देवळातील मूर्ती फोडणे यात भावनेच्या दृष्टीने अंतर काय उरले? आर्य समाज फक्त वेद प्रमाण मानतो; पण त्याने मनुस्मृती जाळण्याचा आततायीपणा कधीही केला नाही. कागद जाळता येतो; पण तत्त्वे अमर असतात. इंग्लंडात रोमन कॅथॉलिक व प्रॉटिस्टंट या धर्मपंथांच्या झगड्यात माणसे उभीच्या उभी जाळण्यात आली; दहनानंतर मदन ज्याप्रमाणे पुन्हा चराचर जग व्यापून राहिला, त्याप्रमाणे त्यातील सतत्त्वेच पुढील काळात सत्ताधारी झाली. यासाठी ब्राह्मणेतरांनी आपली तत्त्वे लोकांच्या मनावर पगडा कसा बसवितील, याचा विचार करावा. मनुस्मृती जाळल्याने इतरांच्या डोक्यात प्रकाश पडण्याऐवजी, जाळणारांच्या डोक्यातील अंधार मात्र स्पष्ट दिसतो.

२० डिसेंबर, १९२७

१. स्वराज्य आणि रामराज्य

पोरबंदर येथे भाषण करताना महात्माजींनी स्वराज्यापेक्षा रामराज्य बरे असे उद्गार काढल्याचे प्रसिद्ध झाले आहे. सिंहासनावर अगर राज्यात कुठेतरी राम असलाच पाहिजे. पण तो कुठेच आढळत नसल्यामुळे, स्वराज्याची इच्छा लोकांच्या मनात प्रबळ होत आहे. दक्षिण महाराष्ट्रातील काही संस्थानांत आमचा खादीला मुळीच प्रतिबंध नाही असे गांधीजींना सांगण्यात आले होते; पण तेथील काही लोकात खादी टोपी औषधाला मिळेल तर शपथ! ही रामराज्याचीच लक्षणे आहेत काय? चार युगांतून राम एकदाच होणार; पण प्रजेला मात्र प्रत्येक उगवणारा दिवस पार पाडला पाहिजे.

२. सहभोजने साहाय्यभूतच

सहभोजनाच्या भानगडीत ब्राह्मण विद्यार्थ्यांनी कोणत्याही कारणास्तव पडू नये, अशी 'भाला'कारांनी इशारत दिली आहे. 'भाला'कारांचा रोख त्यातील 'भोजन' विरुद्ध नसून 'सह'विरुद्धच असावा. पुण्यामुंबईत खानावळी व हॉटेले यांत सहभोजने होतात की प्रतिभोजने होतात, याची 'भाला'कारांना कल्पना नसेल असे नाही. पण, बदलत्या काळाच्या नाकात वेसण (का भाला?) घालून आपण त्यांना स्थिर करू अशी धमक त्यांना वाटत असावी! परिचयाचे रूपांतर आपलेपणात व्हायला सहभोजन– मग ते पानात ९० अंशांचा कोन करून होतो – साहाय्यभूत होते ते खुद्द 'भाला'कारही कबूल करतील, कारण लंडन येथे बांधल्या जाणाऱ्या हिंदू देवळांत भजन, भाषण, भैरवी वगैरे प्रकार सुरू व्हावेत, अशी त्यांनीच सूचना केली आहे.

३. डॉ. वॉनलेस मानपत्र

मिरज येथे डॉ. वॉनलेस यांना मानपत्र देण्यात आले. पण यातील 'मिरजवासीयांतर्फे' या शब्दाबद्दल कित्येकांनी नापसंती दर्शविली. नापसंतीचे कारण डॉक्टरसाहेब ख्रिश्चन मिशनरी आहेत हे होय असे म्हणतात! इंग्रज सरकाराची नोकरी अगर मिशनरी दवाखान्यातील औषधे यांच्याविषयी या विरोधविभूषणांनी मात्र कधीही नापसंती दर्शवली नसेल! सुधारक श्रीमंतांच्या घरची दक्षिणा घेऊन त्यांच्या पंक्तीला न बसण्यातलाच हा प्रकार म्हणायचा! 'गुणाः पूजःस्थानं गुणिषु नच लिंगं नच वयः' या सूत्रात बसल्यानंतर धर्म, जाती व इतर गोष्टी यांचाही गुप्तरीतीने अंतर्भाव होतो हे आम्हास समजण्याचा दिवस अद्यापि दूरच आहे काय?

४. पूर्वग्रहदूषित वृत्ती

ख्रिश्चन मिशनऱ्यांचा रास्त प्रतिकार करण्याकरता हिंदू मिशनरी होऊन निधड्या छातीने पुढे या; पण वॉनलेससारख्यांच्या गुणांकडे पूर्वग्रहदूषितदृष्टीने पाहण्याचे सोडून द्या. त्यांनी केलेल्या कार्याच्या एकशतांश जरी दुसऱ्या कुणी केले असते, तर त्याला याच लोकांनी मानपत्र दिले असते. विरोधवीरांनो, गवयाचे गाणे ऐकताना तो राजकारणात कोणत्या पक्षाचा आहे, याची चौकशी करून मग 'वाहवा' करावयाची नसते.

१४ फेब्रुवारी, १९२८

१. अनुयायांचे अवतार हवेत

गुजरात राष्ट्रीय विद्यापीठाच्या विद्यार्थ्यांना उद्देशून उपदेशपर भाषण करताना आचार्य कृपलानी यांनी एका महत्त्वाच्या मुद्द्याकडे लक्ष वेधले. इतर राष्ट्रांइतके वैयक्तिक गुण आमच्यात असले, तरी सार्वजनिक व सामुदायिक सद्‌गुणांचा आमच्यात अद्यापि अभाव आहे, असे ते म्हणाले. रानडे, टिळक अगर गांधी यांच्या योग्यतेचा पुरुष स्वराज्य उपभोगणाऱ्या पाश्चिमात्य राष्ट्रांनाही शिरसावंद्यच वाटेल; पण सार्वजनिक कार्यात पडणाऱ्यांचे प्रमाण, पडलेल्यांची चिकाटी, 'पडेल तोच चढेल' या आत्मविश्वासाने चालविलेली धडपड, आधी समाज का व्यक्ती अशा भावनेची जाणीव वगैरे गोष्टी आपल्यात फार कमी प्रमाणात आढळतात. एका गगनचुंबी वृक्षाने घनदाट अरण्य कधीच होत नाही. त्याच्याभोवताली खुल्या गवतापेक्षा मध्यम उंचीची बरीच झाडे असावी लागतात. राष्ट्रही त्याप्रमाणे हाताच्या बोटावर मोजता येण्याइतक्या महात्म्यांच्या बळावर आपल्या पायांवर उभे राहू शकत नाही. हॅमडन, पिट व क्रॉमवेल यांच्याप्रमाणे– टिळक, गांधी, सावरकर आपल्याकडेही झाले; पण त्यांच्या अनुयायांचे अवतार मात्र आपल्या समाजात होत नाहीत.

२. पळत्या ढगातील वीज

लॉर्ड सिंह यांनी आपल्या गुहेतून सायमनवरील हरताळ हा पळता ढग आहे, अशी शापवाणी प्रगट केली आहे. हरताळ हा बहिष्काराचा कळस नसून पाया आहे असे हिंदी जनतेने जर सिद्ध केले, तरच तिला सिंहाचे दात त्याच्याच घशात घालता येतील. सिंहांना राष्ट्रीय हरताळ म्हणजे अळवावरचे पाणी वाटत आहे; पण परदेशी कपड्यांवरील बहिष्कार पूर्णतेला नेण्याचा पुढारी जर प्रयत्न करतील, तर या अळवाची खाज सिंहाच्या उत्साहभंग करणाऱ्या तोंडाला चांगलीच समजेल. सरकारी

कमिशनाप्रमाणे जनतेनेही एक कमिशन काढले पाहिजे. या कमिशनचे अध्यक्ष मि. बॉयकॉट हे असावेत. या कमिशनचा सभासद होण्याचा हक्क स्वदेशी कपडा वापरणाऱ्या प्रत्येक मनुष्याला मिळू शकेल. सायमनसाहेब साक्षीचे व माहितीचे कागद घेऊन इंग्लंडच्या किनाऱ्यावर उतरतील, त्या वेळी लँकशायरच्या गिरणीवाल्यांची ओरड त्यांच्या कानठळ्या बसवील इतके परदेशी कापडावरील बहिष्काराचे स्वरूप उग्र होऊ शकेल. पळत्या ढगातही वीज असू शकते हे सिंहसाहेबांना हिंदी जनता या वेळी दाखवील, अशी आम्हाला आशा आहे.

३. विवाह कर

इटलीच्या सरकारने २५ ते ३५ वर्षांच्या दरम्यान असलेल्या अविवाहित तरुणांवर दरसाल ५ रु. आणि ३५ ते ४५ यांच्या दरम्यानच लग्न न करणाऱ्या पुरुषांवर सालीना ८ रु. कर बसविला आहे. हिंदुस्थानात हा नियम लागू केला, तर करांचे उत्पन्न बहुधा शून्याच्याच आसपास हे जरी खरे असले, तरी लवकरच बेकारीप्रमाणे विवाहविरोध हाही युवकांच्या जिव्हाळ्याचा प्रश्न होईल की काय, अशी भीती आमच्याही समाजाला वाटू लागली आहे. भीष्माचार्य, शुक्राचार्य व रामदास यांच्या पावलांवर पाऊल टाकणाऱ्यांचा मार्ग पायात लग्नाची बेडी अडकवून कुणीही खुंटविणार नाही. पण असले शुक्रचार्य विवाहाविरुद्ध पोपटपंची करणाऱ्या अपक्व पंडितांत कितीसे आढळतात? बालविवाहाप्रमाणे वृद्धविवाहही सामाजिकदृष्ट्या केव्हाही अनिष्टच असतात. आपल्याकडे वाढत्या बेकारीबरोबर अविवाहित युवकांची संख्या निःसंशय वाढत असल्यामुळे समाजाने इटलीतील 'करग्रहणा'चा विचार करणे अनुचित होणार नाही.

४. मदर इंडिया

मिस मेयोच्या 'मदर इंडिया'चे नाटकात रूपांतर होत असून सदरहू तमाशेवजा नाटक अमेरिकन रंगभूमीवर येणार आहे. हिंदी स्त्रियांचे कटू अनुभव अमेरिकन लोकांना दाखविण्यासाठी हा उपद्व्याप करण्यात येत आहे, असे म्हणतात. अमेरिकन लोक निग्रोंचा छळ कसा करतात व वांग्याप्रमाणे भाजण्यासोलण्यात कसे पटाईत असतात (खात नाहीत हे भाग्यच! त्या निग्रोंचे मात्र नव्हे. वाचणारांचे!) याचे एखादे नाटक उत्तरादाखल लिहिले जाईलच.

२१ फेब्रुवारी, १९२८

१. प्लँचेटचे थोतांड

रेडिओमुळे मुंबईचे गाणे बेळगावात बसून ऐकणे जसे शक्य झाले आहे, तसे इहलोकी राहूनच परलोकाच्या बित्तंबातम्या प्लँचेटच्या द्वारे कळविण्याची व्यवस्थाही ऋषी करणार, असा संभव दिसत आहे. मेल्याशिवाय स्वर्ग दिसत नसला, तरी स्वर्गातील गोष्टी ऐकू येणे हा काही मनुष्याच्या बुद्धिमत्तेचा लहानसहान विजय नाही. लहान मुलांच्या हास्याचे कारण त्याला दिसणारा स्वर्ग व त्याला ऐकू येणाऱ्या स्वर्गातील गोष्टी, असे कवी म्हणतात. हे बालहास्य प्लँचेटच्या साहाय्याने आता सर्वांना सुलभ होणार. श्राद्धपक्षांवर ज्यांचा विश्वास नसेल, त्यांनी एक प्लँचेट खेरदी करावी व मृत आप्तेष्टांच्या खाण्यापिण्याची चौकशी करावी. दहाव्या दिवशी पिंडाला कावळा शिवत नसला म्हणजे मृताचे आप्तेष्ट हताश होऊन बसतात; त्यांनीही उत्तरक्रियेच्या सामानाबरोबर एक प्लँचेट पैदा करावी. म्हणजे, दर्भाचा कावळा करण्याचा प्रसंग त्यांच्यावर येणार नाही.

२. सद्‌गती

नदीचे मूळ न् प्लँचेटचे खूळ कुणी शोधू नये, हेच खरे. शोधू लागले की, सायमनच्या आगमनानिमित्त स्वर्गात हरताळ पाळण्यात आला, असे शोध लागायचे. त्या दिवशी जो पाऊस सर्वत्र पडला, तो या हरताळाच्या सभेत झालेल्या मारामारीचे रक्तच (स्वर्गातील प्राण्याचे रक्त पांढरेशुभ्र असायला हरकत नाही. या बाबतीत शंका असल्यास प्लँचेटपंडित ऋषी सुभद्राबाईंना बोलावून तिचे निरसन करतील.) असावे. स्वर्गातल्या या हरताळाची बातमी अमरावतीतील 'ऐरावत' साप्ताहिकात अगर अमरावती टाइम्समध्ये सविस्तर आलीच असेल! रा. ऋषी ते अंक मिळवितील तर फार बरे होईल. फलज्योतिष, शकुन देवदेवस्की ही दुबळा देववाद निर्माण करणारी

मंडळी कमी होती म्हणून ऋषींनी हे प्लँचेट प्रकरण उपस्थित केले की काय? मरणोत्तर आत्म्याला जी गती मिळावयाला पाहिजे, ती हरताळाच्या सभा (अगर तळिराम असल्यास आर्यमदिरामंडळाच्या बैठकी) स्वर्गात भरवूनच मिळणार काय?

३. नाहक आणि नाच

राजकीय व सामाजिक गोष्टींचे भोपटकरी भरीत तयार करण्याचे कामी 'भाला'कार सुगरण आहेत, हे सर्वांना माहीत झालेच आहे. 'नाटक की फाटक'. 'कादंबरी की दिगंबरी' वगैरे अग्रलेख अद्याप त्यांनी लिहिले नसल्यामुळे, मराठी वाङ्मय त्यांच्या तडाख्यातून बचावले आहे असा आमचा समज होता; पण या अस्पृष्ट प्रांतावरही त्यांनी नुकतीच स्वारी केली आहे! 'संशयकल्लोळ' नाटकाचे पाच अंकांऐवजी चार अंक करावे, रेवतीच्या दिवाणखान्यात नाच ठेवावा व फाल्गुनरावांचा नोकर भादव्या याला भादवीची जोड द्यावी, अशा त्यांची सूचना आहेत. देवल भाग्यवान म्हणूनच मृत्यूच्या द्वाराने का होईना, भोपटकरांच्या तडाख्यातून सुटले! नाटकात जलशाचा नुसता उल्लेख असताना तो साग्रसंगीत करून 'ना मारो पिचकारी'च्या जोरावर नाटकात रंग व कंपनीच्या पेटीत पैसे भरण्याची युक्ती कित्येक मंडळांनी काढलीच आहे. 'भाला'कार म्हणतात, नुसते गाणे असून काय उपयोग? थोडे नाचाल तर बरे होईल. संशयाच्या जाळ्यात सापडून नाटकात सर्व पात्रे जी नाचानाच करतात, तेवढ्याने 'भाला'कारांचे समाधान होत नाही असे दिसते.

४. नाचाचा हट्ट

नाचाचे बंड मराठी नाटकात इतके वाढले आहे व या नाचांनी नाट्यकला इतकी पायाखाली तुडवून टाकली आहे, की नाटकमंडळींनी नाचाचा हट्ट धरूच नये अशी इच्छा असेल, तर नाटककाराने नाटकातील सर्व पात्रे पांगळीच कल्पिली पाहिजेत अशी पाळी आली आहे! देवलांनी शारदा नाटक पूर्वी लिहिले म्हणून बरे; नाहीतर श्रीमंतांच्या महालात, लग्नाच्या प्रवेशात अगर ते साधले नसले तर शेवटी शंकराचार्यांच्या समोर तरी नाच घालण्याची सूचना कलाप्रिय भालाकारांनी केली असती!

५. विनोद व हास्यनिष्पत्ती

भादव्याच्या जोडीला भादवी देण्याची त्यांची सूचना सध्याच्या लग्नाच्या मोसमाला धरूनच आहे. या 'भादवी'मुळे हास्यरस कसा काय पिकेल याच आम्हाला मुळीच कल्पन होत नाही. संशयकल्लोळात भादव्या व फाल्गुनराव यांच्या प्रवेशात जी हास्यनिष्पत्ती होते, त्याचे मूळ फाल्गुनरावाच्या अकारण संशयी स्वभावात आहे. भादव्याचा स्वभाव हास्यकारक नसून कृत्तिका व फाल्गुनराव या संशयी जोडप्यामध्ये त्यांच्या सरळमार्गी मनाची जी त्रेधा उडते, तीच विनोदाचा परिपोष करते. पुरुषाला बायकोची जोड दिली, की विनोदाला सुरुवात होते हा हिंदुसमाजाचा अनुभव असेल; पण नाटकातील मानवीसमाजाला तो लागू पडणार नाही. महाराष्ट्र नाट्यकलेचे भाग्य थोर म्हणून भोपटकरांनी रेवतीची म्हातारी आई 'मघा' हिला एखाद्या मघीची (मघी हे रूप मघाविरुद्ध अर्थात पुरुषवाचक मानावयाचे– 'यथा भादव्या-भादवी' इति श्री. भालाकारा:) जोड देण्याची सूचना केली नाही!

२८ फेब्रुवारी, १९२८

१. आक्षेपांना ऊत

अकोल्याच्या ब्राह्मण परिषदेविरुद्ध 'भाला'कार होतेच. ती परिषद यशस्वी रीतीने पार पडल्यामुळे त्यांच्या आक्षेपांना आता ऊत आलेला आहे. 'धार्मिकदृष्ट्या चारी वर्ण अथवा जाती (वर्ण व जाती एकच काय?) समसमान नाहीत' असे भालाकारांचे म्हणणे आहे. समतेची घोषणा करणाऱ्या लोकांना त्यांनी 'समसमानी' ही पदवी बहाल केली आहे. या विषमाविषमी विद्वानांना आमचा एवढाच प्रश्न आहे की, ते वर्ण अगर जाती चारच का मानतात? विषमतेचे तत्त्व म्हणजे, पिसाळलेल्या कुत्र्याचे विष असते. 'भाला'कारांनी त्याचा एवढा स्वीकार केला म्हणजे, वर्णाच्या वरच्या गाभ्यापाशी जे थांबेल असं थोडंच आहे. वर्णातून जातीत व जातीतून पोटजातीत ते पसरतच जातातच. धार्मिक समता मान्य करावयाला 'भाला'कार दोन कारणांमुळे भितात. पहिले सहभोजन व दुसरे सहविवाह.

२. समता, संघटन व विवाह

या त्यांच्या भीतीच्या भुतांना 'पुरुषार्थ'कारांनी मापाच्या अंकात ब्रह्मगाठ दाखविली आहे. ते म्हणतात, 'केवळ समता किंवा समान योग्यता मानली म्हणजे एकदम रोटीव्यवहार किंवा बेटीव्यवहार होतोच असे नाही. एका कुटुंबातल्या सर्व माणसांची योग्यता समान असते; पण त्यात बेटीव्यवहार झाल्याचे एकही उदाहरण दाखवता येणार नाही.' पुरुषार्थकारांचे म्हणणे व्यवहारतः खरे असले, तरी त्यांनी दिलेले उदाहरण मात्र हास्यास्पद आहे. एका कुटुंबात लग्न न होण्याची गोत्रादि कारणे अनेक आहेत. आतेभाऊ व मामेबहीण यांचे लग्न व्हावे अशी जी स्वाभाविक इच्छा अनेकदा व्यवहारात दिसते, त्याचे कारण कुटुंबातील एकरूपता हेच असत नाही काय? आमच्या मते 'भाला'कार व पुरुषार्थकार या दोघांनीही दोन टोके गाठली

आहेत. धार्मिक समतेचा ठराव कागदावर झाल्याबरोबर अस्पृश्य मुलगी ब्राह्मण मुलाला नाव घेऊन घास देत असल्याचा जो देखावा भालाकारांना दिसू लागतो, तो त्यांच्याच कल्पनेचा मानसपुत्र आहे. उलट, समतेच्या क्षेत्रावर येऊनही एका वर्णातील जीवनाशी दुसऱ्या वर्णातील जीवन संमत होणार नाही अशी पुरुषार्थकार जी ग्वाही देतात, तीही मनुष्यस्वभावाला सर्वस्वी धरून नाही. समता संघटन वाढवते; व संघटन प्रेमविवाहाला पोषक असते. या गोष्टींकडे समाजाने काणाडोळा करता कामा नये.

३. देवदासी प्रथा निंद्य

देवाला मुरळी अगर देवदासी म्हणून मुली वाहण्याची चाल कायद्याने बंद करण्याचे प्रयत्न हिंदुस्थानच्या सर्व भागांत होत असून, त्यांना कित्येक ठिकाणी यशही येत आहे. पतिव्रता स्त्रियांचे आगर म्हणून ज्या आर्यावर्ताचा लौकिक, त्यातच पातिव्रत्याचा धर्मसंमत खून करणारा हा प्रकार चालावा, ही अत्यंत निंद्य गोष्ट आहे. ही चाल कोणत्या कामलोलुप मेंदूतून बाहेर पडली असेल, ते कामदेवासच माहीत! पण भक्ताने ठेवलेल्या नैवेद्याला स्पर्शदेखील न करणारा देवदासींची अपेक्षा करील, हे संभवते तरी कसे? कित्येक ठिकाणी तर देवीलाच या देवदासी वाहिल्या जातात! मुलीला योग्य स्थळ मिळत नसेल, तर तिचे लग्न मुलीशी लावण्यापैकीच हा प्रकार!

४. हिंदुधर्माला झालेला महारोग

धर्माच्या पांघरुणाखाली असलेल्या नैतिविघातक गोष्टी समाज व सरकार यांनी यापुढे चालू देता कामा नये. केवळ पुराणांचे अगर राक्षसी रूढींचे आधार घेऊनच वागायचे म्हटले, तर धर्म व नळ यांचे अनुकरण म्हणून जुगाराचा पुरस्कार करावा लागेल. धर्म, नीती, समाज, अर्थशास्त्र इत्यादी सर्व दृष्टींनी देवदासींची चाल अत्यंत घातक आहे. ब्रह्मचारी मारुती, एकपत्नीव्रतस्थ रामचंद्र हा ज्या समाजाची परमपूज्य दैवते त्या समाजातल्या देवांना मानवी जनानखाना बाळगण्याची इच्छा उत्पन्न होणे शक्य तरी आहे काय? आपल्याला वाहिलेल्या दासीमुळे अनेक माणसे नीतिभ्रष्ट होत आहेत, हे पाहूनही देवांना आनंदच होत असेल काय? हिंदुधर्माला झालेला हा महारोग तत्काळ तीव्र उपायांनी दूर केला पाहिजे.

६ मार्च, १९२८

१. रूढी व अज्ञानाचा राक्षस

खानापूर तालुक्यातील खरवडे गावी झालेल्या एका विचित्र खुनाची हकिकत सातारच्या 'ऐक्य'पत्रात प्रसिद्ध झाली आहे. खुनाचे कारण आपल्याला देव घातला अशी खुनी इसमाची झालेली समजूत हे आहे. आपल्यावर घातलेल्या देवामुळेच मयताला देवाज्ञा झाली असे खुनी माणसाने सांगितले, तरी ते काही फारसे चूक होणार नाही. देवाची प्राप्ती व्हावी म्हणून साधुसंत हाडाची काडे करतात; पण सदरहू इसमाला 'देव मिळाला' म्हणूनच राग आला! देव घालणे वे घेणाऱ्या जर, अशा शक्य व सुलभ गोष्टी असतील तर सर्व राष्ट्रांतील मुख्य प्रधानाच्या जागी देव पाच नेमले जातील. 'यत्न तो देव जाणावा' हे समर्थांचे उज्ज्वल देवरूप कुठे व क्रोधप्रवृत्त करून, खून करायला लावणाऱ्या रूढी-राक्षसाने उत्पन्न केलेला व अज्ञानाने घातलेला हा देव कोठे?

२. जीवितलालसा व दयाबुद्धी

आत्मचरित्रात दुग्धत्याग करण्याचे तुटक कारण धार्मिक दृष्टी हेच होते, असे महात्माजी म्हणतात. गाई व म्हशी यांच्या ओटीत असलेल्या दुधाचा थेंबन्‌थेंब वसूल करण्यात गवळी निदर्य सावकारालाही लाजवितात व दूध पिणे म्हणजे त्या गरीब प्राण्याच्या छळाला अप्रत्यक्ष प्रोत्साहन देणे आहे; अशी विचारसरणी निर्दोष आहे. पण तिच्या कसावर जर आपले प्रत्येक खाद्य व पेय लावू लागलो, तर शाकाहारी मनुष्यालादेखील निराहारी व्हावे लागेल. आपण आवडीने जी फळे खातो व ज्याला सात्त्विकतम आहार म्हणतो, त्यातील रस त्या फळझाडाची मशागत करणाऱ्या दरिद्री मजुराचे रक्त आटूनच झालेला नसतो काय? धान्याकडे वळले की, नांगरणाऱ्या बैलांच्या पाठीवर उडणारे कोरडे डोळ्यांपुढे उभे राहतात,

हरतालिकेसारख्या कडक उपवासाला चालणाऱ्या साध्या शहाळ्याचा विचार केला तर कधीना कधीतरी त्यांच्या मुळांशी मत्स्यांची समाधी बांधलेली आढळून येईल. अशा वेळी जीवितलालसा व दयाबुद्धी यांच्या कात्रीत सापडलेल्या मनुष्याला 'धर्मस्य तत्त्वं निहितं गुहायां' या वचनाची सत्यता मात्र पटते.

३. बारावे व बहिष्कार

गुजरातेतील धर्मराज गावी काही विद्यार्थ्यांनी 'बाराव्याप्रीत्यर्थ होणाऱ्या गाव जेवणावर बहिष्कार घातला व त्या दिवशी उपवास करून वडीलमाणसांना सत्याग्रहाची चुणूक दाखवविली.' बारशापासून बाराव्यापर्यंत हिंदुसमाजात जे सोळा संस्कार होतात, त्या प्रत्येकाची सांगता गावजेवणाशिवाय होत नाही. या गावजेवणामुळे गंभीर प्रसंगांना जत्रांचे स्वरूप येते व धार्मिक भावनांची चटणी होऊन वड्यांच्या राशीत ती लुप्तप्राय होते.' 'मिष्टान्नमितरे जन:'हे ह्या उधळ्या रूढीचे मुख्य सूत्र आहे. सामाजिक संबंधांच्या चक्रात सापडलेल्या प्रत्येक कुटुंबाला हे दिव्य करावेच लागते; मग बारसे अगर बारावे यांच्या खर्चाखाली मालकाचे बारा वाजले, तरी हरकत नाही. बुडत्या समाजाचा पाय खोलात घालविणाऱ्या असल्या चाली बंद पाडण्याचा धर्मराज येथील तरुणांप्रमाणे इतरांनीही अवश्य प्रयत्न केला पाहिजे.

४. ध्येयात्मक अहिंसावाद

गांधीजींच्या अहिंसेच्या तत्त्वाबद्दल नेहमी पूर्वोत्तर पक्ष होत असतात. दुसऱ्यावर हात टाकू नका याचा अर्थ आपला गाल पुढे करा, असा मुळीच होत नाही, हे त्यांच्या विरोधकांनी विसरू नये. वाघ पाहताच, गर्भगळित होऊन कडेवरील मुलाला तिथेच टाकून पळून जाणाऱ्या मनुष्याने अहिंसा साधली नसून भ्याड हिंसाच केलेली असते. वाघाशी वाटेल त्या रीतीने झुंज खेळणारा मनुष्यच अशा उदाहरणांपेक्षा अधिक वंद्य होय. गांधीजींचा ध्येयात्मक अहिंसावाद मात्र काळीपेक्षा नेत्रकटाक्षानेच मनगटापेक्षा हृदयानेच वाघाला वठणीवर आणू इच्छितो. व्यवहार हे ऋषिव्रत नव्हे असे ज्यांना वाटते, त्यांना गांधी पाठीऐवजी हात दाखविण्याचाच उपदेश नि:संशय करतील.

१३ मार्च, १९२८

१. अंतःकरणाचा दृढीभाजक

गेल्या महिन्यात मुंबईला जी महाराष्ट्र तरुण परिषद झाली, तिचे कवित्व अद्यापि सर्व वर्तमानपत्रांच्या उपयोगी पडत आहे. तिच्यात झालेला घटस्फोटाचा ठराव कित्येकांना बॉम्बच्या स्फोटासारखा भयप्रद वाटला. उलट, कित्येकांना मिश्रविवाहाच्या ठरावामुळे हिंदू-मुसलमानांचे चिरंतन ऐक्य झाल्याइतका आनंद झाला. महाराष्ट्रातल्या तरुणांनी आपल्याला वकीलपत्र दिले आहे, अशी या परिषदेतील आबालवृद्धांनी आपली समजूत करून घेतली असेल. पण नांगरापासून लेखणी व चाबकापासून अधिकारसूत्रे धारण करणाऱ्या सर्व महाराष्ट्रीय तरुणांच्या अंतःकरणाचा दृढीभाजक त्यांनी कोणत्या रीतीने काढला असेल, हे इतरेजनांना कसे कळणार? आईबापांची मते मोडून, हुंड्यावर लाथ मारावयाला ज्या समाजातील तरुणांचे पाऊल पुढे पडत नाही, बालविधवेच्या कपाळाला लागलेला हात दूर करण्यासाठी ज्यांच्या हाताचे बोट हालत नाही, असल्या पोपटांनी अगर त्यांतल्याच काकाकाऊंनी घटस्फोटाच्या गोष्टी कशाला बोलाव्या? वारुळाला भिणारा ज्वालामुखीत उडी टाकू शकेल काय? 'बालिश बहु बायकांत बडबडला' यापेक्षा असल्या ठरावांचा अधिक उपयोग होणे शक्य नाही.

२. मिस मिलर

मिलर तुकोजीरावांच्या प्रकरणाला थोडेसे शाकुंतल नाटकाचे रूप आलेच होते. अमेरिकेतील तपोवनात या आधुनिक दुष्यतांनी मिलर पाहिली; 'संता हि संदेह पदेषु यस्तुष्यु प्रमाणमन्तःकरणप्रवृत्तयः' हा न्याय स्वतःला लावून घेऊन, तिचे पाणिग्रहण करण्याचा निश्चय केला; सिलोनमध्ये येताच 'अभिनयमधुलोलुप हे मधुकरा अशी' या चरणांनी पूर्वीच्या महाराण्यांनी केलेली रूपकगमे निर्भर्त्सनाही या राजेबहाद्दरांनी

सोसली. शाकुंतलाशी इतके साम्य जमल्यानंतर या प्रकरणात एखादा कण्व ऋषी पाहिजेच होता. ते काम जनस्थान शंकराचार्य डॉ. कुर्तकोटी यांनी स्वत:च्या अंगावर घेतले. मग कालिदासाच्या नाटकाप्रमाणे, हे लग्नाचे नाटक लोकप्रिय झाले यात नवल काय?

३. शुद्धीकरण

मिस मिलर हिंदुधर्म का स्वीकारीत आहे हे कुर्तकोटींना माहीत नसते, तर त्यांनी गौरकायतरुणी-शुद्धीकरण-दीक्षिताची पत्करलेलीही भूमिका त्यांना शोभली असती. आजचे मिलरचे शुद्धीकरण म्हणजे हिंदुधर्माची द्वाही नसून अन्यायाची ग्वाही आहे. पहिली बायको कितीही पतिनिष्ठ असली, तरी नवऱ्याला तिच्याशी बेइमान होण्याचा हा धर्माने दिलेला परवाना आहे. अशुद्ध गोष्टींचा प्रसार वाढविण्याकरताच जर शुद्धीकरणे होऊ लागली तर समंजस जनतेला 'भीक नको, पण कुत्रा आवर', असेच म्हणण्याची पाळी येईल. अस्पृश्यांच्या मेळ्याने ब्राह्मण सभेत कुठपर्यंत यावे हे ठरविण्यासाठी जे विचारात पडतात, त्यांनीच मिलरला चतुर्भुज करण्याकरता हिंदू बनविण्याला एका पायावर तयार व्हावे ही केवढी दु:खाची गोष्ट आहे! डॉ. कुर्तकोटी यांना आम्ही एक नवीन शुद्धीकरण सुचवितो. त्यांनी सर्व अस्पृश्यांना ब्राह्मण करण्याचा एक विधी शोधून काढावा. ख्रिश्चन मनुष्याला हिंदू होण्यासाठी जेवढा धूर खावा लागत असेल, त्याच्या निम्म्या धुरातच हे काम होऊन जाईल.

४. बहुपत्नीकत्व

नाशिक आणि मिलरचे शुद्धीकरण! ज्या जनस्थानाने सीतारामांचे निर्मळ प्रेम पाहिले, त्यानेच आज दोन विवाहित स्त्रियांच्या अश्रूंच्या अक्षता स्वीकारून तिसरीला माळ घालणाऱ्या मनुष्याचे अभिनंदन करावे काय? पंचवटीत राम आहे असे म्हणतात; पण पंचवटीत राम असता, तर रावणशाहीला शोभणाऱ्या या गोष्टी तेथे होऊच शकल्या नसत्या! 'बहुपत्नीकत्व' हा हिंदुधर्मावरला मोठा कलंक आहे. या कलंकाची यथार्थ कल्पना असल्यामुळेच प्रभु रामचंद्राने यज्ञाच्या वेळी सीतेची सोन्याची पुतळी केली; एखाद्या मिलरला शुद्ध करून घेण्याचा प्रयत्न केला नाही. पण डॉ. कुर्तकोटींना याचे काय होय? इतर गोष्टींबरोबर त्यांनी या सामान्य ज्ञानाचाही संन्यास घेतला असेल!

२० मार्च, १९२८

१. सहभोजन विरोध

सुभाषितप्रचुर लेखन करणारे वाग्देवीकंठमणी कुठल्याही देशात हाताच्या बोटांवर मोजण्याइतके तरी असतात; पण कुभाषितकुशल लेखकाविषयी मात्र 'अनामिका सार्थवती बभूव' असेच उद्‌गार काढण्याची पाळी येते. उदाहरणार्थ, 'भाला'कार भोपटकारांचा प्रत्येक अंक पाहावा. तो गर्जतात, 'सहभोजने सुरू झाली की त्यांचं पर्यवसान ससेभोजनात झालेच म्हणून समजावे.' स ला स मिळाल्यावर मग भालाकारांनी सशाची शिकार करू नये तर काय करावे. ता म्हटले, की ताकभात ओळखणाऱ्या भोजनभाऊंचे वरील सुभाषितात भालाकारांनी उत्कृष्ट अनुकरण केले आहे. 'सहविवाहांचे पर्यवसान सरडेविवाहात व्हायचे' असेही उद्‌गार काढावयाला ते कचरणार नाहीत. 'प्रसाद पाटवड्या पचवाव्या! लोकमान्य धर्म वाढवावा॥' हा ज्या लेखनबहाद्दराचा बाणा त्याने सहभोजनाविरुद्ध मत द्यावे, हे विलक्षण नाही काय?

२. 'भाला'कारांची बडबड

'धार्मिक व सामाजिक बाबतींत इष्ट सुधारणा घडवून आणण्याचा हक्क फक्त पन्नाशी उलटलेल्या वृद्धांनाच आहे,' हा भालाकारांच्या स्मृतीतील पुढील नियम आहे. 'पन्नाशीची झुळूक लागली, बाईल दुसरी करू नको' हा कोदंडाचा उपदेश लक्षात घेता, भालाकारांचे म्हणणे अंशत: खरे आहे असे म्हणावयाला हरकत नाही. पण राजकीय क्षेत्रात ज्यांनी स्वच्छंद धुमाकूळ घालावा असे भालाकारांना वाटते, त्यांनाच सामाजिक व धार्मिक बाबतींत पायबंद घालण्याचा त्यांचा बूट हास्यास्पद नाही काय? तारुण्यात विचारांपेक्षा विकारांचे प्राबल्य जास्ती असते असे वाटत असेल, तर तरुणांना सर्व द्वारे बंद करा; ते इष्ट नसले तरी सुसंगत होईल. पण

अन्यायाने ज्याचे रक्त तापते अशा तरुणांऐवजी ज्यांचे रक्त गोठून गेले आहे अशा वृद्धांवर भालाकार सामाजिक बाबतींचा विचार सोपविणार! वृद्धांची नन्ना म्हणणारी मान सुधारणेला होकार कशी देणार? तोंडाचे बोळके झालेले वृद्धवीर धार्मिक जुलमाविरुद्ध दातओठ कसे खाणार? गोठ्यातल्या कुत्र्यामध्ये शिकारी कुत्र्याचे शौर्य कुठून दिसणार?

३. साठी बुद्धी नाठी

वार्धक्य हा 'हरीहरी' म्हणत बसण्याचा काळ आहे. म्हणून भालाकार त्याची धर्माशी कदाचित सांगड घालत असतील; पण धार्मिक व सामाजिक सुधारणांनाही 'हरहर' असा वीरघोष करणारे लोक लागतात, हे त्यांनी विसरू नये. वृद्धाच्या उक्ती चांगल्या असतील; पण सुधारणा ही कृती आहे. ती केवळ बोलाची कढी असती तर वृद्धांना सहज गिळता आली असती. पण ती सुळावरची पोळी आहे, प्रसंगी ती हृदयाच्या रक्तात भिजवून खावी लागते. 'कृतांत कटकामल ध्वज' दिसू लागलेल्या डोळ्यांना सुधारणेचे निशाण दिसणेच शक्य नाही. स्टेशन जवळ आल्यामुळे आगगाडीचा वेग जसा कमी होतो, तसा जीविताच्या अंताकडे जाणाऱ्या वृद्धांच्या विचारांची गतीही खुंटत असते.

४. 'भाला'कारांची मुक्ताफळे

भालाकरांचे खालील मुक्ताफळही त्यांच्या इतर वचनरत्नांना शोभण्यासारखे आहे – 'जातिसंस्था यावश्चंद्रदिवाकरौ टीकाकार हे गृहीत धरूनच तरुणांनी कोणती ती चळवळ करावी.' भालाकारांना चंद्रसूर्य असेपर्यंत काय काय गोष्टी होणार आहेत याचे ज्ञान आहे, याबद्दल त्यांचे अभिनंदन करावे तितके थोडेच होईल. चंद्रसूर्याशी जातीचा काय संबंध आहे हे समंजसपणाने ज्यांना अर्धचंद्र दिलेला नाही, अशा लोकांना समजणे फार कठीण आहे. जातिसंस्थेप्रमाणे राजसंस्थेविषयीही लोकांची अशीच समजूत होती; पण आकाशात सूर्यचंद्र प्रकाशत असतानाच फ्रान्ससारख्या देशातून राज्यपदाचा अस्त झाला. जातिसंस्थेकडे आपल्या विचार कूपातून बाहेर येऊन भालाकार पाहतील, तर त्यांचा हा जुना वाडा आजच मोडकळीला आला आहे, असे त्यांचे त्यांनाच दिसून येईल.

५. जातिसंस्थेला सुरुंग

सुधारणेने जातिसंस्थेचा बालेकिल्ला अद्याप सर केला नसला, तरी तिच्या तटाला खिंडारे पाडली आहेत व गुप्त भुयारातून तो या किल्ल्यात आपले एकसारखे अनुयायी नेत आहे. ज्यांना ब्राह्मण म्हणून भालाकार ज्यांच्याशी सहभोजन आणि सहविवाह करावयाला तयार आहेत, त्यांच्यापैकी प्रत्येकाच्या प्रत्येक क्षणाचा इतिहास त्यांना माहीत आहे काय? कुणाच्याही पंक्तीला बसण्यापूर्वी ही सर्व चौकशी करावयाची भालाकारांची इच्छा असेल, तर त्यांना चित्रगुप्ताच्या जमाखर्चाखेरीज अन्यत्र बिनचूक माहिती मिळणे शक्य नाही. एखाद्या साखळीच्या दुव्याप्रमाणे समाजातील माणसांची स्थिती असते. सर्व साखळी नवविचारांच्या प्रवाहात वाहून जात असतानाही भालाकार म्हणतात, 'अहो मी कोरडा आहे.'

६. 'भाला'कारांचा सल्ला

लोकमान्य भोजनाच्या उपक्रमावरून भालाकार खादीला अनुकूल आहेत असा पुष्कळांचा समज होण्याचा संभव आहे. पण याही बाबतीत त्यांचे स्वतंत्र मत आहेच. ते म्हणतात, ''खादीची चळवळ यशस्वी होणार नाही, कारण खादी लोकांना पटत नाही.'' लोक म्हणजे 'भाला'कार! 'अहं ब्राह्मस्मि' या तत्त्वाचे केवढे हे प्रत्यक्ष उदाहरण! कुणाला पटत नाही, का पटत नाही वगैरे प्रश्नांची उत्तरे वरील वाक्याखाली मिळतील अशी जर कुणाची अपेक्षा असेल, तर ती व्यर्थ आहे. गिरणीचे सूत व हाताची वीण असला कपडा लोकांनी वापरावा व हे जर लोकांच्या हातून होत नसेल, तर त्यांनी कपाळाला हात लावून स्तब्ध बसावे, असा 'भाला'कारांचा सल्ला आहे. अवघ्या अर्ध्या आण्यात दिलेला हा सल्ला एखाद्या भागुबाईला शोभेल; 'भाला'कारांना नाही. त्यापेक्षा 'वेदांत ज्याला सोमरस म्हणत असतात ते दूध' (संशयकल्लोळ नाटकाप्रमाणे भालाकारांनी वेदावरही स्वारी केलेली दिसते) पिण्याचा त्यांनी सल्ला दिला असता, तर फार बरे झाले असते.

२७ मार्च, १९२८

✧

१. शंकराचार्यांची गुणैकदृष्टी?

मिस मिलरच्या शुद्धीकरणाच्या बाबतीत कुर्तकोटी स्वामींनी दिलेला एक दाखला फार गमतीचा आहे. ते म्हणतात, रोग्याचा रोग बरा करणे हे वैद्याचे काम; तो रोगी खुनी आहे व दुसऱ्याचा खून करू इच्छितो हे पाहण्याची वैद्याला जरूर नाही. हाच न्याय थंडीने कुडकुडलेल्या सापाला लावून एका अडाणी शेतकऱ्याने शेगावीजवळ आणले व दूध पाजून त्याच्यात जीव आणला. पण दूध पाजा नाहीतर अमृत पाजा, साप तो साप. हाच अनुभव त्याला आला. घरात प्रवेश करून घेण्याकरता एखाद्या चोराने साधूचे सोंग घेतले तर कुर्तकोटी व तत्सम तर्कशास्त्री म्हणणार, 'त्याला नि:संशय उपरती झाली आहे; तिजोरीच्या किल्ल्या त्याच्या स्वाधीन करायला काय हरकत आहे?' मिलरमुळे उत्पन्न झालेली व धर्मराजाला शोभणारी ही गुणैकदृष्टी कुर्तकोटीमध्ये अशीच अखंड टिको म्हणजे झाले!

२. दारूचे दुष्परिणाम

मेरी कॅरिलीच्या (Holy orders) या कादंबरीत दारूचे दुष्पपरिणाम दाखविले आहेत. त्यातील दारूबाज मजुराने आपल्या बायकोचा खून केला असतानादेखील गावचा धर्माधिकारी (Parsoq) त्या खुनाची जबाबदारी सर्वस्वी त्याच्याकडे येत नाही असे म्हणतो. भांडवलाच्या बळावर पैसे मिळविण्यासाठी जे दारूची दुकाने चालवितात व गोरगरिबांना दारूची चटक लावतात, त्यांच्याच कपाळी असल्या पापाचे खापर फोडले पाहिजे, असे त्याचे प्रामाणिक मत आहे. हीच विचारसरणी आणखी थोडीशी पुढे नेली, म्हणजे जे सरकार दारूची दुकाने घालू देते, तेच या अत्याचाराबद्दल दोषी ठरत नाही काय? खुनाला पोषक असा दारूबाजपणा जे सरकार निर्माण करते व वाढविते, तेच खुनाबद्दल त्या मनुष्याला फाशीची शिक्षाही फर्मावते!

३ एप्रिल, १९२८

१. कोरडे कागदी वाद

'आरंभशूराः खल्ल दाक्षिणात्याः' ही म्हण बदलून ती 'आरंभशूराः खलु भारतीयाः' अशी करण्याची पाळी आली आहे. सायमन कमिशन आले रे आले म्हणून जी ओरड झाली, तिचे पर्यवसान ब्रिटिश मालावर बहिष्कार घालण्यात व्हायला पाहिजे होते. पण कोरड्या कागदी वादविवादापलीकडे या प्रश्नाची गती अद्याप गेलेली दिसत नाही. कदाचित, सवाई हॅम्लेट असणारे आमचे पुढारी या प्रश्नाचा अद्याप काळजीपूर्वक विचार करीत असतील व आता कमिशन निघून गेल्यावरच त्यांचा काय तो ठाम विचार होईल. स्वराज्यदेवता असल्या बोलाच्या भाताच्या आहुतींनी प्रसन्न होणे शक्य आहे काय?

२. प्रतिभेची भरारी

महाराष्ट्र दरिद्री ही गोष्ट जगप्रसिद्धच आहे. हे त्याचे दारिद्र्य त्याच्या कवींना काव्यविषयांच्या बाबतीतदेखील नडू लागले आहे. अलीकडे तर कित्येक कवींनी आपल्या पोराबाळांवरच कविता करून 'वत्सल' रसाचे नवीन पद्धतीचे घुटके लोकांना पाजायला सुरुवात केली आहे. अशाच एका अलीकडील कवितेत मुलाला 'रामदास हो अगर राज्य कर' असा आशीर्वादही त्याच्या महिलांनी देऊन ठेविला आहे. त्याला रामदास करण्याची तयारी मात्र त्याच्या पायात बूट व अंगात परदेशी कपडे घालूनच त्यांनी चालविली आहे! आहे की नाही प्रतिभेची भरारी?

३. नकली सऱ्या व दोऱ्या

दादरला एक समाजसमता संघ स्थापन झाला असून, त्याने १००० अस्पृश्यांचे उपनयन करून त्यांना जानवी घातली म्हणून 'भाला'कार गरम झाले आहेत. या

जानव्यांनीदेखील त्यांचे ब्राह्मणसमाजाशी निदान पुढील एकवीस पिढ्यात तरी सूत जमणे शक्य नाही, असे भविष्यही 'भाला'कारांनी वर्तविले आहे. भालाकार आपल्याच पिढीला ज्या ब्राह्मणांशी सहभोजन करावयाला तयार आहेत, त्यांच्यापैकी कितीकांच्या गळ्यांत जानवे असते हे त्यांचे कपडे धुणाऱ्या परिटाला माहीत. सद्यःस्थितीचा हत्ती आंधळ्याप्रमाणे चाचपून 'भाला'कार त्याच्या स्वरूपाचे जे वर्णन करीत आहेत, ते लोकांना पटते, असेच त्यांना वाटते काय? एकाची सरी पाहून दुसऱ्याने गळ्यात दोरी बांधण्यात मतलब नसतो हे खरे; पण ती पहिली सरी तरी सोन्याची कुठे उरली आहे? असल्या नकली सऱ्या व दोऱ्या या दोन्हींची योग्यता सारखीच!

४. मठांचा उच्छेद

आठव्या हेन्रीने मठांचा उच्छेद करून इतिहासात आपले नाव अमर करून ठेविले आहे; तेव्हा तोडीला तोड म्हणूनच की काय, श्रीमंत सांगलीकरांनीही सांगलीचा मठ– उन्हाळ्यात गरीब, होतकरू विद्यार्थ्यांना एक वेळ जेवायला घालणारे तात्पुरते अन्नछत्र– बंद केला आहे. हजारो होतकरू विद्यार्थ्यांच्या अन्नासाठी तळमळणाऱ्या अंतरात्म्यांची त्यांना पर्वा वाटली नाही. उलट, लॉटसाहेबांची पायधूळ सांगलीला लागावी म्हणून त्यांनी पाण्यासारखा पैसा खर्च केला व तो पाण्यातच गेला. संस्थानिकांच्या हातून नव्या नव्या सुधारणा होणे लांबच राहिले. उलट, दातृत्वदर्शक अशा जुन्या गोष्टीवर मात्र घाव घालण्यात येत आहे. दात कोरून कधी कुणाचे पोट भरले नाही, हे या बाबतीत सांगलीकरांच्या लक्षात येईल काय?

५. शिक्षक-विद्यार्थी संबंध

'भाला'कारांच्या इतर मतांवरून ते छडीचे बडे पुरस्कर्ते असतील असे वाटण्याचा संभव आहे. छडीचा अंगावर जितका संस्कार जास्त तितका विद्येचा मनावर होतो असे मानणारे काष्ठपंडित जुन्या पिढीत बरेच असतात. पण आनंदाची गोष्ट ही की, 'भाला'कारांनी शक्य तो छडीवरच बहिष्कार घालण्याच्या मतालाच पाठिंबा दिला आहे. माराने शरीर वाळते; मन वळत नाही. ही गोष्ट प्रत्येक शिक्षकाने मनात वागविलीच पाहिजे. पूर्वकाळीच्या चिंचू घोडी वगैरे प्राणिछापाच्या विषारी शिक्षा जरी सध्या हद्दपार होण्याच्या पंथाला लागल्या असल्या, तरी अद्यापि प्रीतीपेक्षा भीतीवरच शिक्षकांची बहुधा भिस्त असते. पगारी राखण्या व गुरे असा शिक्षक विद्यार्थ्यांचा संबंध नसून तो श्रीकृष्ण व गोकुळातील गाई यांच्यासारखा आहे.

१० एप्रिल, १९२८

१. तरुणांच्या आत्महत्या

हिंदुस्थानातील अकाली मरणाऱ्या माणसांची संख्या थोडी आहे असे वाटूनच की काय, अनेक तरुणांनी आत्महत्या करण्याचा सपाटा सुरू केला आहे. इंग्रजी सहावी नापास झाल्याबद्दल नुकतीच एका विद्यार्थ्याने अफू खाल्ली! परीक्षेतल्या अपयशासारख्या सामान्य व सर्वसाधारण कारणाकरिता जीव देणे म्हणजे आपल्या जिवाची किंमत कमी लेखणे होय. अशा करणांसाठी आत्महत्या होऊ लागल्यास उद्या लॉटरीत बक्षीस न मिळाल्याबद्दल स्वत:च्या गळ्यावरून वस्तरा चालविणारा वस्ताद अगर आगगाडीत सामानाचे वजन होऊन, त्याच्याबद्दल अधिक आकार द्यावा लागल्यामुळे तिच्याच खाली चेंगरून जाणारा महात्मा दररोज दिसू लागले.

२. समरांगणातील पळपुटे

आत्महत्या करणारांच्या धैर्याचे पोवाडे गाणारेही मिळत नाही असे नाही. कुठल्यातरी शंकराचार्यांकडून असल्या लोकांना 'परलोकप्रवासपटू' अशी पदवीही मिळेल. नाही कोणी म्हणावे? संसारातील संकटांना तोंड देण्याऐवजी पाठ दाखविणाऱ्या या लोकांचे कौतुक करण्यात काही अर्थ नाही, असे आम्हास वाटते. वेडाच्या भरात कुणी घराला आग लावली, तर त्याला घरावर पाणी सोडल्याचे श्रेय देणे योग्य होईल काय? आततायी मनोवृत्तीची शूर म्हणून संभावना करणे म्हणजे, वणव्याला सूर्य मानणे होय. संसाराच्या समरांगणावरून शस्त्र टाकून पळून जाणाऱ्या माणसाचा मार्ग केव्हाही शौर्याचा असणे शक्यच नाही.

३. आत्महत्या करणारी माणसे

आत्महत्या करणारी माणसे नुसती भित्री नसतात; उलट निर्दयही असतात. स्वत:च्या जिवाचीच ज्यांना पर्वा नाही, ते मागे राहणाऱ्या प्रेमळ पत्नीची अगर आवडत्या आप्तेष्टांची थोडीच काळजी घेणार! आत्महत्या ही निसर्गाला व मनुष्यस्वभावाला सर्वथैव सोडून असल्यामुळे तिच्या वार्तेने लोक क्षणमात्र स्तंभित होतात खरे; पण कडकडणाऱ्या विजेने लोकांचे डोळे दिपवले, तरी पर्जन्यच जसा त्यांचे पोषण करतो, त्याप्रमाणे मरून संकटे चुकविणारांपेक्षा जगून संकटांना तोंड देणारेच जगाची खरी सेवा करतात.

४. स्वच्छतेचे महत्त्व

महात्मा गांधींनी आपल्या आत्मचरित्रात आगगाड्या, बोटी वगैरेंतील अभावरूपानेच दिसणाऱ्या स्वच्छपणाविषयी नुकतेच लिहिले आहे. कोकणच्या बोटीवरून प्रवास करणाऱ्यांना त्यांची टीका फार सौम्य आहे असे वाटल्यावाचून राहणार नाही. किळस हा शब्दच कित्येक प्रवाशांच्या कोशात नसतो. केळ्याच्या सालीपासून नाकातल्या खजिन्यापर्यंत सर्व गोष्टींची विल्हेवाट ते बसल्या बैठकीवरून करीत असतात. परद्रव्य वसनाप्रमाणे मानण्याचा साधुपदेश ते 'चक्षुर्वैसत्यम्' या न्यायाने सिद्ध करून दाखवायलाही मागेपुढे पाहत नाही. देवपणाखालोखाल स्वच्छपणाचा नंबर लागतो असे म्हणतात; पण रूढींच्या बालेकिल्ल्यात ताणून देणारांच्या कानांवर ते कुठून पडावे?

१२ जून, १९२८

१. आत्महत्येची अहमहमिका

आत्महत्येच्या बाबतीत अगदी अहमहमिका सुरू झाली आहे, असे दररोज प्रसिद्ध होणाऱ्या आत्महत्यांच्या बातम्यांवरून दिसते. इंग्रजी सहावीत नापास झाल्यामुळे अफू खाऊन जीव देणाऱ्याचा पहिला नंबर होता; पण मराठी पाचवीत नापास झाल्यामुळे गळफास लावून घेणारा चालू आठवड्यात उत्पन्न झाल्यामुळे ती गोष्ट मागे पडल्यासारखी झाली आहे. उद्या शाळेत जाताना पाटी फुटल्यामुळे एखाद्या विद्यार्थ्याने आपले डोके फोडून घेतले अगर शाई सांडल्याबद्दल विहिरीत उडी टाकली, तर त्यात फारसे आश्चर्य वाटण्याचे कारण नाही. संकटांना तोंड देण्याचे शौर्य हा एक आवश्यक सामाजिक सद्‌गुण आपल्यातून लोपत चालला आहे, याची साक्ष या आत्महत्या देत आहेत. दुसऱ्याच्या खुनाइतकेच स्वतःचा खून हेही मोठे पाप आहे, हे आमच्या तरुण पिढीच्या गळी जितक्या लवकर उतरेल, तितके बरे.

२. बंडखोरीची आवश्यकता

गेल्या शारदोपासक संमेलनात अनुच्चारित अनुस्वारांची मराठी भाषामंदिरातून हकालपट्टी करावी की नाही, याविषयी चर्चा झाली. टिळकचरित्रात ओसरी मिळाल्याबरोबर हातपाय पसरू लागणाऱ्या असल्या अनुस्वारांवर श्री. केळकरांनी बहिष्कार घातला आहे. त्या बाबतीत त्यांच्यावर बंडखोरीचा आरोप आल्यामुळे त्यांनी इतरांच्या बंडखोरपणाची यादी वाचून दाखविली; पण तसेच पाहिले तर बंडखोर ही पदवी भूषणदर्शकच आहे. गुलामगिरीपेक्षा बंडखोरी हजार पटींनी श्रेयस्कर असते. छत्रपती शिवाजींचे स्वराज्याचे प्रयत्न व आगरकरांचे सामाजिक सुधारणेचे प्रयत्न या दोन्हींवरही आरंभी बंडखोरपणाचाच छाप बसला होता! आज आपल्या समाजाला कसली आवश्यकता असेल, तर ती बंडखोरपणाची – म्हणजे विचारस्वातंत्र्याची व तदनुरूप कृतीचीच आहे.

३. अभ्यासक्रमाचा वाढता भार

मुंबई विश्वविद्यालयाच्या प्रवेशपरीक्षेचा अभ्यासक्रम व निकाल ही दोन्ही दिवसेंदिवस असमाधानकारक होऊ लागली आहेत. शास्त्रीय विषय, भूगोल वगैरे विषय सर्वांगपरिपूर्ण पद्धतीने शिकवणारे शिक्षक हाताच्या बोटावर मिळण्याची मारामार असता युनिव्हर्सिटी विद्यार्थ्यांच्या शिरावरील अभ्यासाचा भार वाढवीतच चालली आहे. घोकंपट्टीच्या जोरावर विद्यार्थी या विषयातून पार पडले म्हणून त्यांच्या ज्ञानात कसली भर पडणार आहे? पुढील एक-दोन वर्षांतच हे विषय पूर्वजमान्यातील गोष्टींप्रमाणे त्यांना आठवेनासे होतात. वाळूचे कण रगडून सुगंधी अत्तर मिळविण्याच्या या उद्योगात सामान्य मुले घालून तात्त्विक अगर व्यावहारिक कोणता फायदा पालकांच्या पदरात पडतो, हे त्यांचे त्यांनाच माहीत.

४. मनोवृत्ती बदलाची गरज

'खेड्याकडे चला' हा संदेश वक्त्यांच्या जिभांवर व वर्तमानपत्रांच्या रकान्यांत अनेक वेळा नृत्य करीत असलेला आढळतो; पण अद्यापिही सुशिक्षितांचा ओढा शहराकडेच आहे, असे म्हणणे खोटे ठरणार नाही. योग्य शिक्षक, लायक डॉक्टर, कर्तव्यनिष्ठ धर्मोपदेशक यांच्यामुळे अद्यापि अस्पष्ट असे केवढेतरी क्षेत्र आपल्या देशात आहे; पण कुणाला पर्शियन हॉटेलमधील चहा खेड्यात मिळणार नाही अशी भीती वाटते, कुणाला गंधर्वांचे नाटक चुकेल म्हणून तो मार्ग पत्करण्याचा धीर होत नाही, तर कुणाला चालत्याबोलत्या जनसद्रांत करावयाच्या कार्यापेक्षा बॅकबेवरील सुका फेरफटकाच अधिक आनंददायक वाटतो. ही मनोवृत्ती बदलल्याखेरीज खेडेगावाची सुधारणा कशी होणार?

५. मासिकांचे जपानी राजे

जपानातील मासिकांचे राजे मि. नोमा यांचा जीवनवृत्तान्त आमच्या नियतकालिकांनी व तरुणांनी मनन करण्यासारखा आहे. वीस वर्षांपूर्वी शिक्षकाच्या धंद्यात पोटापुरते वेतन मिळविताना ज्याच्या नाकी नव येत होते, तो मनुष्य आज नऊ मासिकांचा चालक बनला आहे. जपानातील एक पंचमांश लोकसंख्या त्याच्या वाचकवर्गात आहे. घराप्रमाणे नियतकालिकांतही स्त्रिया, विद्यार्थी, लहान मुले इत्यादिकांसाठी स्वतंत्र व्यवस्था पाहिजे, हे ध्यानात आणून मि. नोमा यांनी आपली मासिके

चालविली आहेत. त्यांचे एक मासिक तर केवळ वक्तृत्वालाच वाहिलेले आहे.

६. नोमांच्या चरित्राचा बोध

हे अभूतपूर्व यश मि. नोमा यांनी कसे मिळविले? खळबळ उडविणारे खोटे मथळे अगर शृंगारसूचक लेख देऊन नाही, तर रात्रंदिवस रक्ताचे पाणी करून व आपल्या नियतकालिकांना ज्ञानाचे आणि आनंदाचे महासागर बनवून. राजाप्रमाणे वृत्तपत्राचा संपादकही थोडक्यावर संतुष्ट राहणारा असता कामा नये; पण आमच्याकडे लेखक अगर नियतकालिके यांच्यापैकी बहुतेक सर्व रूढ पद्धतीपलीकडे जात नाहीत. चर्वितचर्वणाने पोट भरण्याऐवजी विषयाचा कंटाळा येऊ लागतो, हे अद्यापि आमच्या लेखकांच्या गावीही नाही. मि. नोमा यांच्या चरित्रावरून आम्हाला काहीच बोध घेता येणार नाही काय?

७. विद्या शस्त्रस्य शास्त्र

वाङ्मय व शास्त्र यांचे फारसे पटत नाही, असा पिढीजात अभिप्राय आहे. भाषाविषय करतलमलवत् असलेल्याच्या हातात गणित अनेकदा भोपळा देते तर गणितात पारंगत असलेल्या विद्यार्थ्याला अनेक वेळा रुष्ट भाषादेवी प्रसन्न होत नाही, म्हणून रडत बसावे लागते. हा विरोध अहिनकुलासारखा अगर सूर्यतारकांसारखा निसर्गसिद्ध आहे काय? तसेच पाहू गेले, तर हरिहरांप्रमाणे वाङ्मय व शास्त्र ही एकाच तत्त्वाची बाह्यत:? भिन्न दिसणारी रूपे आहेत. पण, आमच्या शिक्षणक्रमात या दोन्हींचा मेळ घालण्याचा मुळीच प्रयत्न होत नसल्यामुळे दात आहेत तर चणे नाहीत आणि चणे आहेत तर दात नाहीत, अशी स्थिती आढळते. 'विद्या शस्त्रस्य शास्त्रस्य द्वे विद्ये प्रतिपत्तये' असे जुने सुभाषित आहे. यातली शस्त्रविद्या तर आम्ही कधीच विसरून गेलो आहो. उरलेली शास्त्रविद्याही आजच्या एकांगी शिक्षणामुळे फलद्रूप होत नाही!

१९ जून, १९२८

१. विवाह व वाचिवीर

सांगली येथील वकील थिटे यांनी नुकताच असवर्ण विवाह केल्यामुळे ग्रामस्थांनी सभा भरवून अशा विवाहाचा निषेध केला. सवर्ण विवाहात थैमान घालणाऱ्या राक्षसी हुंड्याचा प्रतिकार करण्यात जे चकार शब्द काढीत नाहीत, त्यांनीच या विवाहावर लाखोली व्हायला तयार व्हावे, ह्यालाच 'धर्मरक्षण' म्हणावयाचे काय? देवडीपाशी बांधलेल्या कुत्र्याला ज्याप्रमाणे नवख्या मनुष्याच्या अंगावर भुंकायचे एवढेच माहीत असते, त्याप्रमाणे कोणत्याही नवीन गोष्टीवर तुटून पडणे हेच पुराणमतवादी लोकांना आपले कर्तव्य वाटू लागते. समाजापुढे विवाहाचा प्रश्न, शिक्षण, अनुरूपता इत्यादी अनेक रूपांनी दत्त म्हणून उभा राहत आहे. पण, असल्या निषेधाच्या सभा भरविणारे वाचिवीर असल्या प्रश्नांकडे ढुंकूनही पाहावयाला तयार नसतात.

२. अन्याय्य रानटीपणा

साप म्हणून भुई धोपटण्याचा हा ब्रह्मवृंदाचा प्रकार हास्यास्पद तर खराच; पण क्षमा म्हणून गाजलेल्या भुईला थोपटताना खऱ्या सापाच्या शेपटीवर पाऊलही न टाकण्याची दक्षता बाळगणे हे अधिक भित्रेपणाचे आहे. श्री. थिटे यांचा सदरहू विवाह दुसरा असून त्यांची प्रथम पत्नी हयात आहे व तिला दोन मुले झालेली आहेत, असेही समजते. ही गोष्ट खरी असल्यास श्री. थिटे यांनी आपल्या कृत्याने सुधारणा न करता कुधारणाच केली आहे, असे स्पष्ट म्हणावे लागते. सांगलीच्या पुरुषपक्षपाती ब्रह्मवृंदाला एका बायकोच्या उरावर घरात दुसरी आणणे ही गोष्ट धार्मिक वाटत असली, तरी अन्य वर्णातील पत्नी करण्यापेक्षा ही अधिक अन्यायाची व रानटीपणाची आहे, हे कोणीही समंजस मनुष्य कबूल करील.

३. माणुसकी व सुधारणा

'न खलु बहिरूपाधीन् प्रीतय: संश्रयन्ते' हे भवभूतीचे वचन खरे असले, तरी पहिली पत्नी ही बहिरूपाधी नसून अंतरूपाधी आहे, हे सुशिक्षित मनुष्याने केव्हाही विसरता कामा नये. सुधारणेचा झेंडा माणुसकी कमी करावयाचा संदेश कधीही देणार नाही. दुसऱ्या पत्नीबरोबर सुखाने संसार करू इच्छिणारा मनुष्य ज्या लग्नाचे बोहले म्हणजे प्रथम पत्नीला जिवंतपणी जाळणारी चिताच असते, हे विसरतो. श्री. थिटे यांनी मनूला मान्य असलेली गोष्ट केली किंवा नाही या मुद्द्यापेक्षा माणुसकीला शोभणारी गोष्ट केली किंवा न केली, हा मुद्दाच महत्त्वाचा आहे. पण ब्रह्मवृंद अशा बाबतीत मूग गिळून बसणार व आपला सनातन धर्मच चालवणार.

४. सुधारणा व वेडाचार

खऱ्या सुधारकांनी असल्या थिल्लर थेरांची गय करता कामा नये. सांबाच्या पिंडीवर बसलेला विंचू पुजाऱ्याच्या हाताला डसल्यावाचून राहत नाही, त्याचप्रमाणे सुधारणेच्या नावाखाली घडून येणारे येडेचार सुधारणेची प्रगती खुंटविल्यावाचून राहणार नाहीत. 'प्रेम' ही परमेश्वराप्रमाणेच अनिर्वचनीय अशी पवित्र गोष्ट आहे हे आम्हालाही कळते; पण टिळे, टोपी, माळांचा सरंजाम धारण करणारा प्रत्येक साधुपुरुष जसा तुकाराम होऊ शकत नाही, त्याप्रमाणे प्रेमाच्या पवित्र नावाखाली माणुसकीचा होणारा खूनही सुधारणा या सदरात जमा होत नाही. खरे प्रेम हृदयातून उत्पन्न होत असते. या प्रेमाला प्रथम पत्नीच्या हृदयाची कल्पना येणार नाही, असे थोडेच आहे. रा. थिटे यांच्या द्वितीय विवाहासारखे विवाह बाह्यत: सुधारणापंथाचे दिसले, तरी सर्वगुणसंपन्न असूनही उग्र वासामुळे लसूण ज्याप्रमाणे त्याज्य वस्तूत जमा झाली आहे, त्याप्रमाणे असल्या विवाहाची संभावनाही समाजाने केली पाहिजे.

५. आत्महत्या, खून व शौर्य

आत्महत्येची साथ पसरू लागलेली पाहून, तिच्यावर काहींनी हल्ला चढविताच कित्येकांना तिचे मंडन करण्याची बुद्धी उत्पन्न होऊ लागली आहे. एकाच प्याल्यातील डॉक्टर-वैद्यांच्या रोगचिकित्सेप्रमाणे, केवळ एकाने एक लिहिले म्हणून दुसऱ्याने त्याच्याविरुद्ध लिहावयाचे असली वर्तमानपत्री लुटुपुटुची लढाई या बाबतीत सध्या आढळून येते. 'शेळी जाते जिवानिशी आणि खाणारा म्हणतो वातड' हा दयार्द्र न्याय

आत्महत्येला लावण्यात मतलब नाही. समाज कुणालाही आत्महत्या करायला सांगत नाही. आत्महत्या करावयाला निधडी छाती लागते, ती येरागबाळाच्या हातून होणार नाही असे ज्यांना वाटते, ते खुनाचीही शौर्याचे कृत्य म्हणून उद्या तारीफ करू लागतील.

६. जीविताचा खरा उपयोग

आत्महत्येच्या मागे विवेक व स्वार्थत्याग यांचा केवढा मोठा प्रवाह असतो, हे दाखविण्याकरता स्नेहलतेचे उदाहरण वारंवार पुढे करण्यात येते. स्नेहलतेच्या पितृप्रेमाबद्दल व बलिदानाबद्दल आम्हाला आदरच वाटतो. पण हृदयात पेटलेली आग शांत करण्याकरता देहाला आगीत जाळून घेण्यापेक्षा तिला आपल्या जीविताचा खरा उपयोग करता आला असता. तिने अविवाहित राहावयाचे ठरवून मातापित्यांवर भार न घालता आपला मार्ग आखला असता, तर तो सर्वस्वी चुकीचा ठरला असता असे आम्हाला वाटत नाही. द्रौपदीने सैरंध्रीच्या वेषात कीचकाकडून विटंबना होत असतानाही आत्महत्या केली नाही, हे या पंथाच्या पुरस्कर्त्यांनी अवश्य पाहावे.

७. उत्कटता आणि इष्टता

उत्कट भावनेच्या भरात मनुष्य ज्या गोष्टी करतो, त्या नेहमीच इष्ट असतात काय? अति विचाराप्रमाणे भावनेचा अतिरेकही मानवी जीविताला मारक होतो. हिंदुस्थानातल्या पददलित विधवा, तिरस्कृत अस्पृश्य अगर दरिद्री नारायण यांची जीविते सुसह्यच असतात काय? त्या सर्वांना सकारण आत्महत्या करणे शक्य आहे. पण अद्याप कित्येक विद्वान वर्णन करत असलेले आत्महत्येचे फायदे वाचण्याइतकी ही मंडळी शिक्षित झाली नाही, हे देशाचे भाग्यच म्हटले पाहिजे.

२६ जून, १९२८

१. सक्रिय सुधारणा

पुणे येथे स्त्रियांची सभा होऊन तिच्यामध्ये मि. हरविलास शारदा यांच्या बालविवाह प्रतिबंधक बिलाला पाठिंबा देण्यात आला. मुलींच्या विवाहाची वयोमर्यादा कमीत कमी १४ वर्षांची आणि मुलाची १८ असावी आणि या नियमाचे उल्लंघन करणारांस गुन्हेगार समजून शासन व्हावे, या योजनेला पुराणमतवादाचे माहेरघर म्हणून गाजलेल्या पुण्यातून स्त्रियांकडून पाठिंबा मिळावा हा सुधारणेचा निःसंशय विजय आहे. मिस मेयोसारख्या काकदृष्टी टीकाकाराच्या डोळ्यांत अंजन घालावयाचे असेल, तर त्याला सक्रिय सुधारणाच पाहिजेत. दुसऱ्याच्या डोळ्यांतील मुसळ आपण दाखविले म्हणून आपल्या डोळ्यांतील कुसळ नाहीसे होते, असे थोडेच आहे! लग्नाला आलेले भातुकलीच्या खेळाचे स्वरूप मि. शारदा यांच्या बिलाने बहुतांशी नाहीसे होईल, असे म्हणावयाला हरकत नाही.

२. हक्क आणि कर्तव्ये

चवदा वर्षांच्या आत पत्नीपद व लगेच मातृपद यांच्या जबाबदाऱ्या मुलीच्या अंगावर पडणे केव्हाही अनिष्टच व त्या दृष्टीने मुलींच्या विवाहाची वयोमर्यादा वाढत चालल्याबद्दल कोणालाही आनंदच वाटेल. पण वाढत्या वयोमर्यादेच्या हक्काबरोबर वाढती कर्तव्येही पार पाडावी लागतात, हे या सुधारणेचा पुरस्कार करणाऱ्यांनी विसरता कामा नये. फाडफाड इंग्रजीत बोलणाऱ्या बायकोला फुंकणी फुंकून विस्तव करता येत नाही व एखाद्या विद्वानाचे तोंड बंद करता येत असले, तरी स्वतःचे रडवे मूल गप्प करता येत नाही असे अनुभव जितके कमी येतील, तितके बरे. पुरुषांच्या दृष्टीने धनार्जन न करू शकणारी विद्या जशी निष्फळ तशी बायकांच्या दृष्टीने गृहरक्षण व अपत्यसंगोपन करता न येणारी विद्या म्हणजे लाकडी रंगीत आंबाच. तो चोखून तृषिताची तहान कशी शांत होणार?

३. विवाह वय

तसेच पाहिले तर, गेल्या ३० वर्षांत वधूवरांच्या विवाहाची वयोमर्यादा हळूहळू वाढत आहे. पण, त्या वाढत्या वयोमर्यादेच्या भावी पिढीच्या शरीरसंपत्तीवर इष्ट असा काहीच परिणाम झालेला आढळत नाही. बालविवाहाच्या संततीपेक्षा प्रौढ विवाहाची संतती अधिकच सुदृढ असली पाहिजे हे म्हणणे कागदावर अगदी सयुक्तिक दिसते. पण, कागदावरून जमिनीवर नजर टाकताच त्याचे प्रत्यंतर पटत नाही. वाढते दारिद्र्य, उद्योगधंद्याचा अभाव ही या शारीरिक ऱ्हासाला काही अंशांनी कारणीभूत असतील; पण त्याबरोबरच वयाबरोबर मनोनिग्रह, खाणेपिणे वगैरे बाबतींतील नेमस्तपणा यांची तरुण पिढीत व्हावी तशी वाढ न झाल्यामुळेच प्रौढविवाहाचे सुपरिणाम पूर्णपणे दिसू लागले नाहीत. वर्गात विद्यार्थ्याने नुसते हजर असून चालत नाही; त्याने अभ्यासाकडे लक्षही दिले पाहिजे.

३ जुलै, १९२८

१. बैल, पोलीस व न्याय

दिल्ली येथील एक पोलीस रस्त्यात उभा असता बेफामपणे रस्त्यातून धावणाऱ्या एका बैलाने त्यास शिंग मारले, याबद्दल दिल्लीच्या पोलीस सुपरिंटेंडंटनी नुकसान भरपाईदाखल दिल्लीच्या म्युनिसिपालिटी विरुद्ध कोर्टाकडे दावा केला आहे. या दाव्यात पत्रकार म्हणून बैलावर समन्स लागू केले जाणार की नाही, याबद्दल नक्की बातमी काहीच प्रसिद्ध झाली नाही. हे बैलोबा कोर्टात आले, तरी त्यांना बोलवायला लावणारा दुसरा ज्ञानेश्वर कोण निघतो हा प्रश्नच आहे. रस्त्यातील केळ्याच्या सालीवरून मनुष्य पाय घसरून निसटून पडला, तर त्याला म्युनिसिपालिटीविरुद्ध दावा लावता येईल की नाही, या प्रश्नाचाही कोर्टांना लवकरच विचार करावा लागेल.

२. नाटक व प्रेक्षक

काशी येथे भरलेल्या हिंदी साहित्य परिषदेच्या वेळी एक नाटक करण्यात आले होते. खेळ चालू असता प्रेक्षक व नट यांच्यात मोठा तंटा होऊन प्रेक्षक रंगभूमीवर घुसले व तेथे मोठी मारामारी होऊन सहा माणसांना जखमा झाल्या आहेत. राक्षसी महत्त्वाकांक्षेचा प्रयोग सुरू असून एखाद्या तलवारीला थोडी धार असती तरच काय, त्या रंगभूमीवर यांच्यापेक्षा जास्ती जखमा दिसण्याचा संभव होता. नाटकात घुसविलेले प्रवेश अनेक वेळा पाहावयाला मिळतात; पण असे घुसलेले प्रेक्षक कधीच कुणी पाहिले नसतील. नाटकातील नायक-नायिका सुरक्षित असल्या म्हणजे प्रयोग करणाऱ्या मंडळींनी मिळविले!

३. हास्यविनोद व गमक

साधू, तत्त्वज्ञ, अगर मोठा मनुष्य यांचा हास्यविनोदाशी छत्तिसाचा आकडा असलाच पाहिजे अशी बहुतेकांची समजूत असते. पण स्वामी श्रद्धानंदांच्या काही आठवणी मि. अँड्र्यूज सध्या यंग इंडियात प्रसिद्ध करीत आहेत. त्यावरून हास्यविनोद हे मनाच्या व्यापकत्वाचे एक चांगले गमक असते, असे म्हणावयाला हरकत नाही. एका खेडवळाला खूप समजून सांगून 'तुला काँग्रेसची काय माहिती आहे,' असा प्रश्न विचारल्यावर 'हा कांग्रीचा रस्ता नव्हे' असे उत्तर आलेले ऐकून कुणाला हसू येणार नाही? हास्यविनोदाचे सूर्यकिरण जिथे पडत नाहीत, तेथे उदासीनतेचे वातावरण राहणारच. आठ्यांच्या जाळ्याने भरलेले कपाळ व आंबट चेहरा हीच काय ती मोठेपणाची लक्षणे नसतात, हे कित्येक मोठ्या म्हणविणाऱ्या लोकांना श्रद्धानंदांच्या चरित्रावरून समजेल काय?

४. नांहि आम्हा वाचा

सिंध हैदराबादमध्ये एका सुशिक्षित नवरदेवाने २०००० रु. हुंडा व अनेक देणग्यांची अभिवचने पदरात पाडल्यानंतरच एवढे देणाऱ्याच्या मुलीला पदरात घेतली. मुलगी योग्य स्थळी पडावी म्हणून बापाला स्थलांतर करावे लागण्याइतके कर्ज कोणत्याही दृष्टीने उचित नाही. लग्न पैशासाठी करायचे की बायकोसाठी – हेच ग्रंथांच्या गोण्या डोक्यात वाहून नेणाऱ्या या सुशिक्षिताला बहुधा समजत नसावे. बापाच्या रक्ताच्या पाण्याने आपला संसारवेल जगविला जावा, ही गोष्ट कोणत्या कन्येला आवडेल व द्रव्यदृष्टी नवऱ्यावर ती उत्कट प्रेम तरी कशी करू शकेल? 'गोरगरीब जातीच्या, नांहि आम्हा वाचा' हे शारदेचे गाऱ्हाणे हिंदुसमाजातून जोपर्यंत दूर होत नाही, तोपर्यंत त्याला सात्त्विक सुख कुठून मिळणार?

१० जून, १९२८

१. अर्धा धृतराष्ट्र

अमेरिकेतील एडवर्ड क्रॉम्बेल या नावाच्या महापुरुषाने ५० मुलांचा बाप होण्याचा संकल्प सोडला असून, गेल्या २२ वर्षांत त्याला १८ मुले झाली आहेत. त्याच्या या भीष्मप्रतिज्ञेच्या अगदी दुसऱ्या टोकाशी असणाऱ्या प्रतिज्ञेचे दुष्परिणाम त्याच्या बायकोला भोगावे लागत असल्यामुळे तिने या बाबतीत कायद्यापासून संरक्षण मागितले आहे. अर्धा धृतराष्ट्र होण्याची एडवर्डची महत्त्वाकांक्षा पाहिली म्हणजे, संपत्ती व संतती यातील पहिलीप्रमाणे दुसरीचेही काही लोकांना वेड लागते, असे वाटू लागते. अवघे २०० रु. महिना मिळवणाऱ्या या बहाद्दराला उद्या आपली प्रतिज्ञा तडीस गेली तर प्रतिज्ञापूर्तीच्या दुसऱ्या दिवसापासूनच अन्नाच्या अभावी ही ५० ची संख्या कमी होईल याची मात्र शुद्ध नाही. कालिदासाने 'मरणं प्रकृतिः शरीरिणां' असे म्हटले आहे; सदरहू एडवर्डचे मत 'जननं प्रकृतिः शरीरिणां' हे असावे असे दिसते. पण, या पन्नास पोरांच्या पायी आपल्या बायकोची शंभर वर्षे भरतील, याची या अपत्यवान प्राण्याला दादच नाही.

२. मुक्त पशू

साधूंना मुली व बायका वाहणारे काही प्राणी उद्‌भवल्यामुळे सध्या मुंबईत व इतरत्र हा एक मोठा चर्चेचा विषय होऊन बसला आहे. बायका-पोरी वाहणारे हे मुक्त पशू यांपैकी एका पदवीवर हक्क सांगणारे लोक वाहवलेले आहेत, याबद्दल समंजस मनुष्यात कधीच दुमत होणार नाही. साधुसंतांना डोक्यावर नाचवायचे असेल तर खुशाल नाचवा; पण त्यांच्या गळ्यात आपल्या बायकापोरी कशाला बांधता? यात वैषयिक भावनेचा प्रश्नच नाही असे हे साधुसंत जगाला सांगत सुटणारच. तो नाही असे मानले, तरी बायका व पोरी यांची वाटेल ती वासलात लावण्याचा अधिकार

नवऱ्यांना अगर बापांना आहे, ह्या समजुतीने समाजात मूळ धरणे अत्यंत घातक आहे. संसारसागरात तरण्याबुडण्याच्या प्रश्नाची असल्या नवऱ्यांनी अगर बापांनी मुळीच काळजी करू नये. त्यांच्यासारखे धोंडे गळ्यात पडल्यामुळेच त्या बुडण्याचा संभव जास्ती आहे.

३. कृती पाहिजे, बडबड नको

पुण्यातील लॉ कॉलेजात बोलताना लालाजींनी 'कृती पाहिजे, बडबड नको' असा उपदेश तेथील विद्यार्थ्यांस केला. हा उपदेश अमलात आणण्याची पहिलीच कृती जर लोकांकडून होईल, तर देशाची केवढीतरी प्रगती होईल. हुंड्यावर व्याख्याने होत असताना, हुंड्याच्या रकमा व त्याचबरोबर अविवाहित राहावे लागणाऱ्या मुलींची संख्या दिवसेंदिवस वाढत आहे. नोकरी नको, उद्योगाकडे वळा म्हणून दररोज गर्जना होत असताना कारकुनीच्या एखाद्या गुळाच्या कणाभोवती हजारो सर्टिफिकेटवाले मुंगळे गोळा होत आहेत. अशा काळात लालाजींच्या उपदेशाचे जितके मनन होईल, तितके इष्टच आहे.

४. वृद्धवीर व वीरकन्या

ब्रह्मदेशातील एका गावात दरोडेखोरांनी घरावर हल्ला करून ते दार फोडून आत शिरले. घरातल्या मंडळींनी भाल्यांनी त्या दरोडेखोरांशी लढण्यास सुरुवात केली. या लढवय्यांत शंभर वर्षांचा एक म्हातारा व त्याच्या साठ वर्षांवरील तीन मुली होत्या. हा प्रसंग आमच्याकडे घडला असता, तर बहुधा हे सर्व लोक दरोडेखोरांना बेशुद्धावस्थेत आढळले असते. इतक्या उप्पर काही धारिष्टवान माणसे असतीच तर त्यांच्या हातांत भाले कुठून असणार होते? सध्याची मोठी तलवार म्हणजे, चाकूचे पाते व तिचे हात म्हणजे पेन्सिल अगर लेखणी करणे हेच होत. ब्रह्मदेशातील सदरहू वृद्ध वीरांचे व त्याच्या वीरकन्यांचे अभिनंदन होणे अवश्य आहे.

२४ जुलै, १९२८

१. शिक्षणामृत व स्त्री

पुण्याच्या महिला विद्यापीठाच्या सेनेटची नुकतीच एक सभा झाली. विद्यापीठाची स्त्री-शिक्षणाविषयीची कल्पना सुस्पष्ट करण्याच्या ठरावावर या सभेत मोठा कडाक्याचा वाद झाला. सुगृहिणी व सुमाता करणे हे स्त्रीशिक्षणाचे ध्येय असावे की काय, हा वादाचा विषय होता. वादविषयाची फलश्रुती ठराव मागे घेण्यात झाली. शिक्षणामृत पाजा; ते अमक्याकरता पाजतो अगर तमक्याकरता पाजतो असे म्हणू नका, असा या ठरावाला विरोध करणाऱ्यांचा कटाक्ष आहे. पुरुषांच्या शिक्षणक्रमात सु-गृहस्थ व सु-पिता तयार करणे हे ध्येय जर तुम्ही ठेवीत नाही तर बायकांच्या बाबतीतच ध्येयाचा एवढा अट्टाहास का, असाही त्यांचा सवाल आहे. एकाने गाय मारली म्हणून दुसऱ्याने वासरू मारावे किंवा काय हे मात्र या पूर्ण स्वातंत्र्यवादी लोकांनी लक्षात घेतले नाही.

२. पुरुष शिक्षण

पुरुषांच्या शिक्षणाचे ध्येय सु-गृहस्थ व सु-पिता तयार करणे हे नाही असे म्हणणे धाडसाचे होणार नाही? आपले पोट चांगले भरावे, आपल्या कुटुंबाचे चांगले पालनपोषण करता यावे, देशाचा रहिवासी या नात्याने आपल्या कर्तव्याचा वाटा आपणाला उचलता यावा अशी प्रत्येक शिक्षण घेणाऱ्या विद्यार्थ्याची इच्छा नसते काय? शाळातील शिक्षकांना अनुभव विचार तर पितृकर्तव्य यथायोग्य रीतीने पार पाडीत असलेले पालक किती आहेत, याचा सहज खुलासा होईल. सध्याचे पुरुषांचे शिक्षण पूर्णपणे लोकांच्या ताब्यात नसल्यामुळे त्याच्या मनासारख्या व्याख्या करता येत नसल्या म्हणून स्वतंत्र व स्वावलंबी अशा स्त्रीशिक्षण मंडळानेही त्या करू नयेत काय?

३. हा न्याय कोठला?

स्त्रियांची युनिव्हर्सिटी स्थापन होण्यापूर्वी, देशात सु-गृहिणी व सु-माता नव्हत्या काय, असाही प्रश्न अनेक वेळा विचारण्यात येतो. खासगी शिक्षणाच्या शाळा निघण्यापूर्वी देशात शिक्षण नव्हते काय? मग खासगी शिक्षणाच्या शाळांची वाढ कशाला केली? सु-गृहिणी व सु-माता या कवीप्रमाणे जन्मत:च सिद्ध असतात, अशी तर या आक्षेपकांची समजूत नाही ना? एकीकडे, शिक्षणाला कल्पवृक्ष मानायचे व दुसरीकडे, त्यावाचूनही सर्व आबादीआबाद होती असे ठरविण्याचा प्रयत्न करावयाचा हा न्याय कोठला?

४. कुटुंब सुधारणा

खरी गंमत आहे, की या विरोधी लोकांनी सु-गृहिणी व सु-माता ही ध्येये कमी प्रतीची वाटू लागली आहेत. गृहिणी म्हणजे कुणाचीतरी बायको व माता म्हणजे पोरांच्या लेंढारांची मालकीण अशाच दृष्टीने या पूज्य शब्दांकडे पाहण्याची वृत्ती सुशिक्षितात बळावत आहे. पण खरे पाहिले; तर देशकल्याण, सामाजिक सुधारणा वगैरे सगळ्या बड्याबड्या गोष्टी कुटुंबाच्या सुधारणेवरच अवलंबून नाही का? पाळण्याच्या दोरीऐवजी सर्व सुशिक्षित स्त्रिया हातात काठी घेऊन मिरवू लागल्या, म्हणजे पुढील पिढी अधिक सशक्त होईल काय?

५. खरे शिक्षण

खरे शिक्षण व पुरुषी थाटाचे शिक्षण यात जमीन-अस्मानाचे अंतर आहे हे समतावादी लोक विसरतात. जोंधळा पेरल्यावर त्याच्या ताटाला गहू येणे जसे अशक्य, त्याप्रमाणे एका प्रकारचे शिक्षण देऊन दुसऱ्या प्रकारची फळे चाखण्याची अपेक्षा करणेही वेडेपणाचे होईल. निव्वळ कारकुनी थाटाचे शिक्षण मिळाल्यामुळे चालू पिढी जशी उद्योगधंद्याला अपात्र ठरली आहे, त्याचप्रमाणे पुरुषी थाटाचे शिक्षण मिळालेल्या स्त्रियांची स्थिती घराच्या जबाबदाऱ्या पार पाडताना झाल्याशिवाय राहणार नाही.

३१ जुलै, १९२८

१. कस्तुरी गंधाचा स्वशोध

राजवाड्यांना एकदा एका गृहस्थांनी विचारले, "मी कोणत्या कार्यास लायक आहे असे आपणास वाटते," या रामशास्त्रज्ञांनी उत्तर दिले, "तुम्ही मरावयास मात्र लायक आहात," राजवाड्यांचे उत्तर वाजवीपेक्षा फाजील तिखट वाटले, तरी आपल्या देशातील आंधळ्यांची माळ असे चरचरीत अंजन डोळ्यांत पडल्यावाचून तुटणेच शक्य नाही. ज्याला-त्याला वाटते, की आपण मोठ्या कार्याकरता जन्माला आलो आहो; पण 'हे मोठे कार्य काय' याचा मात्र त्याला बापजन्मी उलगडा होत नाही. नाभीत कस्तुरी असून सैरावैरा धावणाऱ्या हरिणाचे दादा शोभणारे असले सद्‌गृहस्थ देशसेवेचे काय दिवे लावतील हे न सांगताही समजण्याजोगे आहे. दुसऱ्याच्या ओंजळीने पाणी पिणारे नेहमीच रखडत राहतात; स्वतःच्या अंगातील पाणी दाखविणारेच पुढे येतात हा जगाचा नियम आहे.

२. यशोदेवतेची माळ

सध्याच्या पारतंत्र्यामुळे कोंडलेल्या परिस्थितीतही 'मी काय करावे' असा प्रश्न करणारे बहाद्दर बरेच भेटतात. कुठल्याही उद्योगधंद्याचे नाव अशा लोकांना सुचवा, अमुक हलका, तमुक अयोग्य अशा सबबीखाली ते स्वस्थच बसतील; आपल्या बुद्धिमत्तेची घमेंड मात्र त्यांना नेहमी वाटत असते. एक गोष्ट ते विसरतात व ती ही, की यशोदेवता बोल बोलणाऱ्यांना माळ घालीत नाही; कर्तबगारी करून दाखविणाऱ्यांनाच वरते. नदी ज्याप्रमाणे आपल्या प्रवाहाची दिशा आपणच ठरवते अगर जातिवंत लेखक आपल्याला अनुकूल असा लेखनविभाग जसा स्वतःच शोधून काढतो, त्याप्रमाणे कर्तबगार मनुष्यही आयुष्यातील आपले कार्यक्षेत्र आपण स्वतःच ठरवीत असतो. विरक्तीप्रमाणे कर्तृत्व ही कानांनी ऐकावयाची गोष्ट नाही; ती अंतःकरणाचे मंथन होऊन त्यातूनच वर आली पाहिजे.

३. नवे पंचांग

जुने व नवे हा वाद जगात सर्व काळी चालत आला आहे. दर घरामध्ये पिता-पुत्र व सासू-सून यांच्यामधील मतभेदांत तो डोके वर करतोच. पण, शुद्ध पंचाग व जुने पंचांग यांच्यातही तो आता शिरल्यामुळे समंजस मनुष्यांना हसावे की रडावे, हेच कळेनासे झाले आहे. शुद्ध पंचांगाच्या शास्त्रीयतेबद्दल गणित व ज्योतिषशास्त्र यांच्याशी तोंडओळख असणारा मनुष्य शंकादेखील घेणार नाही. पण, 'यद्यपि शुद्ध लोकविरुद्धं नाकरणीयम् नाचरणीयम्' या सूत्रानुसार, एरवीच्या व्यवहारात वागण्याची लोकांना सवय लागल्यावर फक्त पंचागाच्या बाबतीतच ते 'मनःपूतं समाचरेत्' हे तत्त्व कसे मान्य करणार? विधवांचा पुनर्विवाह, प्रौढविवाह, अस्पृश्यादी वर्गांना समतेने वागविणे इत्यादी गोष्टींना शास्त्रांचा मुळीच पाठिंबा नव्हता, असे थोडेच आहे. पण त्या आस्ते आस्तेच अमलात येणार, सुधारणा घिसाडघाईने होत नसते, इत्यादी उपदेश करणारे लोकच या वेळी नव्या पंचागांचा एकसारखा पुरस्कार करीत आहेत!

४. स्वतंत्र विचाराचे महत्त्व

या पुस्तकांचा परिणाम गणेशोत्सवासाखे सामाजिक व धार्मिक संघटनांचे उत्सव झाले म्हणून 'अधिकस्याधिकं फलम्' या न्यायाने समाजाचे अधिक कार्य होईल असे मात्र नाही. उलट, भीमाने जरासंधाची दोन शकले करून ती विरुद्ध दिशेला फेकून दिल्यामुळे बलाढ्य वीर जसा निष्प्राण झाला, त्याप्रमाणे दोन्ही पक्ष हतबलच होतील. रूढीपेक्षा शास्त्र, चर्मचक्षूंपेक्षा ज्ञानचक्षू, आंधळ्या लोकगंगेपेक्षा डोळस असा एकच पंडित अधिक योग्यतेचे आहेत, असेच आम्हाला वाटते. पण स्वतंत्र विचार करून जीर्ण निरुपयोगी गोष्टी टाकण्याचा व नूतन उपयोगी वस्तूंचा स्वीकार करण्याचा धडाच जिथे समाजाला दिलेला नाही, तिथे बापड्या पंचांगातच हे कसे कळून येणार?

७ ऑगस्ट, १९२८

१. व्यावहारिक गोष्टींच्या दीपस्तंभाकडे

शालापत्रकाच्या ऑगस्टच्या अंकात 'श्री समर्थ साटम महाराज' या सदराखाली एका गृहस्थांनी सदरहू साधुवर्यांचे त्रोटक चरित्र लिहिले आहे. भवसागरात गटांगळ्या खात असलेल्या आमच्यासारख्या सामान्य माणसांचे लक्ष साधुसंतांच्या ध्रुवाकडे नसून व्यावहारिक गोष्टींच्या दीपस्तंभाकडेच असते. त्यामुळे सावंतवाडीपासून अवघ्या नऊ मैलांवर राहणाऱ्या साटम महाराजांविषयी आम्हाला इतरेजनांपेक्षा अधिक काहीच माहिती नाही. तथापि, विनोदाप्रमाणे साधूंची चरित्रेही अतिशयोक्तीवाचून रंगत नाहीत असा जो अशा प्रकारच्या चरित्रलेखकांचा समज आहे तो योग्य नाही, असे आम्हाला वाटते. शालापत्रकातील लेखात साटम महाराजांनी चार वेद, सहा शास्त्रे व अठरा पुराणे यांचे पठण केले आहे असे ऐकून महात्मा गांधी सदरहू साधूंना भेटण्याकरता मुंबईहून स्वत: दानोलीला आले होते, असे लिहिले आहे.

२. गरिबांचे पंचप्राण खरे

महात्मा गांधींची मोटार दानोलीवरून एकदाच गेली असावी, असा आमचा समज आहे. सुमारे दीड वर्षापूर्वी गांधीजींनी खादी कार्याकरता जो दौरा काढला होता त्या वेळीच काय ते ते इकडल्या बाजूला आले. आता राजकारणपटू गव्हर्नरांच्या भेटींच्या पोटी जसे अनेक हेतू असतात, त्याप्रमाणे खादीप्रचार करताना सावंतवाडी, वेंगुर्ले येथे आलेल्या गांधीजींचा अंत:स्थ हेतू 'साटम महाराजां'चे दर्शन घेणे हाच असेल, तर तो गांधी व साटम या दोन महाराजांनाच माहीत असण्याचा फार संभव आहे. खरं गांधीजींना साटम महाराजांची दर्शनपिपासा का उद्‌भवली? तर चार वेद, सहा शास्त्रे व अठरा पुराणे यांच्या पठणाबद्दल त्यांची कीर्ती ऐकून? वेदांत चरखा आहे की नाही, खादीला काही शास्त्रीय आधार सापडतो का नाही, पुराणांतरी

अस्पृश्यता कोणत्या प्रकारची होती, इत्यादी शंकानिरसनाकरता तर गांधीजींनी मुंबईहून तडक दानोली गाठली नसेल ना? महात्माजींना चार वेदांच्या पठणापेक्षा भुकेने व्याकूळ होणाऱ्या गरिबांच्या पंचप्राणांची किंमत जास्ती वाटते, शास्त्राचे पठण करण्यापेक्षा हातातोंडाची गाठ पडताना ज्यांच्या नाकी नव येतात, अशा दुर्दैवी जीवांबद्दल जास्ती सहानुभूती वाटते, अठरा पुराणांच्या पठणापेक्षा हिंदुस्थानचे अठराविश्वे दारिद्र्य नाहीसे कसे होईल इकडेच त्यांचे सर्व लक्ष लागलेले आहे, अशी निदान आमची तरी यंग इंडियाचे अंक वाचून समजूत झाली आहे.

३. त्रिकाल ज्ञान?

सदरहू साटम महाराजांचे सावंतवाडी संस्थानातील कोणीएक शिष्य हातात नारळ घेऊन त्रिकालज्ञान सांगत फिरत असतात, असेही या चरित्रात लिहिले आहे. त्यांच्या दौऱ्याची जी एकोणीस गावे दिली आहेत, त्यात आरवंदे, दाभोली, केळूस, देवबाग, मसुरे, आचरे, इत्यादी कोकण प्रांतातील गावेच (ज्यांच्यातील अनेकांची नावेही माहीत नसतील. उदाहरणार्थ 'केल्ली' हे सदरहू शिष्य महाराजांच्या पादरजाने पवित्र झालेले नगर कोठे आहे? कोकणातील इतिहाससंशोधक व भूगोलशास्त्रज्ञ यांची एक मोठी तुकडी या शोधाच्या मोहिमेवर सोडल्यावाचून या बाबतीत यश येण्याचा संभव दिसत नाही.) निम्म्याहून अधिक आहेत.

४. परंपरागत शिक्षणाचे अरिष्ट

सदरहू शिष्यवर्य या ठिकाणी फिरून 'पुरुष-बायकांच्या वागणुकीचे परंपरा शिक्षण देत आहोत' असाही या चरित्रात उल्लेख आहे. धर्माच्या पायी हजारो मुक्या प्राण्यांचे बळी दिले जात आहेत, माणसासारखी माणसे दारू पिऊन आपल्या कुटुंबाची धूळधाण उडवीत आहेत वगैरे गोष्टी या साटम महाराजांच्या कल्याणाच्या गावीही नाहीत काय? 'पुरुष बायकांच्या वागणुकीचे परंपरागत शिक्षण' ही काय चीज आहे? व तिच्या पायी सद्‌गुरूचा सहवास सोडून हे शिष्यवर्य पायपीट का करीत आहेत? तुकाराम-रामदासांसारख्या साधूंचा जन्म 'जे का रंजले गांजले! त्यांसि म्हणे जो आपुले।। तोचि साधू ओळखावा। देव तेथेचि जाणावा।।' असा उपदेश करण्यात गेला. पण ते पडले जुन्या काळचे साधू! विसाव्या शतकाप्रमाणे 'पुरुष बायकांच्या वागणुकीचे परंपरागत शिक्षण देणे साधूंचे कर्तव्य आहे' त्यांना कुठून कळणार?

५. शिक्षण व श्रम

अमेरिकेतील जवळजवळ शेकडा पन्नास विद्यार्थी उन्हाळ्याच्या सुट्टीत व इतर वेळात निरनिराळी कामे करून आपल्या शिक्षणाला लागणाऱ्या खर्चाचा थोडातरी भाग निढळाच्या घामाने मिळवितात. आमच्या इकडच्या कॉलेजांतील विद्यार्थ्यांच्या नितळावर कधी काळी घाम दिसलाच, तर तो सिनेमा पाहण्यासाठी सायकल दामटल्यामुळे, भर उन्हातून येऊन चहाचे पेलेच्या पेले ढोसल्यामुळे, अगर अशाच प्रकारच्या अन्य कर्तबगारीमुळेच दिसायचा! घरी पोटाला चिमटा घेऊन बाप पैसे पाठवीत असला, तरी तिकडे खाणावळीतील छोट्या मेजवान्या अपुऱ्या वाटून मुलगा फराळाच्या दुकानाचा दैनिक आश्रयदाता होतो. बापाच्या सदऱ्यांची स्थिती 'एक धड ना भाराभार चिंध्या' अशी असली, तरी कॉलेजातील चिरंजीव मंगळवारचा सदरा गुलाबी पाहिजे, शुक्रवारचा सदरा पांढराशुभ्र पाहिजे, असे हुकूम आपल्या शिंप्यांना सोडीत असतात!

६. पायावर उभे राहणे म्हणजे...

दुय्यम व उच्च शिक्षण सध्या किती महाग झाले आहे व या दुष्काळातच फी वाढीचा तेरावा महिना दाराशी दत्त म्हणून येऊन उभा राहिला आहे, हे लक्षात घेतले, म्हणजे आपल्याकडील विद्यार्थ्यांनी अमेरिकन विद्यार्थ्यांचे अनुकरण करणे किती आवश्यक आहे, हे सहज कळेल. 'Money saved is money gained' या न्यायाने विद्यार्थिवर्गाने शक्य तितका साधेपणा अंगी बाणविला, तरी आज त्यांच्या पालकांना करकचून बांधून टाकणाऱ्या दारिद्र्याच्या दोऱ्या थोड्याशातरी सैल केल्याचे श्रेय त्यांना मिळेल. आपल्याच गावी राहून शिक्षण घेणाऱ्या मुलांना घरातील विविध कामांना हातभार लावण्याचे अनेक प्रसंग येतात. पण, मुलगा जसजसा वरच्या यत्तेत चढत जातो, तसतसे सामान्य कामे करणे त्याच्या जिवावर येऊ लागते. इतरांचे पाय धरण्यापेक्षा आपल्या पायावर उभे राहणे केव्हाही हितावह असते, हा श्रीमंत अमेरिकेचा धडा आमच्या सुशिक्षित होऊ घातलेल्या लोकांना गिरविता येईल काय?

७. मोहरे व प्यादे समसमान

बरद्वानच्या महाराजांनी इंग्लंडातील ईस्ट इंडिया असोसिएशनपुढे एक निबंध

वाचून दाखविला असून, त्यात प्रांतिक कौन्सिले व वरिष्ठ कौन्सिले यांचे प्रतिनिधी प्रत्येकी निम्मे घेतले जावे, अशी सूचना केली आहे. हिंदू-मुसलमानांची भांडणे मिटविण्याचा त्यांच्या मताने त्यांनी हा रामबाण उपाय सुचविला आहे. जणू काय हिंदू-मुसलमान हे सख्खे भाऊ असून कौन्सिल ही त्यांच्यात वाटावयाची इस्टेट आहे. ज्या प्रांतात मुसलमानांच्या लोकवस्तीचे प्रमाण शेकडा ५ देखील नाही, त्याचे कौन्सिलात शेकडा ५० प्रतिनिधी मुसलमान घेतले, तर कर्तबगारीच्या दृष्टीने अत्यंत सामान्य अशा प्रकारच्या माणसाचाच तिथं भरणा होईल. शिवाय, कौन्सिलात हिंदू-मुसलमान तिथं बुद्धिवादाचा डाव खेळण्याकरिता गेलेले नसतात. यामुळे दोन्ही बाजूंना सारखी मोहरी व सारखी प्यादी असलीच पाहिजेत, असे म्हणण्यात काहीच अर्थ नाही.

८. कौन्सिल सभासदाची निवड

कौन्सिलच्या सभासदांचे काम शिक्षक, डॉक्टर, अगर वकील यांच्यापेक्षा काही भिन्न नाही. शिकवणी धरायची झाली, तर जातपात न पाहता हुशार शिक्षकाचीच धरणे योग्य, औषधोपचाराच्या वेळी हिंदू अगर मुसलमान या विशेषणापेक्षा तज्ज्ञ हे विशेषण व डॉक्टरांच्यामागे आहे की नाही हे पाहणे जसे अवश्य, त्याप्रमाणे कौन्सिलचा सभासद निवडून देताना त्यांच्या जातीपेक्षा त्याचे कर्तृत्व, लोकहित-तत्परता, इत्यादी गुणांकडेच मतदारांनी पाहिले पाहिजे.

१४ ऑगस्ट, १९२८

१. भाषेची सुबोधता

विद्यार्थ्यांचा अभ्यास कसा काय चालला आहे, हे पालकांना कळावे, म्हणून गोमंतकातील एका शाळेने अभ्यासपत्रके काढली आहेत! त्यांत मुलांना उद्देशून 'अनुज्ञेशिवाय अनुपस्थित राहू नये' असा पहिलाच नियम दिला आहे. बिचाऱ्या मराठी शाळेतील मुलांना अनुज्ञाच कळण्याची पंचाईत, मग 'अनुपस्थित'चा अर्थ कुठून कळणार? सावरकारांच्या शुद्धीकरणाचे हे अनुकरण म्हणजे, फुलपाखरांच्या गळ्यात धोंडा बांधण्यासारखे आहे. जिथे पालकाला लिहिता येत असेल की नाही याचीच शंका आहे, तिथे 'पालकाची स्वाक्षरी' या जाड्या प्रकरणाचा अर्थबोध कुठून होणार? शाळेच्या अभ्यासक्रमातून एकदोन फारसी शब्दांना हाकलून देऊन, त्यांची जागा जाड्या संस्कृत शब्दांनी भरून काढली म्हणजे भाषा शुद्ध होईल, असे थोडेच आहे. विद्यार्थ्यांच्या सध्याच्या प्राथमिक पुस्तकात इतके फारसी शब्द आहेत की, त्यांच्यामध्ये 'हजर' व 'सही' हे दोन शब्द 'दर्या में खसखस' आहेत.

२. भाषा सुधारणा

गोमंतकस्थ लोकांना भाषासुधारणेचे प्रयत्न करावयाला हवी तितकी जागा आहे. बारा कोसांवर पाण्याप्रमाणे भाषाही बदलते हा नियम लक्षात घेऊन, बोलीतील शुद्धाशुद्धतेकडे दुर्लक्ष केले, तरी व्याकरण, वाक्प्रचार, अर्थपूर्ण शब्द इत्यादिकांच्या दृष्टीने गोमंतकीय लेखन इतर मराठी लेखनापेक्षा किंचित विलग भासल्यावाचून राहत नाही. ही इष्ट सुधारणा करण्यापेक्षा 'हवा खायला' याच्याऐवजी 'वायुभक्षण करण्याला', 'सुशिक्षित वर्गाची जबाबदारी' याच्याऐवजी 'सुशिक्षित वर्गाचे उत्तरदायित्व' असले प्रयोग करून काय मिळणार? एका नाटकात मुसलमान बादशहा झालेला मनुष्य दुसऱ्या नाटकात शिवाजी झालेला दिसतो. पण त्याची बाह्यवस्त्रे बदलली,

तरी त्याच्या अभिनयशक्तीत जसा तिळमात्रही फरक पडत नाही, त्याचप्रमाणे नुसते शब्द बदलून कोणत्याही भाषेची सुधारणा होत नाही. फारसी शब्दांऐवजी रामराज्यात प्रचलित असलेले दुर्बोध संस्कृत शब्द वापरले म्हणजे रामराज्याचे काम झाले, असे थोडेच आहे.

३. समानशीलांचे सख्य

चार मंडळींच्या बैठकीत भुताखेतांच्या अगर सापांच्या गोष्टी निघाल्या म्हणजे, जो तो जसे आपापले पाहिलेले अगर ऐकलेले अनुभव सांगू लागतो, त्याप्रमाणे सध्या साधुशाहीच्या अनुभवांना अनेक वर्तमानपत्रांतून वाचा फुटू लागली आहे. साधूने अंगाला राख फासावयाची असते ती स्वत:च्या दुष्ट मनोविकारांची, इतरांच्या संसाराची नव्हे, हे तत्त्व बऱ्याच साधूंच्या गावीही नसलेले आढळून येते. या साधूंपैकी बहुतेकांना श्रीकृष्णाच्या गीतेची ऐकूनदेखील माहिती नसते; पण रासक्रीडेचे मात्र खडान्‌खडा वर्णन करण्यात ते तरबेज असतात. समानशीलांचे सख्य जडते हा व्यावहारिक न्याय लक्षात घेतला, तर साधूंभोवती त्यांच्यासारखेच लंगोटीधर गोळा व्हावेत असे वाटते. पण, श्रीमंत पुरुष व सुंदर बायका यांच्यावरच असल्या साधुबुवांचा लोभ अधिक जडतो, असा नेहमीचा अनुभव आहे.

४. बुवाजींचे जग

सैतानालादेखील बायबलचा आधार देता येतो, अशी इंग्रजी म्हण आहे. आपल्या पुराणातदेखील ऋषींना सळो की पळो करून सोडणारा, दुसऱ्याची बायको चोरून पळविणारा रावण वेदपारंगत होता असे वर्णन आहे. या न्यायाला अनुसरून साधू बनणारे लोकही वेदांची थोडीफार पोपटपंची करायला शिकलेले असतात. त्यांचे तत्त्व जगात चोहीकडे आनंद आहे हे असते. खरंच आहे; पंचपक्वान्ने झोडणारा राजा प्रजेला जसा दूधभात जेवून स्वस्थ राहावयाला सांगतो, त्याप्रमाणे भोळसट; पण श्रीमंत शिष्यांच्या जिवावर चैन करणाऱ्या बुवाजींना जगात दु:ख दिसणार कुठून? त्यांच्या साखरमठातून त्यांना काढून चार दिवस मुंबईच्या गिरणीत अगर कोकणात शेतात राबायला लावावे, म्हणजेच त्यांची पोपटपंची ओठापासूनची आहे की पोटापासूनची आहे, हे जगाला कळेल.

५. समत्वाचा भोपळा

'पाप व पुण्य, राजवाडा व अरण्य ही सारखीच आहेत' हे असल्या बुवाजींचे दुसरे तत्त्वज्ञान! त्यांच्या पानात चमचमीत पदार्थांऐवजी शिळे भाकरीचे तुकडे टाकले, तर ते पूर्वीप्रमाणेच मिटक्या मारीत त्यांना खाता येतात काय, याची परीक्षा त्यांचा अंधश्रद्ध भक्तगण घेत नाही म्हणून बरे आहे. नाहीतरी गाजराच्या पुंगीने कितीही बढाया मारल्या, तरी ती वाजत नाही हे तत्काळ सर्वांना कळून चुकले असते. त्यांचा समत्वाचा हा भोपळा फोडून पाहण्याकरता एखाद्या दिवशी तरी त्यांना मसालेदार दुधाऐवजी पवित्र गोमूत्र पाजणारा गोभक्त शिष्य मिळाला पाहिजे. असल्या बुवांना आपला शिष्यगण नेहमीच तरुण असावा असे वाटते म्हणे. राजवाडा आणि अरण्य ज्यांना सारखेच, त्यांनी काळे केस आणि पिकलेले केस यांत का बरे अंतर करावे?

६. मंदिर, मुक्ती व मुक्ताफळे

वर्ध्याला श्री. जमनालालशेटजींनी स्वत:च्या मालकीचे असलेले लक्ष्मीनारायणाचे मंदिर अस्पृश्यांना गेल्या महिन्यात खुले केले. 'भाला'कारांनी या सुधारणेवर आपल्या खास तत्त्वज्ञानाला अनुसरून उतावळेपणाचा आरोप केला आहे. अस्पृश्य देवळात आले, तरी माळीमराठे यावयाचे बंद पडतील अशी त्यांना मोठी भीती वाटत आहे. वर्ध्याची माळीमराठ्यांची सर्व देवभक्ती या देवळातल्या मूर्तीवरच अवलंबून असेल असे वाटत नाही. कदाचित, काही कर्मठ लोक ज्या पायऱ्यांवरून अस्पृश्य जातात येतात, त्याच पायऱ्यांवरून आपण गेलो तर जग आपणाला त्यांच्याच पायरीवर बसवील, या भीतीने देवळात पाऊल टाकणार नाहीत. पण त्यामुळे लक्ष्मीनारायणाचे एखादे काम अडून राहणार आहे, असे थोडेच आहे!

७. पोकळ उक्ती

उत्साह उतावळा असतो हे खरं आहे; पण गोगलगाईला आपली गती जलद वाटते म्हणून फुलपाखराने तिच्याबरोबर जमिनीवरच सरपटतच बसायचे की काय? अस्पृश्यांच्या उद्धाराकरिता आपण बावीस वर्षांपूर्वी व्याख्यान दिल्याची हकिकत भालाकार सांगतात. एक काय; पण बावीस व्याख्याने दिली असती, तरी अस्पृश्यांची स्थिती आहे, तीच राहिली असती. ब्राह्मण-ब्राह्मणेतर, स्पृश्य-अस्पृश्य असल्या

अंत:स्थ भेदांनी हिंदुसमाजाच्या चिंधड्या झालेल्या पाहत असतानाही भालाकार पोकळ शब्दावडंबराने त्या शिवता येतील असे मानतात. कार्य कोणतेही असो, म. गांधींना गव्हर्नर जनरलच्या मांडीला मांडी लावून देशहिताचे हुकूम सोडण्याचा हक्क असो, देवमंदिरात अस्पृश्यांना स्पृश्यांच्या खांद्याला खांदा लावून जाण्याची परवानगी असो, या विद्यापीठात इंग्रजीच्या बरोबरीने मिरविण्याचा मान मातृभाषेला मिळण्याचा प्रश्न असो, ते कृतीनेच साध्य होतील; पोकळ उक्तीने कधीही नाहीत.

२२ ऑगस्ट, १९२८

१. प्रतिभेचे दारिद्र्य

बेंजामिन फ्रँकलिनला लहानपणी कविता करण्याचा नाद लागला, तेव्हा त्याच्या बापाने सदरहू फंदात त्याला न पडण्याविषयी बजावले. पद्यकार बहुधा भिकारीच असतात असा बेंजामिनच्या वडिलांचा समज होता. कवी व दारिद्र्य यांची ही अखंड सांगड जशी गमतीची आहे, त्याप्रमाणे दारिद्र्यात कवीचे पीकही जास्त येते, हीही गोष्ट लक्षात ठेवण्यासारखी आहे. हे दारिद्र्य पैशाचे नसून प्रतिभेचे असते. दुसरा कसलाच धंदा साधेनासा झाला म्हणजे मास्तरकीकडे वळण्याची प्रवृत्ती जशी सर्रास आढळून येते, त्याप्रमाणे कसलेच लेखन जमत नाहीसे पाहूनच लोक कवी होऊ लागतात की काय, अशी शंका येऊ लागते. जणू काय– कवितादेवीचे मंदिर ही एक धर्मशाळाच आहे.

२. कवी

कवी होण्याचे फायदे कवीवाचून दुसरा कोण वर्णन करू शकेल? परंतु त्यातील काही तर आमच्यासारख्या प्राकृत लोकांनादेखील कळतात. लेख लिहावयाचा म्हटला म्हणजे, बरेच कागद व शाई खर्च करायला पाहिजे. पण कविता बहुधा अर्ध्या तावातच आपल्या कमळांचा व चांदण्यांचा संसार मांडू शकते. कविता ठळक टाइपात छापल्या जात असल्यामुळे लोकांच्या डोळ्यांत भरते. शिवाय, शेकडा ९९ वाचक कविता म्हटली, की अस्पृश्याची सावली टाळण्याकरता बाजूला उडी मारणाऱ्या कर्मठाप्रमाणे असल्यामुळे कवितेचे दोष सहसा जाहीर होत नाहीत. शिवाय, कवी शकाराप्रमाणे तर गद्यलेखक चारुदत्ताप्रमाणे असतो. कविता करावयाला प्रतिभा लागते. गद्य काय कुणीही लिहू शकेल, ह्या कल्पनेची पकड समाजावर असल्यामुळेही कवी होण्याचा मोह अनावर होतो. वकिलीची दारावर लावलेली पाटी

हमालाच्या डोक्यावर घेतलेल्या पाटीइतकीही फायदेशीर नाही हे माहीत असले, तरी एखाद्या मुखदुर्बळाने वकिलीचा मोह सोडला आहे, असे घडत नाही.

३. व्यायाम गीत

व्यायामाच्या ऑगस्टच्या अंकात 'व्यायाम गीत' या नावाची आलेली एक कविता वाचून वरील विचार आम्हाला सुचले. वसंतसेनेचा खून करणाऱ्या शकाराचे या कवितेत अनुकरण केले असून, विशेष दुर्दैवाची गोष्ट म्हणजे, या कवींच्या नावापुढे 'बी.ए.' ही पदवी आहे. 'आनंदकंद' या चालीवर गीत लिहिणारे हे कविराज म्हणतात 'उठोनिया सकाळी! घ्यावा बजरंगबली।।' या चरणातील 'बजरंगबली' हा शब्द कसा म्हणावयाचा, हे कवींना किंवा त्या बजरंबलीलाच ठाऊक. 'घ्यावा बज्ररंगबाळी' असे म्हटले तर आगगाडी थोडी फार रुळावरून जाऊ शकेल. परवाच कुठे मारुतीची मूर्ती फोडल्याबद्दल लोक क्षुब्ध झाल्याचे वाचले होते. सदरहू कवींनीही मारुतीला काव्याचे सोईकरता दत्तक देऊन 'बज्ररंगबाळा' करण्याचा जो अत्याचार केला आहे, तो मूर्तिभंजकाइतकाच त्याज्य आहे.

४. 'वृत्तदर्पण'चे महत्त्व

भिगबाळीचा बाऊ करणारा 'बज्रंगबाळी' सोडून पुढे जावे तर 'करोनि शुद्ध चित्त' ही ओळ 'कारोनि शुद्ध चित्त' अशी वाचावी लागते. हा 'अ'चा 'आ' बहुधा व्यायामामुळे लागलेल्या धापेचा परिणाम असावा. हे 'आ'चे गायन ऐकून पुढे जावे तो 'व्हावे चरणी रत' हा चरण आढळतो. तो इतका शुद्ध लिहिलेला आहे की, सर्व कवींनी सदरहू कवींच्या चरणी 'गुरू' म्हणून रत व्हावे. तो शुद्ध वाचायचा तर 'व्हावे चरणी रात' असा होतो! व्यायाम सकाळ, संध्याकाळी घ्या म्हणून उपदेश करणाऱ्या या कवींना वृत्तदर्पण अहारोत्र जवळ बाळगण्याची नम्र सूचना करण्याचे आम्ही धाडस करतो. या धाडसाबद्दल ते 'बज्रंगबाळी'ला आमच्यावर धाडणार नाहीत, अशी आम्हाला आशा आहे. श्री. न. चिं. केळकर यांनी अनुच्चारित अनुस्वारांचे उच्चाटन करण्याचा उपक्रम चालविला आहे. पण सदरहू कविराजांनी उच्चारित अनुस्वरांचेही उच्चाटन करून– सायंकाळी हा शब्द त्यांच्या काव्यात सायकाळी (व्यायामानंतर प्यावयाचे दूध खूप तापल्यामुळे साय काळी झाली नसेल ना?) असा वाचावा लागतो मनुष्याला नाक देणारा परमेश्वर कवी नसला पाहिजे, हे सिद्ध केले आहे.

२८ ऑगस्ट, १९२८

१. पुतळ्यांचा पर्याय

प्रख्यात रशियन राष्ट्रोद्धारक लेनिन याच्या मृत्यूनंतर त्याच्या वीरपत्नीने सोव्हिएट सभेला उद्देशून केलेले खालील भाषण अत्यंत मननीय आहे. ती म्हणाली, "मला तुमच्याशी एवढीच विनंती करावयाची आहे, की लेनिनच्या जडस्तरूप देहाची पूजा करण्यात आपल्या शक्तीचा अपव्यय करू नका. त्यांचे पुतळे उभारण्यात काही अर्थ नाही. देशात दारिद्र्यरूपी राक्षस आ पसरून बसला आहे. तो निर्जीव पुतळ्यांनी मरणे शक्य नाही. लेनिनविषयी तुम्हाला आदर व्यक्तच करायचा असेल, तर त्यांच्या नावाने बालकालये, शाळा, वाचनालये, दवाखाने बांधा आणि अनाथ अपंगांना साहाय्य करा." एका विभूतीचा पुतळा उभारला जाताच आपल्या बाब्यांचा पुतळा उभारण्याची खटपट करणाऱ्यांनी या वीरपत्नीच्या उपदेशाकडे अवश्य लक्ष द्यावे. मातीचा देह मातीत मिळाल्यावर तो दगडाच्या अगर धातूच्या रूपाने चिरंजीव करण्यात काय अर्थ आहे? ज्या राष्ट्रातले लक्षावधी लोक अर्धपोटी राहत आहेत, त्या राष्ट्राने विभूतीच्या नावावर जमविलेले पैसे पुतळ्यात खर्च करणे म्हणजे, मनाचे श्लोक म्हणून भिक्षेच्या रूपाने जमा केलेली पुंजी नाटकगृहात पुढच्या रांगेची खुर्ची पटकावण्यात खर्च करण्यासारखे आहे.

२. विभूतींची खरी स्मारके

राष्ट्रोपयोगी संस्था हीच विभूतींची खरी स्मारके. पण अशा संस्थांपेक्षा फराळाची दुकाने व केशकर्तनालये यांनीच मोठ्या माणसांना चिरंजीव करण्याचा विडा उचललेला दिसतो! पुण्याला प्रवासी गरम चहा प्यायला गेला, तर लोकमान्य क्षुधाशांतिगृहाच्या तडाख्यात सापडते; थंड उसाचा रस प्यायला गेलातर लोकमान्य गुऱ्हाळात अडकतो. त्याला डोक्यावरचे केसांचे ओझे हलके करायचे असो अगर अनवाणी पायांवर नव्या

जोड्यांचे ओझे घालावयाचे असो, 'लोकमान्य' 'महात्मा' वगैरे बड्या मंडळींच्या नावांवाचून पाऊलच टाकता येणार नाही. पुण्यातल्या लोकांना नखशिखांत देशभक्त करून सोडणारी ही लोकमान्यभक्ती लेनिनच्या पत्नीने केलेल्या उपदेशावर घासली तर बावनकशी ठरेल काय?

३. लग्न व क्रूरपणा

कोणत्याही वस्तूचा सदुपयोगापेक्षा दुरुपयोग लवकर होतो असे म्हणतात, ते काही खोटे नाही. विषाचा औषधादाखल उपयोग करता येत असला, तरी ते खाऊन प्राण देणारेच लोक जगात जास्ती आढळतील. राजपिंपळा संस्थानातील प्रतापनगर या गावी एका हिंदू तरुणाशी लग्न करायला मिळावे म्हणून एक पार्शी मुलगी हिंदू व्हायला तयार झाली. या हिंदू तरुणाला प्रथम पत्नी व मूल असताना त्याने या दुसरीशी लग्न करणे केवळ मूर्खपणाचेच नव्हे तर क्रूरपणाचे आहे, हे सांगावयाला नकोच. सदरहू हिंदू तरुण व पार्शी मुलगी यांची चतुर्भुज होण्याची इच्छा पूर्णांशाने पार पडली नाही. मुलगी अज्ञान ठरल्यामुळे मॅजिस्ट्रेटनी तिला बापाच्या स्वाधीन केले. त्या मुलीला अज्ञान समजणाऱ्या कायद्याला हे कुठे माहीत आहे, की ही मुलगी हिंदू धर्माचे ज्ञान मिळविण्याकरता निघाली होती.

४. लग्न व शुद्धीकरण

धन्वंतरीच्या हातून आलेले मरण पुरवले; पण वैदूच्या हातचा पुनर्जन्म नको असेच विचारवंत मनुष्याला नेहमी वाटत असते. हाच न्याय धर्मांतरालाही लागू केला पाहिजे. अज्ञानामुळे उत्पन्न झालेली अंध धर्मश्रद्धा पुरवली; पण जाणूनबुजून स्वार्थासाठी अगर ऐहिक लोभसाठी केलेला धर्मत्याग नको! हिंदुधर्मातील इतरांनी यावे. ते त्यांचे तत्त्वज्ञान भांडार पाहून अगर मन:शांती देण्याचे त्यांचे सामर्थ्य ओळखून, त्यात एकाच वेळी अनेक बायका करता येतात हा लंपटपणाला आवडणारा फायदा पाहून येणारी माणसे धार्मिकदृष्ट्या काय उपयोगाची आहेत? युद्धाकरता शिपाई गोळा करताना पिळदार बाहू, भरदार छाती व कसदार मन पाहायचे असते. लुटीवर नजर ठेवणाऱ्या डोळ्यांची निवड करावयाची नसते. असल्या लग्नप्रकरणांना शुद्धीकरण हे नाव देऊन हिंदुसभावाले एक प्रकारे आपल्या कार्याची हानी करून घेत आहेत, असे म्हटले पाहिजे.

५. केवळ हृदयद्रावक

काशी येथे एक अत्यंत हृदयद्रावक प्रकार ता. २७ रोजी घडला. एक गृहस्थ आपल्या पत्नीस नेण्याकरता सासऱ्याच्या घरी आले. 'मी आज येणार नाही; अधिक त्रास द्याल तर मी तिसऱ्या मजल्याच्या खिडकीतून खाली उडी टाकीन' असे तिने सांगितले. सवाई माधवरावांसारख्या पेशव्याच्या मरणाने बायकोला मरू देण्याची आलेली ही संधी हे अस्सल आर्यपतिराज व्यर्थ दवडतील हे शक्यच नव्हते. बायकोने खिडकीतून उडी टाकली. तिच्या आईबापांनी तिच्या ९ महिने वयाच्या मुलीसह तिचेच अनुकरण केले. जावईबाबा मात्र खंबीर होते. ते कोण जिवंत आहेत अगर नाहीत हे पाहण्याकरता जिने उतरूनच खाली आले असावेत.

६. स्त्री व गुलामगिरी

'मळमळीत सौभाग्यापेक्षा झळझळीत वैधव्य बरे' ही जुनी म्हण बदलून 'जळजळीत सौभाग्यापेक्षा झळझळीत वैधव्य बरे' अशी ती होणे इष्ट आहे, असे वरील उदाहरणातील मुलीला खास वाटत असेल. 'तू लवकर मर, तू मेलीस म्हणजे मला दुसरी श्रीमंताची मुलगी सांगून येईल व पुष्कळ हुंडा मिळेल' हे बायकोला लीलेने सांगणारा नवरा ज्या समाजात मिळतो त्याचा आणि संसार सोडण्याचा उभा दावा असावा, हे योग्यच आहे. स्त्रियांना गुलाम करणाऱ्या लोकांच्या नशिबीही परमेश्वर गुलामगिरीच देतो.

११ सप्टेंबर, १९२८

१. 'भाला'कारांचे भविष्य?

भालाकार भोपटकरांनी आपल्या ता. १ ऑक्टोबरच्या अंकात हिंदू समाजातील अस्पृश्यतेचे भविष्य वर्तविले असून, तिचे आयुर्मान आणखी अकरा पिढ्या असल्याचे नमूद केले आहे! प्रस्तुत भास्कराचार्यांच्या मताप्रमाणे, या अकरा पिढ्यांपैकी सात पिढ्या केवळ अस्पृश्यांना शूद्रत्व होईपर्यंतच नेस्तनाबूत व्हावयाच्या असून त्यापुढील चार पिढ्या त्यांचा मंदिरप्रवेश व संयुक्त घाणवठे सर्वमान्य होईपर्यंत परलोक पाहणार आहेत! हिंदू समाजाने भालाकारांच्याच गतीने प्रगतिपथाचे आक्रमण केले पाहिजे असा निर्बंध असता, तरच त्यांचे हे भविष्य खरे ठरण्याचा संभव होता; पण भालाकारांच्या दुर्दैवाने समाज त्यांच्या वकिली सल्ल्याची पर्वा न करता, आपला मार्ग चोखाळीत असल्यामुळे त्यांची ही (अ) भद्रेश्वरी खरी ठरेल, अशी भीती बाळगण्याचे मुळीच कारण नाही.

२. 'भाला'कारांची विचारसरणी

भालाकारांच्या या कालगणनेचा कटाक्ष समाजाच्या पुराणप्रियतेवर नसून अस्पृश्योद्धाराच्या कामी सक्रिय खटपट करणाऱ्यांवर आहे. अकरा पिढ्या जाऊ देण्याची वाट न पाहता आजच स्पर्शास्पर्श न मानणाऱ्या अगर अस्पृश्यांबरोबर सहभोजन करणाऱ्या कर्त्या सुधारकांच्या कृतीत भालाकारांना घिसाडघाई भरलेली दिसते. भालाकारांची विचारसरणी पाहिली म्हणजे, अस्पृश्यतेच्या उच्चाटनाला मूलतः विरोध करणारे कर्मठ पुरवले; पण त्यांच्यासारखे शाब्दिक सुधारणावादी नकोत असे म्हणण्याची पाळी येते. कृतिशून्य बडबडीत अकरा पिढ्या गेल्यानंतर बारावी पिढी यक्षिणीची कांडी फिरल्याप्रमाणे एका क्षणात अस्पृश्यता नष्ट करील, असे भालाकारांना सांगावयाचे आहे काय?

३. अस्पृश्यता निर्मूलन लवकर हवे

बाराव्या पिढीत तरी अस्पृश्यता नष्ट होईल असे प्रतिपादन करणाऱ्या भालाकारांना तिचे उच्चाटन धर्मबाह्य नव्हे, मान्य करावे लागेल. मग तिच्या निर्मूलनाचा दिवस जवळ ओढण्यासाठी सक्रिय चळवळ करणाऱ्यांची टवाळी करण्याचा भालाकारांना काय हक्क? सारा समाज तयार झाल्याशिवाय कृतीच करावयाची नाही असे म्हटले, तर राजकीय चळवळही कृतिशून्यच बनवावी लागेल आणि खुद्द भालाकारांना तर आपला भाषण-भोजन-भैरवाचा दणदणीत कार्यक्रम एकदम तहकूब करावा लागेल.

४. पापमार्ग व टीका

"माझे पत्राने तुम्हाला दुःख होईल; पण माझा नाइलाज आहे. मी मजवर प्रेम करणाऱ्याकडे जात आहे. माझे अश्रूने आपले पाय धुवून काढले असते, तरी आपण याला कबुली दिली नसती, म्हणून हा मार्ग पत्करणे माझे नशिबी आले आहे. माझे लग्न बाराव्या वर्षी आपण लावून दिले, तीन महिन्यांचे आतच पतिराज परलोकी गेले. फक्त तीनच महिन्यांची माझी व नवऱ्याची ओळख, याच सुमारास माझे वडीलबंधूची बायको वारली. ते ३० वर्षे वयाचे आहेत. त्यांनी १० वर्षे वैवाहिक सुख भोगले; पण त्यांना दुसरे लग्न करून घेण्याविषयी वडिलांनी भीड घालावी व ज्या मला काडीमात्र सुखाचा अनुभव नाही, जी वयाने तरुण आहे, जिला आकांक्षा आहे, जिला पुरुषवर्गाप्रमाणे जगातील सुखाचा अनुभव घ्यावासा वाटतो, अशा मला मात्र कुणी विचारले पुसले नाही. जणू काय बायकांना हृदय नसते, वासना नसतात व सुख नको असते. असो. पापमार्ग अवलंबण्यापेक्षा समाजाच्या टीकेला तोंड देणेच मला योग्य दिसले." (सु.प.)

५. बालविधवेचे अंतरंग

वर दिलेले पत्र गुजरातेतील रा.व. केशवलाल गिरिधरलाल ह्यांना त्यांच्या कन्येने लिहिलेले आहे. बालविधवांना आपले अंत:करण उघडे करून दाखविण्याइतके स्वातंत्र्य असते अगर ते समजून घेण्याइतकी समाजात सहानुभूती असती, तर हेच विचार बहुतेक बालविधवांच्या हृदयात स्पष्ट अगर अस्पष्ट स्वरूपात वावरत असल्याचे दृष्टोपत्तीस आले असते. ईश्वराने वाणी दिली असून, समाजाने मुक्या बनविलेल्या या उपेक्षित भगिनींचे दुःख असे क्वचित प्रसंगीच शब्दरूपाने व्यक्त होत असले, तरी त्याचे अस्तित्व नेहमीच असते, ही गोष्ट निदान सहृदय माणसाला तरी सांगण्याची आवश्यकता नाही.

९ ऑक्टोबर, १९२८

१. रंगभूमीवरील छाटाछाट

मि. मिल्न नावाच्या पाश्चात्त्य नाटककाराच्या 'धि फोर्थ वॉल' नाटकाचा प्रयोग करणाऱ्या कंपनीने सदर नाटकाचा काही भाग रंगभूमीवर गाळल्याबद्दल तिकडे बरीच खळबळ उडाली होती, या गोष्टीवर हिंदी वाचकांचा विश्वासही बसणार नाही. कारण 'प्रयोगाच्या सोयीसाठी (?) ठिकठिकाणी फेरफार' करण्याचा हक्क आमच्या नाटकमंडळ्यांनी हस्तपत्रकातील खास कलमाच्या आधारावर आगाऊच मिळविलेला असतो. आणि मौजेची गोष्ट ही की, 'धि फोर्थ वॉल' नाटकाच्या प्रेक्षकांप्रमाणे हिंदी रंगभूमीवरील कापाकापीचा निषेध करणारा एकही प्रेक्षक सहसा पुढे येत नाही. मग याचे कारण म्हणून, आमच्या नाटक मंडळ्यांच्या कर्तनपटुत्वाला कोणी मार्मिकपणाचे शिफारसपत्र देवो अगर प्रेक्षकांना कोणी सहृदयशून्य म्हणून दूषण देवो. मात्र आमच्या दृष्टीने तरी पुष्कळशा मराठी नाटकांची छाटाछाट अनिर्वाह्य ठरते; कारण आमचे विद्वान नाटककार प्रयोगाची कालमर्यादा विसरूनच आपले ग्रंथ भरकटताना दिसतात. ही छाटाछाट योग्य ठिकाणीच होते अशी हमी कोणीही देऊ शकणार नाही हे खरे; पण त्या बाबतीत अशिक्षित नटांना दोष देण्याऐवजी तसले भारूड प्रसवणाऱ्या विद्वान ग्रंथकारालाच जबाबदार धरणे अधिक योग्य होईल.

२. विक्षिप्त साप्ताहिक 'भाला'

कित्येक वर्षे वकिली करणारे व वकिलीचा वर्ग चालविणारे भालाकार भोपटकर तर्कशून्य आहेत असे कोणी म्हटले, तर प्रत्यक्ष त्यांचा 'भाला' वाचीपर्यंत कोणाला खरेही वाटणार नाही. मात्र त्यांच्या या विक्षिप्त साप्ताहिकाचा कोणताही अंक उघडला, तरी हे वैगुण्य वाचकांच्या चटकन नजरेत भरते. ता. १ एप्रिलच्या अंकात सहभोजनांवर हल्ला चढविताना त्यांनी 'पूर्वीच्या स्वाऱ्यांत सहभोजने न करता

आपल्या पूर्वजांनी सहभोजनी मुसलमानांना जागजागी चीत व पराजित केले आहे.' असे म्हणून 'तुटक' भोजनाचे समर्थन केले आहे. वरील वस्तुस्थितीमुळे सहभोजन हे पराक्रमाचे अधिष्ठान नव्हे एवढेच फार तर ठरेल; पण त्यामुळे तुटक भोजन हे काही सर्वसिद्धी ताइताच्या पंक्तीला बसू शकत नाही, हे एखादे पोरही सांगेल. भालाकारांनी दिलेल्या दाखल्याच्या विरुद्ध म्हणून 'सहभोजनी इंग्रज आज तुटकभोजनी हिंदूंवर वर्चस्व गाजवीत आहेत.' असा प्रचलित दाखलाही पुढे करता येण्यासारखा आहे. वास्तविक, राज्ये कमावणे अगर गमावणे यांच्याशी भोजनापेक्षा इतर गुणावगुणांचा विशेष प्रामुख्याने संबंध येतो, हे भालाकारांनी नजरेआड करू नये. भालाकारांना तुटकभोजनाचे मंडन करावयाचे असेल तर ते त्यांनी खुशाल करावे; पण निदान स्वमतसमर्थनार्थ हेत्वाभासमूलक विधानांचा निष्फळ अवलंब करू नये, अशी आमची त्यांना सूचना आहे.

३. उदार राजा आणि भोपळा

मिरजेच्या प्रज्ञावत्सल प्रभूंनी आपल्या राजधानीतील लोकांना स्थानिक स्वराज्याचे हक्क देऊन मोठेच औदार्य प्रकट केले आहे. या छोट्या स्वराज्याची नुकतीच निवडणूक झाली. लोकनियुक्त सभासदांकरता १६ जागा होत्या; पण उमेदवार अवघे ११ च उभे राहिले होते. सभासदांच्या जागांइतकेच उमेदवार उभे राहिल्यामुळे निवडणुकीची आवश्यकता न उरल्याची उदाहरणे आजपर्यंत अनेकदा घडली आहेत; पण मिरजेचा मासला काही औरच! पण याचा दोष कोणत्याही प्रकारे लोकांकडे नसून सरकारी नियमांकडेच आहे. मिरजेत कमीत कमी १००० रु.ची मालमत्ता असणे व तेथे निवडणुकीपूर्वी एक वर्ष अविच्छिन्न वास्तव असणे अशा दोन अटी उमेदवारास पात्रतेसाठी तेथील संस्थानिकांनी घालून ठेवल्या आहेत! 'राजा उदार झाला आणि हाती भोपळा दिला' ही म्हण येथे अक्षरशः लागू पडते.

९ एप्रिल, १९२९

१. देवालय, अस्पृश्यता व दृढीकरण

रत्नागिरी येथील रा. कीर नावाच्या धनिक गृहस्थांनी अस्पृश्य मानलेल्या समाजासाठी एक देवालय बांधण्याचे ठरवून त्याच्या पायाचा दगड श्रीमच्छंकराचार्य (डॉ. कुर्तकोटी) यांच्या हस्ते मोठ्या समारंभाने बसविला. सरळ दृष्टीने पाहणाऱ्या कोणाही व्यक्तीला रा. कीर यांच्या या कृत्यात अस्पृश्य मानलेल्या समाजाबद्दलची कळकळ प्रतीत होईल अशी आमची समजूत होती; पण बेळगावच्या राष्ट्रवीरकारांनी ती फोल ठरविली आहे. त्यांच्या दृष्टीने, हा अधर्म होत असून या उपक्रमामुळे अस्पृश्यतेचे दृढीकरण होत आहे, असे त्यांचे म्हणणे आहे! रा. कीर यांच्या या उपक्रमात व डॉ. कुर्तकोटींच्या सहकार्यात राष्ट्रवीरकारांना ब्राह्मणी कावा दिसू लागल्यास ते त्यांच्या परंपरेस फारसे सोडून नाही.

२. समजुतीला आधार काय?

पण मौजेची गोष्ट ही की, रा. कीर यांच्या उपक्रमाचा निषेध करण्यासाठी राष्ट्रवीरकारांनी लिहिलेल्या स्फुट लेखात श्री. जमनालाल बजाज यांनी स्वतःच्या मालकीचे देवालय अस्पृश्यांना मोकळे ठेवण्याबद्दल मुक्तकंठाने स्तुती करण्यात आली आहे. राष्ट्रवीरांच्या लिहिण्याच्या झोकावरून त्यांचा समज असा झालेला दिसतो की, जमनालालजींच्या देवालयात स्पृश्यास्पृश्य समाज मोठ्या प्रेमाने जमत आहे व रा. कीर यांच्या देवालयाच्या देवालयात मात्र अस्पृश्यांशिवाय कोणी फिरकणार नाही. राष्ट्रवीरकारांच्या या समजुतीला आधार काय? पुढे बांधल्या जाणाऱ्या देवालयात स्पृश्य हिंदूंना मज्जाव करण्यात येणार आहे असे त्यांनी जाहीर केले आहे थोडेच! एकाच प्रकारच्या दोन उपक्रमांपैकी एकाच्या मुळाशी गुजराती बनिया जमनालाल बजाज आहेत म्हणून तो प्रशंसनीय व दुसऱ्याचा पुरस्कार एका महाराष्ट्रीय ब्राह्मणाकडून होत आहे म्हणून तो निंद्य, असे तर राष्ट्रवीरकारांचे तर्कशास्त्र नाही ना?

३. कोणतीही मंदिरमुक्ती प्रशंसनीयच

अस्पृश्यांसाठी खासगी मालकीची देवालये मोकळी ठेवणारांचा अगर त्यांच्यासाठी नवीन देवळे बांधणारांचा हेतू अस्पृश्यतेचे बंध जास्त आवळले जावे असा असणे केव्हाही संभवनीय नाही. बहुजन समाजाच्या कोत्या का होईनात; पण दृढ धार्मिक समजुतीमुळे उदारमतवाद्यांनाही जुन्या सार्वजनिक देवळांतून अस्पृश्यताजनक भेदभाव नाहीसे करता येत नाहीत. अस्पृश्यांना मुक्तद्वार ठेवलेल्या मंदिरांतून समतेच्या या कैवाऱ्यांना आपले प्रागतिक मार्ग अनुसरता येतील व स्पृश्यांपैकी निदान काही लोक तरी अस्पृश्यांशी मिसळल्यामुळे त्यांच्या दुःखाची तीव्रता तेवढीच कमी होईल, हा उदार विचार पददलित समाजासाठी मंदिरे उभारणाऱ्यांच्या मनात प्रामुख्याने वसत असला पाहिजे. परंपरागत देवालयांतून हे इष्ट फेरफार घडवून आणण्याचे सामर्थ्य एकट्यादुकट्या व्यक्तीत नाही; पण या हेतूंच्या सिद्ध्यर्थ नव्या संस्था निर्माण करणे साधनांची अनुकूलता असलेल्यांना शक्य आहे. मग जमनालालजींसारखे कोणी पूर्वीची स्वतःच्या मालकीची देवालये अस्पृश्यांना मोकळी करून देतील अगर ज्यांची अशी देवळे अगोदरपासूनच नसतील, ते याच हेतूने नवी बांधतील. स्वतःच्या मालकीची देवळे पूर्वीपासून असणे किंवा नसणे हे कोणाच्याही अस्पृश्यताविषयक वृत्तीचे गमक होऊ शकत नसल्यामुळे, असलेले देऊळ अस्पृश्यांना मोकळे केले काय अगर त्यांच्यासाठी नवे देऊळ बांधले काय, दोन्ही गोष्टी सारख्याच प्रशंसनीय होत.

३० एप्रिल, १९२९

१. आगगाडीने परलोक प्रवास?

आगगाडीतून प्रवासाची सोय होते एवढीच आजपर्यंत लोकांची समजूत होती; पण परलोकाच्या प्रवासालाही आगगाडीची मदत होऊ शकेल ही गोष्ट गेल्या दीड वर्षातच महाराष्ट्रीयांच्या लक्षात आलेली दिसते. परलोकचा पल्ला गाठायला तिकिटाचा खर्च नाही, तिसऱ्या वर्गातील गर्दीची काळजी करण्याचे कारण नाही. फार काय, डब्यात बसण्याची तसदी घेण्याची जरुरी नाही. गंगावतरणाकरता सिद्ध झालेल्या शंकराप्रमाणे रुळावर पडून अंगावर गाडी घेतली म्हणजे झाले. आत्महत्या हे 'महत्पाप' आहे अशी जुनी कल्पना होती; पण या काळात ते 'महत्पुण्य' मानण्याकडे लोकांचा कल होऊ लागला आहे, असे दिसते!

२. नोकरीविषयीची दुर्बलता

सातारा जिल्ह्यातील प्रीव्हियस झालेल्या एका विवाहित तरुणाने परवा आगगाडीखाली अशीच आत्महत्या केली. आत्महत्येचे कारण नोकरीची अवकृपा हे होय. नोकरी प्राणासाठी असते, प्राण नोकरीसाठी नसतात ही साधी गोष्ट या शिकलेल्या तरुणाच्या लक्षात आली नाही! 'त्वं जीवितं त्वमसि ते हृदयं द्वितीयम्' अशी नोकरीविषयीची वृत्ती दुबळेपणाची नाही काय? बरे, दुपारची भ्रांत पडली म्हणून त्या तरुणाने काळनिद्रेला मिठी मारली अशातला भाग नाही. त्याच्या शेतवाडीत काम करून दहा कुटुंबे आपली पोटे भरीत आहेत. हिंदुस्थानला नोकरशाहीप्रमाणे, नोकरीशाहीनेही ग्रासले हेच खरे!

३. आत्महत्येची चिकित्सा आवश्यक

पारतंत्र्याच्या, दारिद्र्याच्या व अंधपरंपरेच्या चिखलात रुतलेली मातृभूमी 'मला वर काढा' म्हणून टाहो फोडीत असताना तिला हात देण्याऐवजी आमचे तरुण मृत्यूला मिठ्या मारायला धावतात! सोन्यासारख्या मनुष्याच्या जन्माचा समाजाला शोभेल असा अलंकार करण्याचे सोडून एका लहरीसरशी कालसमुद्रात तो सोडून देण्याला हे तयार होतात. 'लाथ मारीन तिथे पाणी काढीन' ही वीरवृत्ती जाऊन फट म्हणशील तर प्रेत बघशील ही त्राग्याची वृत्ती तरुणांत दिसू लागली आहे! 'मारता मारता घ्यावे राज्य अपुले' हा वीर्यशाली मंत्र ज्याच्या पूर्वजांनी जपला, ते आज कवडीचा फायदा नसताना मारायला तयार होत आहेत. न्या. रानड्यांच्या वेळी आमच्यातील विद्वान अकाली मृत्युमुखी का पडतात, या प्रश्नाची कसून चर्चा झाली होती. आजकाल शिक्षित तरुण आत्महत्येला का प्रवृत्त होतात, या प्रश्नाची चिकित्सा करण्याची दुर्दैवाने पाळी आली आहे!

४. पुण्याची स्थिती

ज्या समुद्रातून अमृत निघाले, त्यातूनच हलाहल विषही निघाले होते. पुण्याची स्थितीही या समुद्राप्रमाणेच आहे. नव्या चळवळींप्रमाणे, नव्या भांडणांचाही उगम पुण्यातच होतो. प्रौढ पत्नीने काळे व तरुण पत्नीने पांढरे केस उपटून टाकल्यामुळे झालेल्या पतीप्रमाणे या भांडणात पुण्याची स्थिती होत असते. 'भाला'कार भोपटकर व पैसाफंड रानडे यांच्यादरम्यान असाच एक वाद सध्या सुरू झाला आहे. शिवाजी महाराजांच्या राज्यभिषेकाच्या उत्सवाची मिरवणूक पोलिसांची परवानगी न मिळाल्यामुळे त्रयोदशीला न काढता दुसरे दिवशी काढण्याचे भोपटकरांनी ठरविले. स्वत:चाच राज्याभिषेक एक दिवस लांबणीवर पडल्यामुळे चिडून गेलेल्या राजपुत्राप्रमाणे पैसाफंडांनी सत्याग्रह करून ही मिरवणूक काढण्याला प्रतिबंध केला.

५. हास्यास्पद सत्याग्रह

भोपटकारांचा भाला व रानड्यांचा मेळा यांचा हा झगडा कसाही मिटो. सत्याग्रहाच्या या अंमलबजावणीची हास्यास्पदता सूर्याइतकी स्पष्ट आहे. शिवाजी-महाराजांच्या जन्मतिथीत दोन महिन्यांचे अंतर पडून दर वर्षी महाराजांच्या आत्म्याला जिथे दोन जन्माचे सोहळे पाहावे लागत आहेत तिथे मिरवणूक एक दिवस उशिरा

निघाली म्हणून सत्याग्रह करण्यात काय अर्थ आहे? फारतर रानड्यांनी उपास करायचा होता. रानड्यांचा हा सत्याग्रह योग्य मानल्यास 'तुला उद्या मोटार आणीन' असे सांगणाऱ्या बापाला बाहेर न जाऊ देणाऱ्या बाब्याचा हट्टही योग्य मानावा लागेल.

६ ऑगस्ट, १९२९

१. सौंदर्य : आंतरिक की बाह्य?

मायकेल पीम नावाच्या कोणी इसमाने गेल्या महिन्यात लंडन येथे प्रसिद्ध झालेल्या 'स्फीअर' नावाच्या नियतकालिकात महात्मा गांधींचे पुढील शब्दांनी वर्णन केले आहे – 'गांधी हे काळेसावळे असून वक्रपाद आहेत. त्यांचे डोळे माकडासारखे बारीक आहेत, नाक बरेच लांब, बरेचसे दात पडलेले तोंडाचे परसट बोळके, मस्तकाशी काटकोन करून पसरलेले विस्तीर्ण कान आणि एखाद्या मुलाप्रमाणे वाटणारे डोके, असा त्यांचा अवतार आहे. असल्या शरीराचे गुन्हेगार मी पुष्कळ पाहिले आहेत; पण एकही मोठा माणूस या स्वरूपाचा आढळलेला नाही!' महात्मा गांधींना अनेकांनी पाहिले आहे; पण कोणालाही हे वर्णन यथातथ्य वाटणार नाही. बाकी महात्माजींकडे रूपचिकित्सेच्या दृष्टीने कोणी फारसे पाहिलेही नसेल. सौंदर्याच्या चढाओढीत महात्माजी हे एक उमेदवार असून आपण एक परीक्षक आहोत, अशी तर पीमसाहेबांनी स्वतःची समजूत करून घेतलेली नाही ना?

२. हीनत्वाचे लक्षण

महात्माजींसारख्या तत्त्वज्ञाच्या मुलाखतीत त्यांचे ओजस्वी विचार ग्रहण करण्याऐवजी, त्यांच्या जड शरीराची कुचेष्टा करण्याच्या हेतूने पीमसाहेबांनी आपले डोके खर्च करावे, हे त्यांचे दुर्भाग्य होय. पण त्यांना रोखठोक जबाब द्यावयाचा तर असे म्हणता येईल की, वर्णाच्या काळेपणापेक्षा हृदयाच्या काळेपणा जास्त वाईट असतो, नीतिपथ आक्रमिणाऱ्या वक्रपादापेक्षा सरळ पावले वाकड्या मार्गावर टाकणारी माणसे जास्त त्याज्य असतात आणि माकडाचे सादृश्य शरीराच्या ऐवजी वृत्तीत आढळणे हे जास्त हीनत्वाचे लक्षण आहे. महात्माजींना पहिले वर्णन लागू पडो वा न पडो, पीमसाहेबांसारख्या इंग्रजांना मात्र दुसरे वर्णन अक्षरशः लागू पडते!

३. अल्पसंख्याक निंदक

सुदैवाने, पीमसारख्या निंदकांची संख्या जगात अत्यंत अल्प असून महात्मा गांधींची योग्यता जाणणारी माणसेच जगात भरपूर आहेत. अमेरिकेत 'सेंटेरियन क्लब' नावाची एक संस्था स्थापन झाली असून 'मनुष्य शतायुषी सुखसंपन्न कसा होईल' याचे ज्ञान जनतेस करून देणे, हा तिचा उद्देश आहे. या संस्थेने जगातील अत्यंत लोकोपयोगी अशी १०० माणसे निवडून काढण्याचे ठरविले असून, नव्वदांची नावेही त्यांनी जाहीर केली आहेत. या नव्वदांत महात्मा गांधी एक आहेत हे सांगायला नकोच. बाकी कोपराने माती स्वत:कडे ओढावी त्याप्रमाणे एकट्या अमेरिकेतच या संस्थेला ६४ लायक व्यक्ती सापडल्या आहेत!

४. बदनामीचा विडा

शितावरून भाताची परीक्षा करण्यात बायकोचा हातखंडा असतो; पण ही कसोटी चुलीच्या राज्याबाहेर उपयोगात आणल्यास कशी आश्चर्यकारक ठरते, हे मिस मेयोच्या मदर इंडियामध्ये दाखवून दिले आहे. एलिझाबेथ शार्प नावाच्या तिच्याच एका बहिणीने फिरून तसलाच एक प्रयोग मुंबईच्या साप्ताहिक टाइम्सच्या गेल्या ता. ६ च्या अंकात केला आहे. 'हिंदुस्थानातील प्रत्येक तरुण मुलीला एकदा तरी केशवपन करावे लागते व त्यामुळेच हिंदी स्त्रियांचे केस खुरटलेले व राठ असतात' असे या बाईने आपल्या लेखात एक बाह्यत: विधान केले आहे! कुंतलसौदर्यांत हिंदी स्त्रिया जगातील कोणत्याही महिलावर्गाला हार जाणार नाहीत, ही गोष्ट निर्विवाद असून प्रत्येक हिंदी मुलीला केशवपन करावे लागते, हे विधान धादांत खोटे आहे, ही गोष्ट हिंदुस्थान देशाचा अल्प परिचय असलेला परदेशीही कबूल करील. टाइम्सकरांना या विधानाची असत्यता माहीत नसेल असे नाही; पण सूक्तासूक्त मार्गांनी भरतखंडाची बदनामी करण्याचाच ज्यांनी विडा उचलला आहे, त्यांना खऱ्याखोट्याची काय चाड?

२२ सप्टेंबर, १९२९

१. पत्तेभक्त

दिवाळीची सुट्टी घालविण्याचे अनेक प्रकार आहेत व जो तो आपापल्या आवडीप्रमाणे स्वत:चा कार्यक्रम आखीत असतो. प्रेक्षणीय स्थळे पाहणे, वनभोजने साजरी करणे, नाटक-सिनेमा पाहणे वगैरे कार्यक्रम सर्वसामान्य व म्हणूनच जणू काय मिळमिळीत होऊन राहिले असून कोणी एखादा नावीन्यपूर्ण कार्यक्रम आणल्यास तिकडे पुष्कळांचे लक्ष वेधणे स्वाभाविक आहे. आमच्या कित्येक स्थानिक पत्तेभक्तांनी म्हणे दिवाळीचे पाच दिवस बैठक मोडावयाची नाही असे ठरवून खेळाच्या अड्ड्यावरच चहाचिवडा मागवून गुजराण केली!

२. गर्वहरण करणारे महावीर

पण या वीरांचा गर्व हरण करणारे तीन महावीर मुंबईत अवतीर्ण झाल्याची बातमी आमच्या कानी येऊन आमचा बराचसा हिरमोड झाला. मुंबापुरस्थ त्रयीने गेल्या गुरुवारी आपली सेवाभूमी सोडली व मोटारीचा संथ प्रवास करीत करीत पुणे व नाशिक करून रविवारी घर गाठले. या मोटारीत जास्तीत जास्त राहू शकतील तेवढ्या दारूच्या बाटल्या भरण्यात आल्या होत्या व थोड्याशा मैलांच्या प्रवासानंतर त्यातील तीन फोडून प्रत्येकाने एकेक फस्त करावयाची, असा त्यांचा कार्यक्रम सबंध प्रवासात चालू होता! द्यूत व मदिरा ही दोन्ही गर्ह्यच; पण मुंबईकरांच्या कार्यक्रमात जास्त धाडस व मर्दानीपणा होता, ही गोष्ट आमचे पत्तेभक्तही कबूल करतील!

१२ ऑक्टोबर, १९२९

१. भूतदया की प्रेम?

बर्लिन येथे अलीकडेच कोर्टापुढे आलेल्या घटस्फोटाच्या एका खटल्यात कुत्र्याच्या मालकीचा प्रश्न फार वादग्रस्त होऊन बसला होता. नवरा-बायको परस्परांना विटली होती व विभक्त होण्याला उत्सुक होती; पण वैवाहिक आयुष्यात उभयतांनाही प्रिय झालेल्या कुत्र्याचा मोह दोघांपैकी एकालाही सोडवेना. अखेर, न्यायमूर्तींनी कुत्रा नवऱ्याच्या मालकीचा ठरवला व त्याला आठवड्यातून एकदा भेटण्याची व चार तास हिंडवण्याची सवलत बायकोला दिली! आपला मालक अर्धांगीवर अगर मालकीण पतीवर जेवढे प्रेम करीत नाहीत, तेवढे दोघेही स्वत:वर प्रेम करीत असल्याचे पाहून त्या मुक्या प्राण्याला केवढी धन्यता वाटली असेल!

२. मृत्यू व खुनातील अंतर

रिचर्ड कॉर्बेट नावाच्या २५ वर्षे वयाच्या एका इंग्रज गृहस्थाने आपल्या रोगग्रस्त आईला गोळी घालून ठार केल्याबद्दल त्याच्यावर 'व्हार असायझिस' कोर्टात खटला सुरू होता. कॉर्बेट याची निस्सीम मातृभक्ती कोर्टात सिद्ध झाली व आईला होणाऱ्या असह्य यातना नाहीशा व्हाव्यात याच उत्कट भावनेने त्याने तिचा खून केला, ही गोष्ट ज्युरीला पटल्यामुळे त्याला दोषमुक्त ठरवून सोडण्यात आले. असाध्य व क्लेशदायक रोगाने पछाडलेल्यांचे कष्टमय जीवित रेंगाळू न देण्यासाठी हत्या करणे ही हिंसा होणार नाही, असे खुद्द महात्मा गांधींनीही एकदा गुरासंबंधाने लिहिले होते; पण जिवंतपणीच्या यातनांना पूर्णविराम देण्याची सत्ता खासगी व्यक्तींच्या हाती न देता ती सरकारच्या हाती देणेच योग्य होईल, असे वाटते.

३. वसाहतीचे स्वराज्य

व्हाइसरॉयसाहेबांच्या जाहीरनाम्यात 'वसाहतीच्या स्वराज्या'चा उल्लेख आला, म्हणजे ते लगेच हिंदी राष्ट्राच्या पदरात पडले असे थोडेच आहे; पण हे शाब्दिक आश्वासन देखील साम्राज्यवादी इंग्रजांना खपत नाही असे दिसते. लॉर्ड रेडिंग, लॉर्ड बर्कनहेड, सर स्ट्यन्लि बाल्डविनप्रभृती मुत्सद्द्यांनी हाउस ऑफ लॉर्ड्स व हाउस ऑफ कॉमन्समध्ये अकांडतांडव करून हिंदी राष्ट्राला अनुकूल असलेल्या इंग्रज पुढाऱ्यांना गोंधळवून टाकण्याचे आटोकाट प्रयत्न केले व साम्राज्यवादी इंग्रज पत्रेही या बाबतीत नेटाने प्रयत्न करून हिंदुस्थान देशाला वसाहतीचा दर्जा प्राप्त होऊ नये म्हणून खटपट करीत आहेत.

४. अरेराव

या हिंदहितविरोधी पत्रात लंडन येथील 'डेली मेल' पत्राला अग्रस्थान दिले पाहिजे. व्हॉइसरॉयसाहेबांचा जाहीरनामा प्रसिद्ध झाल्यापासून 'वसाहतीचा दर्जा दिल्याने ओढवणारे संकट' या मथळ्याखाली हिंदुस्थानाशी विशेष परिचित असलेल्या तज्ज्ञा(?)च्या लेखमाला प्रसिद्ध करण्याचा सपाटा या पत्राने चालविला असून खाल्ल्या अन्नाला उलटणारे कित्येक इंग्रज अधिकारी 'डेली मेल'च्या या कटात सामील झाले आहेत. गेल्या गुरुवारी या लेखमालेत मुंबई इलाख्याचे माजी अरेराव गव्हर्नर सर जॉर्ज क्लार्क ऊर्फ लॉर्ड सिडेनह्यम यांचा लेख प्रसिद्ध झाला आहे.

५. चोराची पावले

लॉर्ड सिडेनह्यमसाहेबांनी आपल्या लेखात असे म्हटले आहे की, 'हिंदुस्थान देशाला वसाहतीचा दर्जा नजीकच्या काळात प्राप्त होईल असे भासविणे हा हिंदी राष्ट्राचा व हिंदी साम्राज्याचा गुन्हा होय.' हा दर्जा देण्याचा उद्देश नसता केवळ शाब्दिक चलाखीने इंग्रज मुत्सद्दी तसे जगाला भासवीत असतील, तर सिडेनह्यमसाहेबांच्या म्हणण्याप्रमाणे तो खरोखरच गुन्हा होय यात शंका नाही. हिंदी राष्ट्राला तरी हा दर्जा प्राप्त होण्यात अस्वाभाविक असे काहीच वाटत नसल्यामुळे त्यांना 'मन:स्येकं वचस्येकं' ची शंका येण्याचे कारण नाही. पण चोराची पावले चोरास कळावी, त्याप्रमाणे इंग्रज मुत्सद्द्यांचे डावपेच इंग्रज मुत्सद्द्यालाच जास्त चांगल्या रीतीने समजत असले पाहिजेत, हे कबूल करणे केव्हाही भाग आहे.

१. ग्रंथांचा विटाळ व वाचन अभिरुची

पदवीधरांना जी मोठी किंमत देण्यात येते, ती केवळ विश्वविद्यालयाने लावलेली दहावीस पुस्तके ते चार वर्षांत वाचून संपवितात म्हणून नव्हे; तर या अवधीत त्यांचा अवांतर व्यासंगही बराच दांडगा असला पाहिजे, या समजुतीने. पण, दिवसेंदिवस हा व्यासंग अल्प विस्ताराचा व उथळ स्वरूपाचा होत आहे की काय, अशी भीती वाटते. पुण्याच्या कॉलेज साप्ताहिकाच्या प्रतिनिधीने तेथील एका कॉलेजच्या ग्रंथसंग्रहालयाचे आकडे मिळवून, प्रसिद्ध केलेल्या माहितीवरून असे आढळून आले की, शेकडा ४९ मुलांनी सबंध टर्ममध्ये लायब्ररीतील ग्रंथाचा स्वत:ला विटाळ देखील होऊ दिला नाही व शे. २० विद्यार्थ्यांनी सबंध टर्ममध्ये एकेकच पुस्तक नेले. थोडेबहुत वाचणाऱ्यांची अभिरुचीही विशेष अभिनंदनीय नसल्याचे दिसून येते. शे. ५० विद्यार्थ्यांनी नाटक-कादंबऱ्यांपलीकडे आपल्या वाचनाचे क्षेत्र जाऊ दिलेले नाही.

२. शिक्षण बहिष्कार व कारणे

एकाच कृतीमागे भिन्न स्वरूपाचे अनेक हेतू कसे संभवतात, यांचे प्रत्यंतर गुजरात विद्यापीठाच्या स्नातकांनी सरकारी शिक्षणसंस्थांवरील बहिष्काराची जी कारणे दिली आहेत, त्यावरून आढळून येते. १९२० साल असहकारितेच्या चळवळीत सरकारी संस्था सोडून राष्ट्रीय विद्यालयात प्रवेश करणाऱ्या ८२ स्नातकांपैकी ३३नी राजकीय कारणांसाठी, १०नी असहयोगावरील श्रद्धेमुळे, ११नी काँग्रेसची आज्ञा म्हणून, ६नी मित्रांच्या आग्रहावरून, १२नी प्रवाहपतित होऊन व १०नी राष्ट्रीय शिक्षणाच्या जरुरीमुळे आपल्या जुन्या संस्था सोडल्याचे सांगितले आहे. ही उत्तरे महात्माजींना कळवावयाची होती म्हणूनच त्यात एवढे गांभीर्य राहिले आहे; नाहीतर आणखीही कित्येक गमतीची उत्तरे बाहेर पडण्याचा संभव होता!

३. न्यायाचा खून

कोर्टाचा अपमान ही एक अत्यंत लवचीक चीज असून, तिची व्याप्ती केव्हा कुठे भिडेल याचा नेम राहिलेला नाही! परवाच लाहोर कटाचा खटला सुरू असता राजगुरू नावाच्या महाराष्ट्रीय आरोपीने आपणास मराठीव्यतिरिक्त दुसरी भाषा अवगत नसल्यामुळे साक्षीदाराच्या उलटतपासणीसाठी दुभाषी मिळावा अशी विनंती केली; पण मॅजिस्ट्रेटनी ही विनंती अमान्य केली व न्यायपद्धतीचा दिवसाढवळ्या खून करून साक्षीदाराची फेरतपासणी करण्याबद्दल विरुद्ध वकिलास आज्ञा केली! राजगुरूंच्या मागणीविरुद्ध तक्रार करताना सरकारी वकील मि. नोड म्हणाले, ''कोर्टात मराठी भाषा वापरणे हा कोर्टाचा भयंकर अपमान आहे.'' नोडसाहेबांचे भाष्य खरे मानण्याइतके कोर्ट मूर्ख नाही, ही समाधानाची गोष्ट होय; पण त्यांचे हे उद्‌गार राष्ट्राचा उपमर्द करणारे असल्यामुळे, नोडसाहेबांना त्याबद्दल प्रायश्चित्त मिळणे जरूर आहे. नोडसाहेबांच्या हातात सत्ता असती, तर इंग्रजांच्या राज्यात कोठेही हिंदी भाषा उच्चारली जाणे, हा त्यांनी राजद्रोहच ठरविला असता!

४. श्रमप्रतिष्ठा

'भांडी कशी घासावीत' या विषयावर एका गृहस्थाने उत्कृष्ट निबंध लिहिल्याबद्दल अमेरिकन विश्वविद्यालयाने त्याला एम.ए. पदवी दिली, हे वाचून आमच्याकडे अनेकांना अत्यंत आश्चर्य वाटले. वस्तुत: बी.ए., एम.ए.च्या पदव्या कलेतील प्रावीण्यसूचक असता त्या मिळविण्याकरता कराव्या लागणाऱ्या कवायतीचा कलेशी काडीमात्र संबंध येऊ न देण्याची आमच्या विश्वविद्यालयाची दक्षता हास्यास्पद नाही काय? शिवाय, आमच्याकडे त्या परीक्षांसाठी वरच्यासारखे विषय ठेवले, तरी त्यांचा फायदा घेणारे कितीसे निघतील, हा प्रश्नच आहे. शारीरिक श्रमाच्या व्यवसायासंबंधीच्या आमच्या विपर्यस्त कल्पनांत अद्याप पुष्कळशी सुधारणा होणे जरूर आहे.

२६ नोव्हेंबर, १९२९

१. विधायक वाङ्मयवृद्धी

हिंदी साहित्य संमेलनामार्फत दर वर्षी कोणत्यातरी एका विषयावरील उत्कृष्ट पुस्तकाला 'मंगला प्रसाद' नावाचे १२०० रु.चे पारितोषिक देण्यात येते. यंदाचा विषय 'इतिहास' हा होता व हे बक्षीस श्री. सत्यकेतु विद्यालंकार यांना त्यांच्या 'मौर्य साम्राज्याचा इतिहास' या ग्रंथाबद्दल मिळाले. इतर प्रांतांतील साहित्य संमेलनांनीही अशाच प्रकारचे विधायक कार्य हाती घेतल्यास सु-वाङ्मयनिर्मितीला त्यांनी हातभार लावल्यासारखे होईल. बेळगावच्या साहित्य संमेलनास ही गोष्ट अगदी सुसाध्य होती; पण संमेलनचालकांना पारितोषिकाच्या योजनेऐवजी मेजवानीच जास्त आकर्षक वाटली व स्वार्थामुळे शिलकेचा विनियोगही या कार्याकडे करण्याची बुद्धी झाली नाही. वाङ्मयवृद्धीविषयी आस्था बाळगणारे म्हणून गोमंतकस्थांचा लौकिक आहे; त्यांच्या हातून यंदा तरी अशा प्रकारची योजना अमलात येवो.

२. सापेक्ष स्वातंत्र्य

'ब्रिटिश लोक कधीही दास होणार नाहीत,' अशी ब्रिटिशांची प्रतिज्ञा आहे. आइन्स्टाईनचे सापेक्षत्व ब्रिटिशांना फार पुरातन काळापासून पटलेले असल्यामुळे सापेक्षदृष्ट्या स्वतंत्र राहण्यासाठी इतरांना गुलामगिरीत ठेवलेच पाहिजे, अशी निदान वसाहतवाद्या ब्रिटिशांची कल्पना असावी. लेडी सायमन यांनी प्रसिद्ध केलेल्या ताज्या ग्रंथात वसाहतीत अद्याप फार मोठ्या प्रमाणावर गुलामगिरी रूढ असल्याचे प्रतिपादन केले असून, एकट्या हाँगकाँग शहरात ब्रिटिश व्यापाऱ्यांच्या मालकीचे दहा हजार गुलाम असल्याचे या पुस्तकात लिहिले आहे. स्त्रीदाक्षिण्याच्या कैवारी ब्रिटिशांच्या ताब्यातील या गुलामात मुलींचा भरणाच बराचसा आहे, हेही लक्षात ठेवण्यासारखे आहे.

३. चमत्कारिक शिक्षणक्रम

लाहोर येथे सर गंगाराम यांनी स्थापन केलेल्या वाणिज्य विद्यालयाचे प्रिन्सिपॉल मि. जे. डब्ल्यू. थॉमस यांनी गेल्या मंगळवारी या संस्थेच्या बक्षीस समारंभाच्या प्रसंगी भाषण करताना असे उद्‌गार काढले की, हिंदी विद्यार्थी निर्बुद्ध नाहीत किंवा शिक्षक नालायक नाहीत; असे असता विद्यार्थ्यांचे तेज न पडण्याचे कारण त्यांच्यासाठी आखलेला चमत्कारिक शिक्षणक्रम होय. या चरकातून चिपाडेच बाहेर पडावयाची; कारण त्यात व्यक्तिविकासाला अवसरच नाही. सध्याच्या शिक्षणक्रमाविरुद्ध केवळ हिंदी लोकांचीच ओरड नसून, हिंदुस्थानचा सहानुभूतीने विचार करणाऱ्या विदेशी तज्ज्ञांनादेखील तो सदोष वाटतो, हे उघड आहे.

१० डिसेंबर, १९२९

१. खादी आणि प्रामाणिकपणा

म. गांधीचे नावाजलेले शिष्य व महात्माजी येरवड्याच्या तुरुंगात असता, काही काळ त्यांच्या 'यंग इंडिया'चे बनलेले संपादक श्री. राजगोपालाचार्य यांनी खादी संबंधाने एक नवा शोध लावला आहे. ते एका खादी भांडारात १० हजारांच्या नोटांचे पुडके विसरून गेले; पण भांडाराच्या व्यवस्थापकाने लगेच त्यांचा शोध काढून ते पुडके परत केले. इतकेच नव्हे, तर राजगोपालाचार्यांनी बक्षिसादाखल देऊ केलेले १०० रु.ही नाकारले. या अनुभवावरून मशारनिल्हे तार्कलंकारांनी असे अनुमान काढले की, खादीमुळे प्रामाणिकपणा उत्पन्न होतो. खादी-भांडाराव्यतिरिक्त दुसरीकडे ही रक्कम राहिली असती, तर ती आपल्या हाती कधीच परत आली नसती असा ठाम सिद्धान्त त्यांनी प्रस्थापित केला असून आपला हा शोध कधी एकदा खादीप्रणेत्या महात्माजींपुढे सोडून शाबासकी मिळवू असे त्यास झाल्यामुळे त्यांनी ही गोष्ट पत्राद्वारे महात्माजींनाही कळविली.

२. खादी व आर्थिक मोक्ष

पण गरीब बिचारे राजगोपालाचार्य! त्यांच्या या शोधाचे महात्माजींनी यत्किंचितही कौतुक न करता, त्यात बुद्धी आणि तर्क या दोहोंचाही अभाव प्रतीत होत असल्याबद्दल आपले मत दिले! खादी वापरणाऱ्यांत सावाप्रमाणे चोरही असू शकतात असे महात्माजींनी स्पष्ट मत देऊन पुढे असेही म्हटले आहे की, परद्रव्यापहरण न केल्याबद्दल गोडवे गाण्याची बुद्धी होण्यात आपल्या नीतिमत्तेचा पारा बराच खाली गेल्याची एक प्रकारे कबुली आढळते. खादीचे महत्त्व नीतिवर्धनाचे साधन म्हणून नसून आर्थिक मोक्षाची पायरी म्हणून आहे, ही गोष्टही महात्माजींनी आपल्या प्रिय शिष्याला समजावून दिली आहे. खादीचा नीतीशी संबंध जोडायचा तर तो, मूळचा

नीतिमान पुरुष खादी वापरल्याने बिघडू शकत नाही, असा अकरणरूपानेच जोडावा लागेल. तसे नसून खादीच्या अंगी प्रत्यक्ष नीतिपोषक असा दैवी गुण असता तर न्यायाधीशांनी जबान्या घेण्यापूर्वी साक्षीदारांना खादीचे कपडे चढवले असते व व्यापाऱ्यांनी आपल्या मुनिमांना खादीचा पेहराव आवश्यक ठेवला असता!

३. योग्यता व निवड

गोमंतकातील येत्या महाराष्ट्र साहित्य संमेलनाचे अध्यक्षस्थान एखाद्या ब्राह्मणेतरास द्यावे, अशी सुदर्शनकारांची सूचना आहे. साहित्याच्या सोज्ज्वळ प्रांतात राजकारणातील जातिभेद घुसडण्याची यातायात महाराष्ट्र भाषाभूषणांनी केली नसती, तरी चालले असते. साहित्य संमेलनाच्या अध्यक्षांची निवड जातिवादाच्या अनुरोधाने करावयाची म्हटले तर केवढी अनवस्था ओढवेल, याचा त्यांनी विचारच केलेला दिसत नाही. आजपर्यंत ही जागा नेहमी योग्य व्यक्तीकडेच गेली असून जास्त लायक व्यक्ती मागे पडलेल्या नाहीत असे आमचे बिलकूल म्हणणे नाही; पण योग्य व्यक्तींची शिफारस अगर नालायकांचा निषेध या गोष्टी त्यांच्या साहित्यविषयक कामगिरीच्या अनुरोधानेच करणे योग्य होईल, त्यात आणखी शांतिविषयक प्रपंच करण्याचे कारण नाही. सुदर्शनकारांनी सुचविलेल्या केळुसकरांनाही कधी कोणी साहित्य संमेलनाचे अध्यक्ष निवडलेच, तर ते 'साहित्यसेवक' म्हणून निवडतील, ब्राह्मणेतर म्हणून नव्हेत.

१७ डिसेंबर, १९२९

१. प्रजा, राजा व कारभार

यजमानांचे गुणावगुण काहीही असले, तरी निमंत्रित पाहुण्याने निदान आतिथ्याच्या प्रसंगी तरी त्याची वाच्यता करावयाची नाही, असा शिष्टसंप्रदाय आहे. पण हिंदी संस्थानिकांची वर्तणूक इतकी बेताल होत चालली आहे की, दक्षिणेतील दौऱ्यात ना. व्हॉइसरॉयसाहेबांना हा सामान्य शिरस्ता पाळणे अशक्य झाले. शिष्टाचार शिष्टाचार म्हणून कितीही म्हटले तरी वरिष्ठ-कनिष्ठांचा जेथे संबंध येतो, तेथे वरिष्ठांच्या ठिकाणी अधिकाराची जाणीव राहतेच. गेल्या मंगळवारी व्हाइसरॉयसाहेबांनी निजामसाहेबांचा पाहुणचार स्वीकारीत असता त्यांना केलेल्या उपदेशाचे मर्म हेच आहे. सध्याच्या काळात एकतंत्री राज्यकारभार इष्ट नसून प्रजेला कारभारात भाग देणेच उचित आहे हा ना. व्हॉइसरॉयांनी निजामसाहेबांना दिलेला इशारा इतर संस्थानिकांनाही मननीय वाटेल, अशी आशा आहे.

२. शिक्षणाचा कस

दिवसेंदिवस शिक्षणाचा कस कमी होत असल्याची ओरड मुंबई इलाख्यापुरतीच नाही. बिहार आणि ओरिसा प्रांताच्या सरकारने काही दिवसांमागे एक कमिटी नेमून गेल्या २० वर्षांत मॅट्रिकची परीक्षा पास झालेल्या विद्यार्थ्यांचा कस कमी का होत गेला, याची चौकशी करण्याचे काम तिच्याकडे सोपविले होते. या कमिटीचा रिपोर्ट नुकताच प्रसिद्ध झाला असून, मॅट्रिक्युलेट इंग्रजीचे व्याकरण, भाषारचना आणि इतिहास या विषयांत पूर्वीच्या मानाने बरेच कच्चे असतात व 'एक ना धड भाराभर चिंध्या' अशी त्यांची स्थिती असते, असा कमिटीने आपला अभिप्राय दिला आहे. अभ्यासक्रमातील अनावश्यक पसारा कमी करणे, अवांतर चळवळी मर्यादित करणे आणि जास्त पगाराचे लायक शिक्षक नेमणे – हे उपाय कमिटीने सुचविले आहेत.

२४ डिसेंबर, १९२९

१. जातपात तोडक विवाह

ता. ३० मार्च रोजी मुंबई येथे हिराबागेत कुडाळदेशकर आद्यगौड ब्राह्मण ज्ञातीची जाहीर सभा होऊन तिच्यात, ज्ञातीत झालेल्या विधर्मीय व असवर्ण विवाहांचा, पुनर्विवाहांचा व तशाच तऱ्हेच्या परंपराबाह्य विवाहांचा निषेध करण्यात आला. नुसत्या निषेधाने बुडू लागलेला धर्म तरणार नाही म्हणूनच की काय, ज्ञातीचे धर्मगुरू श्री दाभोली मठसंस्थानाधीश यांस ज्ञातीची परंपरा रक्षण करण्याबद्दल विनंती करण्यात आली. काही 'जातपात तोडक' तरुणांनी या सभेत बखेडा करण्याचा प्रयत्न केला; परंतु त्याला मुळीच यश आले नाही, असे मुंबईचे एक गृहस्थ कळवितात.

२. धर्म : भूत, वर्तमान व भविष्य

सदरहू सभा हे जुने ते सोने मानणाऱ्या लोकांच्या मनोवृत्तीचे उत्कृष्ट उदाहरण आहे. नायगाराच्या धबधब्यात प्रवाहाविरुद्ध एखादा मनुष्य पोहू लागला, तर त्याच्या ठिकऱ्या व्हायला फारसा वेळ लागणार नाही. पण काळाच्या प्रवाहाविरुद्ध पोहण्याचा प्रयत्न करणारा बहुजनसमाज तो प्रवाह अत्यंत वेगवान आहे, हे नेहमी विसरतो. गोव्यामध्ये भट्टप्रभूंच्या प्रकरणात शंकराचार्यांच्या तोंडाकडे पाहणारे ब्राह्मण व प्रचलित रूढींविरुद्ध विवाह होऊ लागले म्हणून जातीच्या धर्मगुरूंकडे धाव घेणारे कुडाळदेशकर आद्यगौड ब्राह्मण यांची मनोवृत्ती एकाच प्रकारची आहे. चालू स्थिती आहे तशीच राहणे, याला ते धर्म मानतात. त्यांच्या दृष्टीला भूतकालच्या पडद्याआड लपलेल्या गोष्टी दृष्टीला पडत नाहीत, अगर भविष्यकालाच्या सागरात असलेली ध्येयाची रत्ने दिसतच नाहीत.

३. पुराणमतवादी

असवर्ण विवाहाविरुद्ध काहूर करणाऱ्या लोकांचा मुख्य मुद्दा धर्म बुडतो हा आहे. मात्र धर्म कशाला म्हणावयाचे ह्या बाबतीत ते विचार करायला तयार नाहीत. धन्याने गळ्यात दावे बांधून कसायाच्या हवाली केले, तरी गाईला काही तक्रार करता येत नाही. लग्नाच्या बाबतीत मुलामुलींनी या गाईप्रमाणे गरीब झाले पाहिजे, अशी या धर्मरक्षक पुराणमतवाल्यांची कल्पना असते. शाकुंतलातील गांधर्वविवाहाला माना तुकविणारे आणि पतिवेष धारण करून सुभद्राहरण करणाऱ्या अर्जुनाच्या कृतीचे कौतुक करणारे हे रसिक मुलामुलींच्या लग्नाचा प्रश्न आला, की पूर्णपणे काव्यहीन होतात. विसरभोळेपणात तर या लोकांची गोकुळावर ताण होते. आपल्या तारुण्यात आपले हृदय कोणत्या कवनांनी उचंबळत होते, त्यांना क्षणभर आठवतदेखील नाही.

४. जगाचे मंथन व आपण

सवर्ण आणि असवर्ण या शब्दांच्या कात्रीत तरुणांच्या हृदयाच्या चिंधड्या उडविणे सोपे असले, तरी अत्यंत अनिष्ट आहे. पुनर्विवाहाचा निषेध करणारे शुक्राचार्य देवावरले फूल उचलून आपल्या पावित्र्याची ग्वाही देऊ शकतील काय? विधवांनी टाकलेल्या पोरांनी अनाथालये गजबजून गेली, तरी पुराणमतवादी लोकांची शांतवृत्ती ढळत नाही. एखादा पुनर्विवाह झाला, की मात्र त्यांच्या तळपायांची आग मस्तकाला गेलीच म्हणून समजावे. जुने विचार व नवे विचार यांच्या कलहाने साऱ्या जगाचे मंथन होत आहे. खडकावर उभारलेली कल्पनामंदिरे वाळूवरली ठरत आहेत. परलोकाच्या भलभलत्या कल्पना उराशी कवटाळून त्यांच्या पायी आपल्या मुलामुलींच्या जीवितसौख्याचा होम करणे जितके निर्दयपणाचे, तितकेच अविचाराचे आहे.

५. सामाजिक सुखाचा प्रश्न

हा विचार पुराणमतवादी लोक का करतात, असा स्वाभाविकच प्रश्न सहजच उद्भवतो. ते अमृत म्हणून रोग्याला जे औषध पाजतात ते अनुभवांती विष ठरते. धर्माचे धन्वंतरी होऊ पाहणाऱ्या या लोकांना वैद्याला किती सूक्ष्म ज्ञान असावे लागते, याची थोडीही कल्पना नसते. विवाहाचा पूर्वेतिहास लक्षात आणला, तर तो एक सरळ सामाजिक सुखाचा प्रश्न आहे, असे दिसून येईल. पण सात तासांत

ठरणाऱ्या अगर प्रसंगी सातशे रुपये जास्ती दिले असता नकाराचा होकार करणाऱ्या लग्नाचा पुढील सात जन्माशी संबंध जोडून या साऱ्या गोष्टीचा समाजाने बागुलबोवा बनविला आहे. हुंड्यामुळे लग्ने होत नाहीत अशा स्थितीत हजारो कुमारी काळ कंठीत आहेत. त्यांच्या दु:खांशी समरस न होता, क्वचित घडणाऱ्या असवर्ण विवाहाचा उद्धार करीत बसण्यापासून समाजाचा कोणता फायदा होणार?

६. विवाहप्रश्न व समाजस्थिती

कोकणस्थ, देशस्थ व कऱ्हाडे अगर सारस्वतातील पोटभेद यांच्यात तसे पाहू गेले असता, महत्त्वाचा असा कोणताच भेद नाही. पण अद्यापिही स्वजातीचे संकुचित क्षेत्र सोडून बाहेर मुलगी द्यायला अगर बाहेरची स्वीकारायला कोणीच तयार नाहीत. या संकुचित क्षेत्रामुळे एकमेकाला अनुरूप नसलेल्या कितीतरी वधूवरांच्या जन्माच्या गाठी पडत असतील. चोर-पोलीस-शिपाई यांच्या जोडीप्रमाणे जीवन कंठणाऱ्या विषम जोडप्यांना घर तुरुंगासारखे वाटू लागले, तर त्यात दोष कोणाचा? असवर्ण विवाहावर तोंडसुख घेणारे लोक सवर्ण ज्ञातीतील विवाहाचे क्षेत्र विस्तृत करण्याचा प्रयत्न करीत आहेत काय? सामाजिक, आर्थिक, राष्ट्रीय इत्यादी अनेक प्रकारचे प्रश्न विवाहाचा प्रश्न समाजात उत्तम रीतीने सुटण्यावर अवलंबून असतात.

७. विवाहाचा व्यापक दृष्टिकोन

पुराणमतवादी लोकांनी 'जातपात तोडक'च्या निषेधाचे फुसके ठराव पास करण्याच्या ऐवजी विवाहाच्या प्रश्नाकडे व्यापक दृष्टीने पाहावे. प्रत्येक विवाहास योग्य झालेली कुमारी ही रुक्मिणी अगर उषा आहे, आपल्या श्रीकृष्णाला पत्र पाठविण्याकडे अगर स्वप्नात दर्शन देणाऱ्या प्रियकराचे चित्र सखीकडून काढवून घेण्याकडे तिचा कल झाला, तर त्यात मनुष्यस्वभावाविरुद्ध असे काहीच नाही, हेही सर्वांनी लक्षात ठेवणे जरूर आहे. इ.स. पूर्वीच्या पाचव्या शतकातील एखाद्या पोथीचा चष्मा घेऊन त्याच्या भिंगातून १९३० सालच्या तरुण-तरुणींच्या हृदयांचे परीक्षण करणे अत्यंत अव्यवहार्य आहे.

८. सर्वश्रेष्ठ धर्म

थेरड्याच्या गळयात कोवळ्या पोरी बांधणे, हुंड्याच्या अभावी वाढलेल्या पोरींनी लग्न कसे होईल या काळजीच्या वृश्चिकवेदना सोसत बसविणे, बालविधवेला स्वयंपाक व धुणे ही खाती बहाल करून तिच्या आयुष्याची व स्वत्वाची राखरांगोळी करणे इत्यादी गोष्टींत जो अधर्म आहे, तेवढा असवर्ण विवाहात अगर पुनर्विवाहात खास नाही. खरा धर्म बाह्य गोष्टीत नसून परोपकारांत, भूतदयेत, आपल्याप्रमाणेच दुसऱ्यांना भावना व विचार असतात, हे लक्षात आणून त्यांना सहानुभूतीने वागविणे, हाच सर्वश्रेष्ठ धर्म आहे.

८ मार्च, १९३०

१. आपलेपणाची भुरळ

तुमच्या डोळ्यांतील कुसळ ज्या दृष्टीला पडेल तिला स्वतःच्या पदरी असलेल्या मुसळाचा पत्ता लागत नाही, असा नेहमीचा अनुभव आहे. दुसऱ्याचे दोष दाखविताना विजेप्रमाणे वर्णन करणारी जीभ स्वतःच्या दोषाकडे वळताना मुकी होते. किंबहुना असेही म्हणता येईल, रातांधळ्याला ज्याप्रमाणे रात्री दिसत नाही, त्याप्रमाणे सामान्य मनुष्यालाही आपलेपणाची भुरळ पडली की डोंगराएवढे दोषदेखील दिसेनासे होतात. दुसऱ्या शाळेतील विद्यार्थ्याला दानदाखल करून घेताना अगर ते मेंढरू आपल्या कळपातील नव्हे ही जाणीव जागृत असेपर्यंत प्रत्येक जण पुढे त्याचे शिक्षण यथातथाच आहे असे दाखविण्याचा प्रयत्न करते. दुसऱ्याचे बारीकसारीक दोष दाखविणाऱ्या या दिव्यांना आपल्याखाली सर्वत्र अंधार आहे याची मात्र शुद्धी नसते! जी स्थिती शाळांची तीच लेखकांची व तीच भिंतीला कान लावून पिढ्यान्‌पिढ्या राहणाऱ्या शेजाऱ्यांची!

२. धृतराष्ट्र होणारा माणूस

'परोपदेशे पांडित्यम्' अगर 'लोकां सांगे ब्रह्मज्ञान' इत्यादी चरण लोकप्रिय होण्याचे कारण त्यांच्या बाबतीत धृतराष्ट्र होणारा हा मनुष्य खरोखरच आहे. लोकसेवा, सुधारणा, प्रगती इत्यादिकांचा जयजयकार चालला असूनही सुधारणांच्या मार्गावर जगाचे पाऊल पुढे पडत नाही, याचे कारण मनुष्याची ही एकांगी प्रवृत्तीच आहे, असे म्हणता येईल. वाटेल तेवढी भयंकर 'केस' मृत्यूच्या जबड्यातून बाहेर काढण्याचे कौशल्य दाखिवलेला धन्वंतरीदेखील स्वतःच्या साध्या आजारात दुसऱ्या वैद्याचे औषध घेतो. स्वतःचा प्रश्न आला की, मनुष्याचे ज्ञान व धैर्य ही कशी लोप पावतात हे या उदाहरणावरून दिसून येईल. महात्माजींचे अलौकिकत्व त्यांच्या

गुणसंभारात नसून स्वपक्षाची दोषचिकित्सा करताना दिसून येते, ना त्या धैर्यातही आहे. गांधीजींनी सत्याचे शास्त्र परजले, की सरकार आणि समाज या दोघांची दंभाची शंभर वर्षे भरलीच म्हणून समजावे.

३. भारताचे दरडोई उत्पन्न व व्हॉइसरायचा पगार

ता. २९ मार्चला भाटगाव येथे महात्माजींनी दिलेले भाषण या दृष्टीने संस्मरणीय आहे. ज्या देशात दरडोई उत्पनाची सरासरी माणशी सात पैसे पडते अशा देशाला व्हॉइसरायला दरमहा २१००० रु. पगार देण्याचा अधिकार नाही एवढेच नव्हे; तर त्या देशाच्या कार्याला वाहून घेणाऱ्या माणसांवर दौरा, प्रचार अगर चळवळ करताना सुखदु:ख निरपेक्षपणाने वागण्याचा कोणताही अधिकार नाही, असे आपल्या भाषणात त्यांनी स्पष्टपणे सांगितले. मुंबईहून मोटारीने दूध आलेले पाहून, हिंदुस्थानातील माणसाच्या पोटाला, सरासरी सात पैसेच मिळत असताना देशकार्य करायला निघालेल्या स्वातंत्र्यसैनिकांसाठी सात पैशांच्या पंचवीसपट नव्हे, तर पन्नासपट खर्च होत असलेला पाहून तळमळ व्यक्त करणाऱ्या अंत:करणाने त्यांनी जे उद्‌गार काढले आहे ते त्यांच्या तत्त्वज्ञानाचे थोडक्यात सार आहे, असे म्हणता येईल.

४. देशसेवकाचे वर्तन

अर्धपोटी राहणाऱ्या आणि अर्धवस्त्राने लाज राखण्याचा काळ कंठणाऱ्या लोकांच्या पुढाऱ्यांनी पीकपाण्याच्या बाबतीत कोणतेही न्यून पडणार तर नाही या गोष्टीकडे लक्ष देणे अत्यंत शोचनीय नव्हे, तर किंबहुना बडे पाहुणे म्हणून लोकांनी त्यांना अनावराच्या सागरात बुडविले तरी त्यांनी पुन्हा तीरावर येण्याचा प्रयत्न केला पाहिजे. समाजकार्य म्हणजे लग्नसमारंभ व देशभक्त हे वरवरचे वऱ्हाड असा क्षणभरदेखील कुणाचाही समज होणार नाही, असेच देशसेवकांचे वर्तन पाहिजे. गांधींच्या या तत्त्वाप्रमाणे वागावयाला आत्मपरीक्षण, मनोनिग्रह व ध्येयात्मकवृत्ती यांची अत्यंत आवश्यकता आहे. महात्माजींच्या तीर्थतुल्य सहवासाचा लाभ घडूनही 'निर्वाहापुरत्या अन्नाच्छादनां'चा बाणा अनेकांना सांभाळता येत नाही. मग केवळ पोटाच्या पाठीमागे लागलेल्या व भोग हेच सुख मानणाऱ्या लक्षावधी लोकांच्या मनोवृत्ती कशा असतील, याची कल्पनाच करावी.

५. शरीरसंपत्तीची उपेक्षा

कायदेभंगासाठी गांधीजींबरोबर जावयाला निघालेल्या स्वयंसेवकांपैकी वाटेत काही आजारी पडले, त्याविषयी लिहिताना तरुण पिढी नाजूक, दुर्बल व लाडावलेली झाली आहे, असे त्यांनी लिहिले आहे. जुने नमस्कार गेले; पण नवी क्रिकेट-टेनिसे त्या मानाने काही सर्रास झाली नाहीत. बायकांच्या तुळशीच्या प्रदक्षिणा सुटल्या; पण दुसरा कोणताही नवा व्यायाम त्याऐवजी रूढ झाला नाही. शरीरसंपत्तीची उपेक्षा अशीच चालू राहिली, तर राष्ट्र लवकरच या बाबतीत दिवाळखोर बनेल.

२२ एप्रिल, १९३०

१. भविष्य

गांधीजींच्या सुटकेसंबंधाने गेल्या दोन महिन्यांत निरनिराळी इतकी भविष्ये वर्तवण्यात आली आहेत की, केवळ त्यांच्या संख्येवरूनसुद्धा ज्योतिषशास्त्राबद्दल कोणाच्याही मनात अश्रद्धा उत्पन्न व्हावी! मात्र हे खरे की, या असंख्य भविष्यांपैकी कोणतेतरी एक निःसंशय सत्य ठरलेच पाहिजे; कारण येत्या चारदोन वर्षांत असा एकही दिवस नाही की ज्या दिवशी महात्मा गांधी सुटणार, असे भविष्य कोणी ना कोणी वर्तविले नाही! कोणाचे भविष्य खरे ठरते हे महात्मा गांधींची मुक्तता झाल्यानंतर कळेलच; पण तोपर्यंत या भविष्यांच्या पत्रिका मांडून त्यातील कोणते खरे ठरेल हे आगाऊ सांगण्याची चढाओढ लावून, थोडीशी करमणूक करून घेता येण्यासारखी आहे. पण भीती अशी वाटते की, योग्य नियंत्रण न घातल्यास पूर्वीचे भविष्यवादीही या चढाओढीत भाग घेतील व नव्या निर्णयाची संख्या जुन्या भविष्यांइतकीच मोठी ठरेल!

२. जीवहिंसेचा अगम्य क्रम

चरख्याइतकेच सत्य व अहिंसा यांना महत्त्व देणाऱ्या गांधीजींना अहिंसेच्या नावाखाली विरोध होईल अशी कल्पना स्वप्नातही शिवली नसेल; पण रामविजयी नावाच्या एका जैन मुनीने महात्माजींच्या कल्पनेला अगम्य असलेला हा चमत्कार करून दाखविला आहे. ते म्हणतात, 'परदेशी कापड वापरणे पाप तर खरेच; पण स्वदेशी गिरण्यांचे कापड वापरणे हे त्याहून मोठे पाप आहे, व चरख्या-टकळीवर सूत काढणे हे महाभयंकर पाप आहे. कारण त्याने जीवहिंसा होते.' वरील तीन प्रकारच्या कापडांत होणाऱ्या हिंसेचा चढता क्रम त्यांनी कोणत्या आधारावर लावला ते खुलास करतील तर त्यांना सूक्ष्म संशोधनाबद्दल एखादे नोबेल प्राइझसारखे बक्षीस

देण्याचा विचार करता येईल. नाकाला फडके लावून जीवहिंसा टाळण्याचा आचरट प्रयत्न करणारे हे मुनी खाद्यपेयांतून असंख्य पेयाचा दररोज फन्ना उडवीत असता कपड्यांच्या बाबतीत मात्र त्यांना हा (अ)विवेक सुचावा, याचे कोणालाही नवल वाटेल. प्रस्तुत मुनींना त्यांच्या संशोधनाबद्दल वर म्हटल्याप्रमाणे, एखादे बक्षीस न मिळाले, तरी वर्षारंभी होणाऱ्या पदवीदानात त्यांना सरकारकडून एखादा किताब मिळायला हरकत नाही.

३. अप्रयोजकपणा

राष्ट्रीय चळवळीविरुद्ध लोकांची मने कलुषित करण्याच्या हेतूने सरकारने अलीकडे पत्रके प्रसिद्ध करण्याचा सपाटा चालविला आहे. यांतील एक पत्रक काही दिवसांपूर्वी 'केसरी'ने प्रसिद्ध केलेले पुष्कळांच्या पाहण्यात असेलच. आमच्या संग्रहीदेखील त्यांपैकी २/४ पत्रके आहेत. ही पत्रके लष्करी पेन्शनर, जमीनदार वगैरे लोकांकडे पाठविली जातात. जमीनदारांना उद्देशून काढलेल्या या पत्रकात सरकारने काँग्रेसचा हेतू विकृत रीतीने मांडून 'जमीन एका व्यक्तीची मिळकत नसावी; पण कंपनी किंवा सरकारची मिळकत असावी असे चळवळी लोक शहरात भाषण देतेवेळी लोकांना सांगतात, हे जमीनदारांनी लक्षात ठेवले पाहिजे.' असा इशारा दिला आहे. या निमित्ताने तरी सरकारने लोकांची जमिनीवरील मालकी कबूल केली असती तरी ती इष्टापत्तीच होती; पण याच पत्रकात असेही म्हटले आहे की, 'खरे पाहता शेतसारा भरण्यात येतो तो भाडे म्हणून देण्यात येतो. जर जमीनदार सरकारला भाडे देण्याचे नाकारतील तर बहुतकरून तिने दिलेल्या जमिनीवरून हाकून देईल.' प्रतीक्षाची जी कृती भयावह भासावयाची, तीच स्वत: करण्याची धमकी देण्यात व्यक्त होणारा अप्रयोजकपणा जाणण्याची अक्कलही नोकरशाहीत नाही!

२२ जुलै, १९३०

१. ब्रिटिश पार्लमेंट व हिंदी राजकीय चळवळ

ब्रिटिश पार्लमेंटचे हिंदुस्थानविषयक औदासीन्य एवढे दांडगे असे का, हिंदी प्रश्नांची चर्चा पार्लमेंट सभेत चालली असता, तेथे प्राय: शुकशुकाट आढळावयाचा व जे थोडेफार सभासद बाहेर जाण्याच्या आळसामुळे तेथे राहिले असतील, ते बहुधा झोपेच्या गुंगीत असावयाचे, असा आजपर्यंतचा अनुभव आहे. ही स्थिती पालटून पार्लमेंटच्या निवडणुका हिंदी राजकीय प्रश्नावर लढल्या जातील, तेव्हाच हिंदी प्रश्नांचा पार्लमेंटात चिकित्सक दृष्टीने विचार होणे शक्य आहे, असे आजवर अनेक पुढाऱ्यांनी बोलून दाखविले आहे. आयरिश स्वातंत्र्याच्या प्रश्नावर ज्याप्रमाणे पार्लमेंटच्या निवडणुका लढल्या गेल्या, त्याप्रमाणे हिंदी स्वराज्याच्या प्रश्नावर त्या अद्याप लढविल्या जात नसल्या, तरी पार्लमेंटच्या सभासदांचे हिंदुस्थानविषयक औदासीन्य दिवसेंदिवस कमी होत असून, गेल्या १७ तारखेस तर दोन सभासदांवर हिंदुस्थानविषयक वादविवादाच्या प्रसंगी एका दिवसापुरते बडतर्फ होण्याची पाळी आली! हिंदी राजकीय चळवळ पार्लमेंटचे अधिकाधिक लक्ष वेधू लागली आहे, याचे हे प्रत्यंतर नव्हे काय?

२. हिंदुस्थानसमर्थक सभासद

हिंदुस्थानासाठी पार्लमेंटमधील स्वत:च्या जागेस एक दिवस मुकणारे हे सभासद मि. ब्रॉकवे व बेकेट हे होत. या दोन्ही सभासदांची इच्छा एवढीच होती की, हिंदुस्थानातील बिकट परिस्थितीसंबंधाने पार्लमेंट सभेत भरपूर चर्चा व्हावी. पण अधिकारारूढ पक्षाला ही चर्चा होऊ देऊन टीकेचा भडिमार सहन करावयाचा नसल्यामुळे त्याने या सभासदांची मुस्कटदाबी चालविली व तिचा निषेध म्हणून चर्चा चालविण्याचा आपला हट्ट ब्रॉकवे यांनी पुढे चालविला. अखेर, मॅक्डोनाल्ड यांनी

या दोन सभासदांना दोन दिवसांपुरते सस्पेंड करण्याचा ठराव सभेपुढे मांडला व तो मंजूर झाल्यामुळे उपरिनिर्दिष्ट सभासदद्वयाला त्या दिवशी आपल्या सभासदत्वाला मुकावे लागले. अधिकारारूढ पक्षाला उचलून धरून, ब्रॉकवे-बेकेट यांच्याविरुद्ध मते देणारांचे संख्याधिक्य लक्षात घेता, अजूनही हिंदी प्रश्नाविषयी सहानुभूती बाळगणाऱ्या सभासदांची संख्या पार्लमेंटात भरपूर झालेली नाही हीच गोष्ट प्रत्ययाला येते; पण त्याबरोबरच हिंदी प्रश्नाच्या चर्चेसाठी स्वत:च्या सभासदत्वावर पाणी सोडण्यालाही पार्लमेंटचे काही सभासद तयार आहेत, ही आशावर्धक स्थितीही या प्रकारामुळे स्पष्ट झाली आहे.

३. ब्रिटन व हिंदुस्थान

पार्लमेंटमधील ही मुस्कटदाबी व अधिकरारूढ पक्षाचा उद्दामपणा यांचा निषेध म्हणून मि. बेकेट यांनी तर अध्यक्षांच्या पुढ्यात असलेल्या राजदंडाला हात घातला व 'हे एक निषिद्ध लांछन!' असे म्हणून ते तो राजदंड सभागृहाबाहेर नेऊ लागले. अर्थात, तो हिसकावून घेण्यात आला व त्यांनाच सभागृहाबाहेर हुसकवण्यात आले; पण प्रत्यक्ष राजदंडाचा हा जाहीर उपमर्द म्हणजे इंग्लंडच्या साम्राज्यवादाचा स्पष्ट अधिक्षेपच होय. येथे ही गोष्टही लक्षात ठेवण्यासारखी आहे की, खुद्द ब्रिटिश पार्लमेंटमध्ये राजदंड फेकण्याचा प्रयत्न करून राजसत्तेत उघड विरोध करणाऱ्या सभासदाला शिक्षा म्हणून फक्त एक दिवस त्याचे सभासदत्व रद्द होते. उलट, हिंदुस्थानात गांधी-टोपी घातल्याबद्दल तुरुंगवास सहन करावा लागतो!

२९ जुलै, १९३०

✧

१. भाषावार विद्यापीठे

आचरटपणाचा दोष पत्करूनही, पुष्कळसे मुसलमान पुढारी आपल्या समाजाचे घोडे दामटवण्याचा जो प्रयत्न करतात, तो पाहून एकीकडे त्यांच्या तारतम्यशून्यतेचे हसू येत असतानाही, त्याच्या जाज्वल्य आत्मपरायणतेचे कौतुक करावेसे वाटते. कोकोनाडा काँग्रेसच्या अध्यक्षपदावरून मौलाना महंमद अल्ली यांनी अस्पृश्य समाजाची हिंदू-मुसलमानांत नियमित वाटणी करण्याची सूचना करून जो आंधळा स्वार्थ प्रकट केला होता, त्याचाच मासला फिरून गेल्या महिन्यात मुंबई सरकारचे शिक्षणमंत्री ना. मौलवी रफीउद्दीन व मुंबई विश्वविद्यालयाचे कुलगुरू न्या. मिर्झा यांनी भाषावार विद्यापीठांच्या योजनेत अहमदाबाद येथे गुजराती, पुणे येथे मराठी व मुंबईत उर्दू विद्यापीठ स्थापन व्हावे, अशी सूचना करून सर्वांच्या प्रत्ययाला आणून दिला.

२. आंधळा स्वार्थ

अस्पृश्यांच्या विभागणीइतकीच वरील सूचनाही आचरटपणाची नाही, असे कोण म्हणेल? मुसलमान बहुसंख्य असलेल्या सिंधप्रांतात उर्दू विद्यापीठ स्थापन व्हावे अशी आशा व्यक्त करणे वावगे नाही; पण मुंबईवर उर्दू भाषेचा अंमल कोणत्या आधारावर बसवावयाचा? मुंबईच्या तेरा लाख लोकसंख्येत ५/६ लाख माणसे मराठी बोलणारी, ३/४ लाख गुजराती बोलणारी व बाकीची इतर भाषा बोलणारी आहेत. अशा स्थितीत जेथे शेकडा १० लोकांचीही जी भाषा नव्हे, त्या भाषेचे विद्यापीठ मुंबईत स्थापन व्हावे असे म्हणण्यात आंधळ्या स्वार्थापलीकडे दुसरे काय दिसणार? अंधेरी येथे इस्लामिया कॉलेज उघडून मराठी प्रांतात उर्दू भाषेला जी सरकारने ओसरी दिली, त्यामुळेच आता मुसलमानांना हातपाय पसरावेसे वाटू लागले आहेत!

३. शिक्षण व उत्पादकता

बंगालचे सुप्रसिद्ध शास्त्रज्ञ सर प्रफुल्लचंद्र रॉय यांनी गेल्या गणेशोत्सवात मुंबई येथे वर्गीकृत धंद्याचे प्रदर्शन उघडताना केलेल्या भाषणात पुढील उद्‌गार काढले, 'माझ्या हातून कैक विद्यार्थी रसायनशास्त्र शिकून तयार झाले; पण अध्यापनापलीकडे त्यांच्या हातून काहीही होत नाही.' सरकारी प्रोत्साहनाच्या अभावी नवीन उद्योगधंदे काढण्याचे काम हिंदुस्थानात बरेच दुर्घट झाले आहे ही गोष्ट खरी असली, तरी शास्त्रीय विषयाच्या हजारो अभ्यासकांतून एखादाही उत्पादक धंद्याचा प्रवर्तक निघू नये, ही गोष्ट आमच्यातील धाडसाच्या अभावाचीच द्योतक नव्हे काय?

३. राष्ट्रपुरुष गौरव

पितापुत्र नेहरू व म. गांधी या राष्ट्रीय त्रिमूर्तीचे दत्तस्वरूपात संयुक्त चित्र काढून त्याखाली 'पिता, पुत्र व पवित्रात्मा' असे नांव दिल्यामुळे ख्रिस्ती धर्मातील या उच्च त्रयींचा उपदर्म झाला, असे ज्ञानोदयकारांना वाटत आहे. पण महात्माजींना येशू ख्रिस्ताच्या जागी बसविण्याचा उपक्रम निदान आमच्या माहितीप्रमाणे तरी हिंदी लोकांपूर्वी पाश्चात्त्य ख्रिस्तानुयायांनीच केला आहे. बरे इतक्या उपरही प्रभू येशू म. गांधी यांच्या योग्यतेत फार मोठी तफावत आहे, असे ज्ञानोदयकारांना प्रामाणिकपणे वाटत असल्यास, त्यांनी या तुलनेच्या मुळाशी येशू ख्रिस्ताला लाघव आणण्यापेक्षा राष्ट्रपुरुषांचा गौरव करणे हाच हेतू असतो, हे लक्षात घ्यावे. सुंदर स्त्रीला 'चंद्रानना' म्हटल्याने चंद्राला कमीपणा येतो, असे खुद्द त्यांचे भक्त जे कवी, त्यांनाही वाटत नाही; कारण ही उपमा कवींनीच रूढ केली आहे! मग तोच न्याय प्रस्तुत तुलनेलाही का लावू नये?

५. तुलना व तोडी

मुंबई प्रांताचे एक दिवाण नुकतेच औंध येथे गेले असता तेथील कारखान्यात तयार झालेल्या साबणावर 'सनलाइट'चा छाप मारून वर खऱ्या सनलाइटवर तेथील कारखान्याचा 'वॉशेक्स'चा छाप मारून दोन्ही साबण त्यांच्याकडे परीक्षणार्थ देण्यात आले. दिवाणमहाशयांनी 'वॉशेक्स' छापाच्या साबणात बऱ्याच सुधारणा झाल्याशिवाय तो सनलाइट छापाच्या तोडीचा होणार नाही, असे आपले मत दिले! याचा अर्थ औंधचा 'वॉशेक्स' त्यांच्या मते सनलाइटपेक्षा सरस ठरला. सनाइटच्या कारखानदारास दिवाणसाहेबांचे हे मत कळवून वॉशेक्सचा नमुना त्यांच्याकडे पाठविल्यास ते जरूर त्या सुधारणा करून वॉशेक्सच्या तोडीचा माल अवश्य तयार करतील. दिवाणसाहेबांनी त्यांना आपला अभिप्राय जरूर कळवावा!

९ सप्टेंबर, १९३०

१. गंगाजळ

'वर्ल्ड रिव्ह्यू ऑफ रिव्ह्यूज'मध्ये जवाहरलालांच्या समाजसत्तावादाविषयी मोठा गमतीदार उल्लेख आलेला आहे. तांबड्या रशियाहून परत आलेल्या जवाहरलालांना पाहून त्यांच्या श्रीमंत स्वराज्यवादी मित्रांचे डोळे पांढरेच झाले असा या उल्लेखाचा विनोदी भावार्थ सांगता येईल. गांधींना पौर्वात्य कल्पनांचे गंगाजळ हवे होते. पण समाजवादी जवाहरलालांनी पुन्हा एकदा पाश्चात्त्य मद्यापुढे पौर्वात्य गंगाजळ नीरस ठरते, हेच सिद्ध केले आहे, असेही या टीकेत म्हटले आहे. केवळ कोटीने कोटी उडवून लावायची तर समाजसत्तावादाचे पुरस्कर्तेही असे म्हणू शकतील की रोगी काही गंगाजळाने बरा होत नाही. त्याला औषधच द्यावे लागते व प्रसंगी ते मद्यमिश्रितही असते.

२. भुई धोपटायची सवय

पण कोटीने प्रसंग निभावून नेणे कीर्तनात अगर कोर्टात कौतुकास्पद ठरेल; व्यवहारातल्या प्रश्नांना रोखठोक उत्तरच हवे. मग ते कितीही कटू असो! आपला तो बाब्या आणि दुसऱ्याचा तो कारटा मानणाऱ्या आईच्या मनाची जी किंमत, तीच आपली विचारसरणी उच्च व इतरांची क्षुद्र मानणाऱ्या सामाजांचीही. तसे पाहिले तर, पाश्चात्त्य देशांशी संबंध येण्यापूर्वी या आर्यभूमीत मद्य नव्हते असे नाही. पण साप म्हणून भुई धोपटावयाची सवय लागलेल्या सनातनी वृत्तीला हे कुठून दिसणार? पाश्चात्त्य बुद्धिमंतांना समाजरचनेविषयी काही नवीन विचार मांडले की ते मद्य! पण त्यांच्या संशोधकबुद्धीने विमान तयार केले तर त्यात बसून जायला अगर रेडिओ घरोघर खेळवला तर त्यावरून गाणे ऐकायला मात्र आम्ही एका पायावर तयार! यात पाश्चात्त्य मद्याचा काही संबंध नाही.

३. बुद्धी व मक्ता

याचा सरळ अर्थ असा होतो, की पाश्चात्त्यांना संशोधकांची बुद्धी सृष्टीने दिली आहे; पण धर्म, नीती, समाजरचना इत्यादी विषयांवर योग्य विचार करण्याचा मक्ता फक्त या भरतभूमीलाच मिळाला आहे! बुद्धीचे हे विचित्र वाटप परमेश्वराने केव्हा व का केले, याला काहीच उत्तर नाही. एके काळी पाश्चात्त्य राष्ट्रे आमच्यापेक्षा कमी सुसंस्कृत असतील. पण पाच वर्षांचा मुलगा तीस वर्षांच्या बापापेक्षा अज्ञान असला म्हणून तो पंचवीस वर्षांचा झाल्यावर दोघांच्या ज्ञानाचे प्रमाण तेच राहते, असे कुणी म्हणेल की काय?

४. बदलाची दृष्टी

गेल्या हजार-दीड हजार वर्षांत हिंदुस्थानातील संत झाले, कवी झाले, योद्धे झाले; पण बदलत्या काळाबरोबर समाजानेही बदलले पाहिजे, ही दृष्टी असणारे नेते कितीसे निर्माण झाले? वेड्यांच्या इस्पितळातली रहिवासी मंडळी एकमेकाला वेडी मानीत नाहीत. जुन्या पोथ्यांच्या रुमालात डोके व हृदय गुंडाळून ठेवून शतकानुशतके वागणारा हिंदुसमाजही जवळजवळ तसाच होता. परक्या संस्कृतीशी टक्कर मारण्याची वेळ येताच, केवळ न हलविल्यामुळे शाबूत राहिलेल्या या मातीच्या भांड्याचे भराभर तुकडे पडत आहेत व सनातनी त्या सर्वांचे खापर तरुण पिढीच्या डोक्यावर फोडीत आहेत.

५. स्वतंत्र मनोवृत्ती

परवाचा किर्लोस्करातल्या गोष्टीविषयीचा वादच पाहावा. गोष्टीचे तात्पर्य ज्याच्या त्याच्या मनोवृत्तीवर अवलंबून असते. शाकुंतल नाटक पाहून फक्त त्याच्या पहिल्या पाच अंकांतलाच दुष्यंत होण्याचे एखाद्याने ठरविले, तर बिचाऱ्या कविकुलगुरूने काय करावे? एकच प्यालातील आर्यमदिरामंडळाचे प्रवेश पाहून माणसे दारूबाज होतात अशी तक्रार अजून या लोकांकडून कशी झाली नाही, याचेच आश्चर्य वाटते. किर्लोस्करातली गोष्ट वाचून कोणाही असमंजस मनुष्याला गरिबांवर शील गमावण्यासारखे भयंकर प्रसंग आजच्या समाजस्थितीत येत आहेत, एवढाच बोध होईल. स्वतंत्र मनोवृत्तीचा मनुष्य ही समाजरचना बदलली पाहिजे, एवढाच निष्कर्ष त्या गोष्टीवरून काढील. सुखवस्तू सनातनी मनुष्याला गोष्टीतल्या नायिकेने शील गमावण्याऐवजी

मुलाचे मरण शांतपणे पाहायचे होते असे वाटण्याचा संभव आहे. आरामखुर्चीत सरबत पीत पडलेल्या मनुष्याला माळावर राबणारे मजूर घाणेरडे पाणी का पितात, हे कोडे कधीच सुटायचे नाही.

६. बुद्धिवादाचे वावडे

सदरहू गोष्ट वाचून समाजावर वाईट परिणाम होईल हे म्हणणे नुसते कांगावखोरपणाचे आहे. असल्या गोष्टी समाजात सर्रास घडतात हे सनातनी लोकांना ठाऊक असते, पण त्या चव्हाट्यावर आणणे त्यांना पसंत नाही. जणू काही ढोंगानेच समाजाची सुधारणा होणार आहे. अशा लोकांना कोणत्याही प्रकारचा बुद्धिवाद नको असतो. ऐदी श्रीमंतांना इकडची काडी तिकडे करणेसुद्धा जड जाते. विचाराच्या दृष्टीने आपला समाज असाच ऐदी होऊन बसलेला आहे. त्याला कुणी एवढासा धक्का दिला की तो 'धरणीकंप, धरणीकंप' म्हणून ओरडत सुटतो.

७. नवे जुने

त्यामुळेच, समाजसत्तावादाचे बुद्धिग्राह्य तत्त्वज्ञान पुढे येताच त्याचा अभ्यास करण्याऐवजी 'पाश्चात्त्य मद्य, ब्रँडी, दारू, संस्कृति संभाळा, अब्रह्मण्यम्' वगैरे हाकाट्या आपल्याकडे ऐकू येऊ लागल्या आहेत. आकाशातल्या चांदण्या डिंकाने चिकटवून ठेवलेल्या आहेत, असे एखाद्या लहान मुलाने म्हणावे, त्याप्रमाणे जुन्या आचारविचारांनीच समाजाची धारणा होते असे ज्यांना वाटत असेल, त्यांनी फक्त आपले घरच एकदा तपासून पाहावे व त्यात जुन्यापेक्षा नवे अधिक आढळते की नाही हे प्रामाणिकपणाने सांगावे. प्रत्येक खेडेगाव हे ज्या वेळी स्वतंत्र जग होते, त्या वेळची समाजरचना सगळे जग एका मोठ्या गावासारखे होऊ लागल्यावर कशी टिकणार? हस्तकौशल्याची जागा यंत्रांनी घेतल्यावर जुन्या आर्थिक संबंधाच्या कल्पना क्षणमात्र तरी उपयोगी पडतील का? नव्या बदलेल्या जगात विशाल मानवी समाज– त्याचा एखादा मिरासदार भाग नव्हे– सुखी कसा होईल हे समाजसत्तावाद सांगत आहे. त्याच्या मूलभूत तत्त्वांची सखोल चर्चा हवीच आहे. पण, ती ते मद्य मानून मात्र होऊ नये.

१६ मार्च, १९३७

१. पाहावी संतचरित्रे

प्रभात सिनेटोनचा 'धर्मात्मा' हा एकनाथांच्या चरित्रावरील बोलपट लोकप्रिय होताच. महाराष्ट्रातील सिनेमा-कंपन्यांनी झाडून साऱ्या संतांना पडद्यावर नाचण्याकरिता धरून आणण्याचा निश्चय केला. पुंडलीक, तुकाराम, नामदेव वगैरे. संत सिनेमा पाहून संतुष्ट झाले असून ज्ञानेश्वर, जनाबाई वगैरे मंडळीही त्यांच्यामागून येण्याच्या मार्गाला लागली आहेत. ज्ञानेश्वर, नामदेव, तुकाराम प्रभृती संत हे आमच्या 'प्राचीन संस्कृतीचे प्राण व भाषेचे अलंकार आहेत यात संशय नाही.' 'गावी संतचरित्रे' हा चिपळयांच्या काळातला दंडक नव्या यंत्रयुगात 'पाहावी संतचरित्रे' असा झाला म्हणून त्याबद्दल खेद कोण करील? समाजाने अस्पृश्य मानलेल्या मुलीवर एकनाथ स्वतःच्या मुलीइतके प्रेम करतात अगर श्राद्धाकरिता शिजविलेले अन्न भुकेलेल्या हरिजनांना वाटतात या गोष्टी पाहून आपल्या सामाजिक धर्मकल्पनांचा संकुचितपणा कुणाला जाणवणार नाही.

२. अंधार आयुष्यातला ज्ञानदिवा

पण संतांचे जीवन हा अंधारात अडखळणाऱ्या सामान्य माणसांच्या आयुष्यातला ज्ञानदिवा आहे. हे लक्षात ठेवून संतजीवनावरील चित्रपटकथा लिहिली गेली, तरच्या या गोष्टी. पुंडलिकात प्रत्यक्ष विठोबाच भक्ताच्या घरी येतात. नामदेवात जनाबाईला सुळावर द्यायच्या वेळी विष्णू प्रगट होऊन तिला वाचवतो. तानाजीपासून तात्या टोपेपर्यंतच्या राष्ट्रवीरांच्या अंतकाळी झोपी गेलेला हा विष्णू अशा वेळीच नेमका जागा होतो! नामदेवात तर देऊळ फिरल्याचाही देखावा आहे. तो पाहून आधीच बेताबाताचे असलेले अंधश्रद्ध समाजाचे डोके फिरण्याचाच संभव अधिक! तुकारामात म्हणे पाखरांनी खाल्लेल्या शेतातल्या कणसाचे दाणे देव दुप्पट करतो! बिचारे

अडाणी राजेंद्रबाबू! धरणीकंपासारख्या आपत्तीच्या वेळी फंड काढून लोकांचे संरक्षण करणाऱ्या त्यांच्या प्रयत्नाला या चित्रपटाचे भोक्त मनातल्या मनात हसत असतील! थोडे अभंग अगर चौपाया करून भजनाला त्यांनी सुरुवात करायची की देवाने धरणीकंपात मातीत मिळालेल्या घरांच्या जागी क्षणभरात बंगले निर्माण केले असते!

३. चमत्कार निषेध

संतवाणी अमृतमय आहे हे खरे! पण अंधश्रद्धेची वाढ करणाऱ्या चमत्कारांनी भरलेली संतचरित्रे समाजाला कसले संजीवन देणार? सृष्टीच्या अफाट पसाऱ्याचे चक्र लीलेने चालविणारी शक्ती या दृष्टीने ईश्वराचे अस्तित्व दुबळ्या मानवी मनाने खुशाल मानावे. पण हा ईश्वर नैवेद्याने अगर नवसाने प्रसन्न होतो, मुलांना परीक्षा आणि रोग यातून पार पाडतो, मुलीला कुठल्या स्थळी द्यावी, याविषयी सल्ला देतो व भांडंभर पाणी आणि चार फुले यांच्या मोबदल्यात विलक्षण चमत्कार करून भक्तांचे रक्षण करतो असल्या गोष्टी समाजाला शिकविणे हा प्रगतीच्या दृष्टीने एक प्रकारचा गुन्हाच नाही काय? अश्लील वाङ्मयासंबंधी सकारण-अकारण हाकाटी करणारे लोक समाजाच्या पराक्रमाला मुळात कीड लावणाऱ्या या वाङ्मयाचा निषेध का करीत नाहीत?

२७ एप्रिल, १९३७

१. वाढत्या लोकसंख्येचा प्रश्न

संततिनियमनाच्या प्रश्नाच्या अनेक बाजू आहेत. केवळ बुद्धिवाद्यांच्या दृष्टीने पाहिले तर संततीची अपेक्षा असेल, तरच स्त्री-पुरुषांनी एकत्र यावे – हे गांधीजींचे म्हणणे कोणत्याही शास्त्राच्या कसोटीला उतरणार नाही. मनुष्यात ह्या स्वाभाविक कामप्रवृत्तीला असे नियंत्रण घालणे हेही अनैसर्गिकच नाही का! अलीकडच्या मनोगाहन-शास्त्रातील सिद्धान्त तर असल्या कृत्रिम नियंत्रणाने अनेक अनर्थ होतात, असे सांगतात. शिवाय, सामान्य मनुष्याला मोकाट सोडणे जितके वाईट, तितकेच त्याला खोड्यात अडकवून ठेवणेही वाईट असते. तुरुंगापासून राजवाड्यापर्यंत आणि पट्टेवाल्यापासून पुढाऱ्यापर्यंतच्या लोकांचे प्राथमिक अनुभव जर गांधीजी मिळवितील, तर त्यांना आपल्या तत्त्वांत बदल करावासा वाटेल. एक मनुष्य देवमाणूस होईल; पण मानवजातीचे देवजातींत (बाकी देवांमध्ये ही भानगड मनुष्यापेक्षा अधिक प्रमाणात आढळते!) रूपांतर होण्याचा काळ तूर्त तरी फार दूर आहे. अर्थात, आकाशपुष्पे जशी पूजेला उपयोगी पडत नाहीत, त्याप्रमाणे गांधीजींचा हा ध्येयवादही वाढत्या लोकसंख्येचा प्रश्न सोडवू शकत नाही.

२. नवीनाविषयी भीती नको

या बाबतीतले आकडेच शब्दांपेक्षा अधिक बोलके आहेत. हिंदुस्थानचे क्षेत्रफळ अमेरिकेच्या निम्मे; पण लोकसंख्या तिप्पट आहे. याचा उघडउघड अर्थ, तिकडे एका मनुष्याला जेवढे खायला मिळते तेवढ्यात (खरे म्हटले तर, कितीतरी अधिक लोकांना– कारण अमेरिकेचे दर माणशी उत्पन्न आपल्यापेक्षा निश्चित अधिक आहे.) कसाबसा गुजारा करावा लागतो. हिंदुस्थानची लोकसंख्या १८५० साली १५ कोटी होती. ती आज ३७ कोटी झाली आहे. म्हणजे शंभर वर्षांत शेकडा १६०-१७०

वाढ! सध्या हिंदुस्थानात होणारे धान्य लोकसंख्येला पुरणारे नाही. ५ कोटी लोकांना अन्नाचा तुटवडा पडला आहे. पडीक जमिनीत लागवड, परदेशातल्या वसाहती, कालवे व सामुदायिक शेतीचे प्रयोग यांमुळे शेतीचे उत्पन्न वाढणे शक्य आहे. पण आजच्या स्थितीत ते शक्य नाही व या वाढीलाही काही मर्यादा आहे. अर्थात, लोकसंख्येला जरूर तेवढा आळा घालणे, एवढाच मार्ग काय तो मोकळा राहतो.

परंतु, एक महत्त्वाचा व निकडीचा सामाजिक प्रश्न या दृष्टीने संततिनियमनाकडे सुशिक्षितसुद्धा अजून पाहत नाहीत. टेकडीच्या माथ्यावरील लोकांनाच जिथे सूर्यदर्शन नाही, तिथे दरीतल्या लोकांचा काय पत्ता लागणार? मजूर, शेतकरी व इतर कामकरी काय किंवा मध्यमवर्गातील लोक काय, वात्सल्याची भावना तृप्त झाल्यावर आणि ज्यांच्यासाठी जिवाचा आटापेट करायची अशी दोन-तीन मुले घरात असल्यावर त्यांना अधिक संतती हवीच असते असे नाही. पण नको असलेली गोष्ट टाळणे व प्राप्त परिस्थिती व्यवहारी डोळ्यांनी पाहणे त्यांना कठीण होऊन बसते. देवधर्मापेक्षाही शेजाऱ्यापाजाऱ्यांची भीती त्यांना अधिक वाटते. अज्ञानामुळे संततिनियमन अत्यंत विचित्र व ओंगळ गोष्ट असावी, असेही त्यांना वाटत असते. नवीनाविषयी अकारण भीती हा हिंदुसमाजाचा स्वभावच होऊन बसला आहे! तो या वेळीही प्रकट होतो आणि दर खानेसुमारी कोटीकोटींनी वाढते जाते.

३. आनंद हवा असेल तर...

लाज, भीड, भीती वगैरे दुबळ्यांस ग्रासणाऱ्या विचित्र गोष्टी दूर करून या प्रश्नाकडे समाजाने आता प्राप्त परिस्थितीच्या दृष्टीने पाहिले पाहिजे. डॉक्टर, दाया, लेखक, समाजकार्य करणाऱ्या महिला यांनी विचारांच्या दृष्टीने या गोष्टीचा प्रचार करणे आता जरूर आहे. किंबहुना, प्रत्येक खेड्याला प्राथमिक शिक्षणाची सोय होणे जसे आवश्यक आहे, त्याप्रमाणे संततिनियमनाची माहिती पुरविण्याची सोय असणेही जरूर आहे. शेतकऱ्यांच्या डोक्यावरील बोजा दूर करण्याकरिता जशी धडपड झाली पाहिजे, त्याप्रमाणे त्याच्या शक्तीबाहेर वाढणाऱ्या कुटुंबाचा बोजाही त्याच्यावर लादला जाणार नाही, अशी काळजी घेणे जरूर आहे. अज्ञानाच्या आनंदाचे दिवस पेशवाईबरोबरच संपले! आता आनंद हवा असेल, तर तो स्वत:ला निर्माण केला पाहिजे.

३१ ऑगस्ट, १९३७

१. भाषणबंदी

'नापितावर भाषणबंदीचा हुकूम' असा मथळा वाचल्यावर खालील बातमी वाचायला कोण उत्सुक होणार नाही? हत्यारांचा कायदा चालू असलेल्या काळात नापितावर जिभेपेक्षा हात चालविण्याच्या बाबतीत बंदी होण्याचा संभव अधिक! शिवाय, भाषणबंदीची अंमलबजावणी सामान्यत: जहाल पुढाऱ्यांनाच होते. पण पुढऱ्याला जात असतच नाही. देशसेवक हीच त्याची जात. अशा स्थितीत 'नापितावर भाषणबंदीचा हुकूम' या मथळ्याचा अर्थ काय, या प्रश्नाचे उत्तर खालील मजकुरावर मिळू शकेल.

२. मजेदार निर्णय

नाहन, ता. बेचाळिसगड येथील मुन्सफ कोर्टात एक मजेदार निर्णय देण्यात आला. त्याअन्वये नापिताला हजामतीचे काम चालू असता भाषण करण्याची बंदी करण्यात आली आहे.

एक व्यापारी दाढी करवून घेत होता. नेहमीच्या थाटात नापित काम चालू असताना लांबलांब गोष्टी सांगू लागला व त्यामुळे व्यापाऱ्याला हसू येऊन वस्तऱ्याने व्यापाऱ्याच्या डोक्याला जखम झाली.

व्यापाऱ्याने नापितावर नुकसानभरपाईसाठी २०० रु. चा दावा लावला. वादीने प्रतिवादीच्या निष्काळजीपणामुळे आपला चेहरा विकृत झाला अशी त्यात तक्रार केली.

परंतु, आपल्या सांप्रदायिक हक्काप्रमाणे गिऱ्हाइकाला हसू येऊन जखम झाली त्यात आपला काहीही निष्काळजीपणा नाही, असे प्रतिवादीने प्रतिपादिले.

३. विनोदी कल्पनांना फाटे

न्यायदानाचे हे उदाहरण निखळ अगर तेनाली राम यांच्या गोष्टीत शोभून जाण्याजोगे आहे यात शंका नाही. मात्र त्यामुळे वाचकांच्या विनोदी कल्पनेला फाटे फुटल्याशिवाय राहत नाहीत. न्हाव्याच्या गोष्टीने हसू येण्याऐवजी व्यापाऱ्याला एकदम खोकल्याची उबळ आली असली, तरी वस्तऱ्याने होणाऱ्या जखमेची जबाबदारी कुणावर असते? बहुधा, दररोज आठ आणे बिल घेऊन निव्वळ पाणी पाजणाऱ्या डॉक्टरावरच व्यापारी महाशयांनी नुकसानभरपाईची फिर्याद केली असती! तसे पाहिले तर बिचारा न्हावी आपल्या गिऱ्हाइकाची फुकट करमणूक करीत होता. हसू पोटात मावेनासे झाल्याबरोबर 'हात आटोप' या अर्थाची खूण करणे व्यापाऱ्याचे कर्तव्य होते की नाही? नापिताच्या बाजूच्या वकिलाने हा मुद्दा काढला होता की नाही, हे कळण्याला मार्ग नाही. पण आता दंड झाल्यामुळे 'वस्तऱ्याने जखमा करणारा न्हावी' अशी आपली बेअब्रू झाल्याबद्दल न्हाव्याने उलट व्यापाऱ्यावर फिर्याद केली, तर त्यात काही वावगे होणार नाही.

४. कांता नि कनक

नुकसानभरपाईच्या असल्या प्रकरांची मजल कुठपर्यंत जाईल, हे सांगणे कठीण आहे. प्रियकरिणीने मुद्दाम बोलावून दोन तास आपल्याला तिष्ठत ठेवले व आपली भेट घेतली नाही, तर प्रणयी मनुष्य चिडून जाईल, असाच कुणीही तर्क करील. पण याला अपवाद असणारा एक महात्मा नुकताच परदेशात चमकला. तो तडक गेला तो फिर्याद करायलाच. आपले दोन तास फुकट गेल्याबद्दल त्याने नुकसानभरपाई मागितली. कांता मिळवायला जाऊन कनक पैदा करणारा हा पहिलाच प्रेमवीर असावा!

५. नापित न्याय

या नापित न्यायामुळे विनोदी वक्ते व लेखक यांची मोठी कठीण अवस्था होणार आहे. भाषण ऐकून हसून हसून पोट दुखू लागले असा आरोप करून हजार पाचशे लोकांनी एकदम नुकसानभरपाई मागितली, तर विनोदी वक्त्यांचे एकाच व्याख्यानात दिवाळे निघायचे! म्हाताऱ्या दमेकऱ्यांना गोष्टी सांगताना तर गमतीबाज माणसांनी फार सावध राहिले पाहिजे. हसता हसता एखाद्याची दमछाट झाली, तर

सदोष मनुष्यवधाबद्दल काळेपाणी पाहण्याचा प्रसंग अचानक उत्पन्न व्हायचा!

६. फाजील बडबड

या प्रकरणात न्हाव्याला झालेली शिक्षा योग्य नाही असे वाटत असले, तरी त्याच्या तोंडाला कायद्याने घातलेले कुलूप उपयुक्तच आहे, यात शंका नाही. किंबहुना फाजील बडबडण्याचा आपल्या समाजाला जो रोग जडला आहे, त्याच्यावर असलाच काहीतरी जालीम उपाय योजणे जरूर आहे. स्वयंपाकघरात अग्निनारायणाला साक्षी ठेवून होणाऱ्या बायकांच्या गुजगोष्टी काय अथवा देवळात देवाला साक्षी ठेवून होणाऱ्या गावकऱ्यांच्या शिळोप्याच्या गोष्टी काय; दोन्हींतही केवढ्यातरी मानवी शक्तीचा दुरुपयोग होत असतो. भेटायला आलेली माणसे काम झाल्यावरही इतका वेळ बोलत राहातील, की यजमानाला जवळपास धरणीकंपाचा धक्का बसल्याशिवाय या प्रसंगातून आपली सुटका होणार नाही असे वाटू लागते. कुणी आजारी पडो अगर अपघाताने अंथरुणाला खिळो, कुणी जन्माला येवो वा जगातून जावो, समाचाराला येणारी माणसे असा खरपूस समाचार घेतात की अपघाताने जखमी झालेल्या मनुष्याला हातपाय मोडण्यापेक्षा आपले कान गेले असते तर फार बरे झाले असते, असे वाटू लागते.

७. गोष्टीवेल्हाळ नापित

जुन्या काळी न्हावी हा गावातील साप्ताहिक व मासिक यांचे संमिश्र काम करीत असे. तो ताज्या बातम्या व चटकदार गोष्टी सांगे. कदाचित, सेफ्टी रेझर (संरक्षक वस्तरा हा प्रयोग शुद्ध होईल काय?) नसल्यामुळे गिऱ्हाइकाला जखमांच्या वेदना होऊ नये म्हणून दुसऱ्या गोष्टीत गुंगविण्याचा हा गनिमी कावा असावा! काही असले तरी, असले गोष्टीवेल्हाळ नापित या नवीन काळात चालणार नाही, हे न्यायमंदिरात सिद्ध झाले.

१७ ऑगस्ट, १९३७

१. संतती प्रतिबंधन

संततिनियमनाचा प्रश्न हिंदी समाजापुढे गेल्या दहा वर्षांत स्पष्टपणे उभा राहिला आहे. 'समाजस्वास्थ्य' मासिकातून प्रो. र. धों. कर्वे यांनी केलेला त्याचा पद्धतशीर पुरस्कार थोड्या लोकांना उघडपणे वाचून, अनेकांना चोरून वाचून व बहुतेकांना कर्णोपकर्णी ठाऊक झालाच आहे. संततिनियमनावर लहानमोठी पुस्तकेही प्रकाशित होत आहेत. या आध्यात्मिक नसलेल्या विषयसंबंधाने गांधीजीसुद्धा मधूनमधून विचार प्रकट करीत असतात. वर्तमानपत्रांनाही हा नवीन प्रश्न जाहिरातींच्या रूपाने मदत करीत आहे. अनेक धन्वंतरी 'संततिप्रतिबंधक' औषधांची अशी ठासून जाहिरात करीत आहेत, की ती वाचून एकच प्यालातील 'तीन दिवसांत रोग्याचा मुडदा पाडतो' या वैद्यराजांच्या गर्वोक्तीचीच आठवण व्हावी!

२. जाहिराती

या जाहिरातींची नुसती नावे वाचली, तरी करमणूक झाल्याशिवाय राहणार नाही. 'जमना-फळ'सारखे व्याकरण जन्मालाच आले नाही असे मानणारे समास, 'तहकुबी'सारखी पुणे म्युनिसिपालिटीच्या सभेची माहिती असावी असा भास उत्पन्न करणारी नावे, 'राजाराणी' या काव्यमय सदराखाली येणारी अत्यंत व्यावहारिक माहिती, घरात दर वर्षाला पाळणा हालू लागल्यामुळे होणाऱ्या त्रासाचे करुण वर्णन करणारे प्रसिद्धिपंडित, कितीतरी मौजेच्या गोष्टी असलेल्या जाहिरातीत दिसून येतात. मराठी भाषेतील अश्लीलतेमुळे डोळ्यांत तेल घालून पाहणारे पुण्याचे कृष्णराव मराठे जर यातील काही जाहिराती वाचतील, तर लगेच काँग्रेस मंत्रिमंडळाकडे संस्कृतिसंरक्षकांकडून एक लांबलचक अर्ज रवाना होईल!

३. संततिनियमन साधने

परवाचीच गोष्ट! लग्न होऊन सात-आठ वर्षे झाली, तरी एका दांपत्याला अपत्य झाले नव्हते. त्यांना पन्नाशी उलटलेले एक विद्वान गृहस्थ भेटले. अजून मूल न झाल्याबद्दल आश्चर्य प्रकट करून ते उद्‌गारले, 'बाकी नवल कसलं म्हणा. यात संततिनियमनाची साधनं आता सर्रास विकत मिळतात!' या टीकेत अनुभवाचा काही भाग होता की काय, हे समजण्याला साधन नाही. पण सध्याच्या तरुण मंडळींत चहाइतकेच संततिनियमनही बोकाळले आहे असे मानणारे अनेक लोक आढळतात, यात शंका नाही. मात्र संततिनियमनाकडे पाहण्याची त्यांची दृष्टी रूढीप्रियतेमुळे उपहासाचीच असते.

४. संततिनियमन व ब्रह्मचर्य

खुद्द महात्मा गांधींनाही कृत्रिम साधनांनी संततिनियमन नको आहे. देशातील वाढती लोकसंख्या व वाढते दारिद्र्य त्यांना मान्य आहे. ज्या मुलांच्या पालनपोषणाची व शिक्षणाची जबाबदारी आपणाला घेणे शक्य नाही, त्यांना जन्म देणे म्हणजे हिंस्र पशूलाही लाजविणारा बुद्धिहीन क्रूरपणाचा नाही का? अज्ञानामुळे जुने संस्कार पुसून टाकण्याइतका जोरदार प्रचार न झाल्यामुळे, किंबहुना मूल होणे न होणे देवावर अवलंबून आहे या खुळचट समजुतीमुळे बहुजन समाजाला या चळवळीविषयी प्रेम वाटणे शक्य नाही. पण, गांधीजींना संततिनियमन इष्ट वाटत असले, तरी ते ब्रह्मचर्यामुळेच साध्य झाले पाहिजे, असा त्यांचा आग्रह आहे. शरीरपोषणाला जरूर तेवढेच खावे हा उपदेश वाईट आहे असे कोण म्हणेल? मात्र त्याप्रमाणे वागणारे कितीसे सापडतील? प्रख्यात शास्त्रज्ञ एडिसन याला दिवसाकाठी चार तास झोप व तीही हप्त्याहप्त्यांनी पुरे होत असे म्हणे. पण, जगात एडिसनपेक्षा कुंभकर्णाचेच अनुयायी शतपटीने अधिक आढळतील! ब्रह्मचर्याच्या बाबतीतही गांधीजींचा ध्येयवाद अपवादभूत व्यक्तींनाच साध्य होणार आहे. 'उपभोग घेऊन उपभोगाची इच्छा कधी कमी होत नाही.' हे महाभारतातील वचन खोटे नाही. पण ते ययातीला केव्हा सुचले? तर मोठे चार बरोबरीचे मुलगे असताना राज्याचे आमिष दाखवून पुरूला आपले म्हातारपण त्याने दिले, त्याचे तारुण्य मोबदला म्हणून घेतले आणि या उसन्या तारुण्याच्या नादात वर्षांनुवर्षे स्वारीने प्रथम उपभोग घेतला. अतिपरिचयामुळे उपभोगाचा कंटाळा येऊन त्या भरात वरील उद्‌गार त्याने काढले आहेत. केवळ कटू सत्य दर्शविणारे तत्त्वज्ञान म्हणून त्यांना किंमत असेल. पण व्यवहाराशी त्याचा काय संबंध आहे?

५. गांधीजींचा तिटकारा

उपभोगाने उपभोगाची इच्छा कमी होत नसेल म्हणून काय मनुष्य उपभोग पराङ्मुख होईल? मनुष्य कितीही वर्षे जगला, तरी काही मरणाला मिठी मारीत नाही. पण या अपराधासाठी जन्मत:च त्याची जगातून बाहेर रवानगी करावी, असे म्हणणे कितीसे शहापणाचे होईल? संततिनियमनाच्या कृत्रिम साधनांविषयी गांधीजींचा तिटकारा हा त्यांच्या यंत्राविषयीच्या विरक्तीचाच एक भाग आहे. गांधीजींना मनुष्य शक्य तितका निसर्गाचा मित्र व्हावा असे वाटते. पण निसर्गाच्या साध्या मैत्रीत मनुष्याला सुख वाटत नाही. मानवजातीला निसर्गाची सेवा अमान्य आहे. या आकांक्षेच्या पोटीच नवी नवी यंत्रे जन्माला येतात. किंबहुना, समाजाला सुखी करणारा तो धर्म असे म्हटले, तर उद्याची सामुदायिक मालकीची यंत्रे हेच भावी काळातील देव ठरतील.

२४ ऑगस्ट, १९३७

१. चहा आणि कविता

चहाचे दुष्परिणाम वर्णन करणाऱ्या कवितेकरिता एक बक्षीस नुकतेच प्रसिद्ध झाले आहे. सदरहू बक्षीस ठेवणारांचा कवितेच्या सामर्थ्याविषयी भलताच विश्वास दिसतो. गद्यातील चहाच्या दुष्परिणामांना दाद न देणारे लोक पद्याचा अन्वयार्थ लावून त्यातील उपदेशाप्रमाणे वागण्याचा प्रयत्न करतील, ही गोष्ट जवळजवळ अशक्य कोटीतीलच आहे. बरे, या कवितेकरता चाल निवडली आहे, तीसुद्धा शक्य तितकी जुनी! भुजंगप्रयातवृत्त! मनाच्या श्लोकाला हे चहाते आता टक्कर देणार की काय कुणाला ठाऊक! मुंबई इलाख्यात मद्यपानबंदीची घोषणा नुकतीच करण्यात आली आहे. तेव्हा, चहाच्या श्लोकाप्रमाणे दारूचे श्लोकही करवून घेण्याची इच्छा एखाद्या रसिकाला आज ना उद्या व्हायची! या कवितेला बक्षीस १० रु.चे आहे. म्हणजे यमके, अनुप्रास जुळविण्याकरता अगर कवितेचे चरण कापून ठाकठीक करण्याकरिता कविराजांनी १२० चहाचे पेले फस्त केले तरी त्यांचा तोटा होणार नाही हे खास!

२. पत्रिका व सत्यता

'प्रावीण्य' मासिकाच्या विमाबिलपुरवणी अंकात 'दैव आणि प्रयत्न' या नावाखाली श्री. गोविंद जनार्दन बोरकर ऊर्फ श्री गजानन स्वामी, दादर मुंबई नं. १४ (टे.नं. ६०६४९) यांचा एक लेख देण्यात आला आहे. नावापुढे पदव्या लावण्याची हौस पुष्कळांत असते. पण टेलिफोन-नंबर लावणारे हेच पहिले सद्गृहस्थ दिसतात! कदाचित त्यातूनही दैव प्रगट व्हायचे असेल! सदरहू गजानन स्वामी यांनी ग्रहांचा मनुष्याच्या आयुष्यावर वाईट परिणाम होतो, हे मान्य नसणाऱ्या लोकांना महामूर्खात काढले आहे. पण आपल्या बाजूने पुरावा काय दिला आहे, तर दोन निनावी कुंडल्या! कादंबरीतील प्रेमपत्राप्रमाणे नवीन कुंडली करायला कल्पकता लागत असेल कदाचित!

पण ग्रहांचा कर्तुमकर्तुमशक्तीचे प्रत्यंतर ज्या जीवनचरित्रावरून पाहायचे त्यांचे वर्णन अंकगणितातील अ, ब, क प्रमाणे करून चालणार नाही. श्री गजानन स्वामी (टे. नं. ६०६४९) यांना इतर पामर एवढीच नम्र विनंती करतील, की निनावी पत्रिकांपेक्षा शास्त्राची सत्यता सिद्ध करणाऱ्या पुष्कळ गोष्टी आहेत हे कृपा करून विसरू नका. जवाहरलाल, मानवेंद्र रॉय, सावरकर, सेनापती बापट, महात्मा गांधी अशा व्यक्तींचे भविष्य जाहीर रीतीने वर्तवा व लोकांना त्याचा पडताळा पाहू दे. विरोधकांना शिव्या देऊन कुठलेही शास्त्र शंभर नंबरी सत्य होऊ शकत नाही!

३. संपादनकौशल्य की धूर्तपणा?

याच अंकात 'परमेश्वराचे खुनी हल्ले' या मथळ्याचा एक लेख छापला आहे. प्रथमदर्शनी, तो एखाद्या जहाल नवमतवाद्याचा परमेश्वरावरील हल्ला आहे, असे वाटण्याचा संभव आहे; पण खाली नजर वळविताच सुरत शहराला १८२८ साली लागलेल्या आगीपासून १९३७ साली कलकत्त्याच्या डायमंड हर्बरमध्ये सहा माणसांना मिळालेल्या जलसमाधीपर्यंत अनेक अपघातांची ती नोंद आहे, हे कळून चुकले. सदरहू मृत्युलेख (नाहीतर याला दुसरे काय नाव द्यावयाचे?) हा एक शेतकी पदवीधरांनी लिहिला असून विमा अंकात जीवित क्षणभंगुर आहे, हे सिद्ध करण्याकरिताच तो संपादकांनी धूर्तपणाने छापला असावा. संपादनकौशल्याचा हा नमुना पाहून चकित झालेले वाचक आता प्रतिवर्षी अपघातांचा कोश प्रावीण्यातर्फे निघणार की काय, या विचारात पडल्याशिवाय राहणार नाहीत.

४. सत्तेचा दुरुपयोग

कोचीनच्या महाराजांनी हरिजनांना घरात आणून चहा दिल्याबद्दल एका स्पृश्य कुटुंबाला बहिष्कृत केल्याची बातमी प्रसिद्ध झाली आहे. महाराजांनी आपल्या स्वतःच्या खासगी देवळात येण्याला या कुटुंबाला बंदी केली असती, तर ते थोडे तरी क्षम्य ठरले असते. पण केवळ सत्ता हाती असल्यामुळे एका कुटुंबाला बहिष्कृत करण्याचाही आपला अधिकार आहे असे त्यांना वाटू शकते ही जेवढी आश्चर्याची, तेवढीच महत्त्वाची गोष्ट आहे. सावकरांसारखी मोठी माणसे संस्थानाकडे स्वराज्याची समाधी या दृष्टीने पाहण्याचा लोकांना उपदेश करतात; पण माणुसकीचीच समाधी बांधण्याचा जिथे पद्धतशीर प्रयत्न होतो, तिथे या भावनेवर लोक किती दिवस झुलत राहणार! कोचीनच्या महाराजांची राजा हा विष्णूचा अवतार आहे या गोष्टीवर श्रद्धा

असेलच. त्यांना माहीत नसलेली एक गोष्ट लोकांनी पटवून देणे जरूर आहे. ती ही की राजा हा विष्णूचा अवतार असला, तरी प्रजेलाही रुद्रावतार धारण करता येतो.

५. 'धनुर्धारी'ची प्रश्नपत्रिका

इराण, अफगाणिस्तान, ब्रह्मदेश वगैरे ठिकाणच्या प्रवासाच्या बखरी लिहिणारे सुप्रसिद्ध बातमीदार श्री. श्री. रा. टिकेकर यांच्या संपादकत्वाखाली 'धनुर्धारी' नावाचे एक साप्ताहिक नुकतेच निघू लागले आहे. म्हापणकरांच्या ज्योतिषामुळे ते अनेकांच्या घरी येतही असेल. या साप्ताहिकात चित्रपट-प्रेक्षकांसाठी 'प्रश्नपत्रिका' या सदराखाली चित्रपटसृष्टीतील अनेक गोष्टींवर टीका करण्यात आली आहे. चित्रपटसृष्टीतील अपघात अगर गमतीचे प्रसंग हे सर्व बनावट असतात, जाहिरातबाजीचा एक प्रचार म्हणूनच या बातम्या छापण्यात येतात, असे ध्वनित करण्यात आले आहे. ते सर्वस्वी खोटे असेल, असे कुणीच म्हणणार नाही. शनिवारी लागलेल्या बोलपटाची साग्रसंगीत स्तुती रविवारी सकाळी प्रसिद्ध होणाऱ्या; पण खरोखरच शनिवारी संध्याकाळच्या आत छापल्या गेलेल्या वृत्तपत्रांतून वाचायला मिळतेच की नाही? मात्र जाहिरातबाजी फक्त चित्रपटसृष्टीतच असते असे नाही. मनुष्य प्रवासाला निघाल्यानंतर न पाहिलेल्या स्थळांची वर्णनेसुद्धा त्याला करण्याचा हक्क पोचतोच की! मुंबईतल्या एका चाळीतल्या खोलीत बसून पुस्तकांच्या आधाराने पृथ्वीपर्यटनाचे वर्णन करणारा एखादा लेखक सत्यसृष्टीतही असू शकेल. प्रवासवर्णने वाचणाऱ्यांसाठी धनुर्धारी प्रश्नपत्रिका केव्हा काढतो, याकडे आता पुष्कळांचे लक्ष लागून राहील.

६. ढोंगीपणाच्या सद्दीचे दिवस

परवाच एका साप्ताहिकात एक प्रामाणिक पत्र प्रसिद्ध झाले. वृत्तपत्रे भरपूर जाहिराती मिळत असल्यामुळे चित्रपटांची बेफाम स्तुती करतात, असे हा पत्रलेखक म्हणतो. हे पत्र असलेले पान उलटून पुढे जावे तो एक सामान्य बोलपटाची भरपूर स्तुती असलेले सिनेमाचे पान वाचण्याची पाळी येते. या बोलपटातील एका उत्कृष्ट नटाचे काम अगदी सामान्य झाले असतानाही, त्याच्या आजपर्यंतच्या कामात तेच सर्वश्रेष्ठ असल्याचा निर्वाळा या वृत्तपत्राने दिला आहे. मीठ गोड लागण्याइतक्या आवडी भिन्न असू शकतात, की नियतकालिकांची नीती ही नृपनीतीप्रमाणे वारांगनेचे अनुकरण करते? उघड ढोंगीपणाचे सद्दीचे दिवस आले आहेत, यात शंका नाही.

२८ सप्टेंबर, १९३७

१. सभ्यपणाच्या मर्यादा

पुण्याच्या एका साप्ताहिकात 'पुण्याचे पीर' प्र. के. अत्रे यांनी एरंडेल तेल प्यायल्यासारखा चेहरा करून गंभीर वक्तृत्व केले. अशी प्रि. अत्रे यांच्या एका व्याख्यानाची बातमी दिली आहे. चुरचुरीतपणा म्हणजे चावटपणा व विनोद म्हणजे कुत्सितपणा असा अलीकडे अनेक मराठी नियतकालिकांचा समज झालेला दिसतो. व्यक्तीपेक्षा तत्त्व महत्त्वाचे असते व व्यक्तिविषयक उल्लेखातही सभ्यपणाच्या मर्यादा सांभाळाव्या लागतात हे त्यांच्यापैकी अनेकांना कळत नसावे अगर कळले, तरी वळत नसावे. कंपूशाही म्हणून इतरांच्याविरुद्ध आरडाओरड करणारी माणसेच असल्या नियतकालिकांत वावरत असतात, ही ढोंगी मनुष्यस्वभावाची मोठी गंमत आहे. सदरहू साप्ताहिकाच्या संपादक-प्रकाशकांचे चेहरे गंभीर वक्तृत्व करतानाच नव्हे, तर चोवीस तासही काहीतरी खाल्ल्यासारखे अगर प्यायल्यासारखे एखाद्याला दिसत असले म्हणून त्याने तसा उल्लेख करणे कधीही रास्त ठरणार नाही.

२. नानारत्ना वसुंधरा

'नानारत्ना वसुंधरा' अशी जुनी म्हण होती. मानवजातीचे ज्ञान मर्यादित असल्यामुळे त्या वेळी तसे वाटणे स्वाभाविकच होते. पण आजच्या काळात वसुंधरेची आश्रये निर्माण करण्याची शक्ती वर्तमानपत्रांना मिळाली आहे, यात शंका नाही! ब्रह्मदेशातील वृत्तपत्रातून एका नव्या आजाराची बातमी प्रसिद्ध झाली आहे असे आमची वृत्तपत्रे म्हणतात. ताप येणे, भूक मंदावणे वगैरे या रोगाची लक्षणे शरीरशास्त्राला धरून आहेत. पण त्याच्यावरील औषध मात्र मुलखावेगळे आहे. पुरुषरोग्याचे स्त्रीने आणि स्त्रीरोग्याने पुरुषाचे चुंबन घेतले की, हा रोग बरा होतो म्हणे! सध्याच्या महागाईच्या काळात अशी औषधे निघाली तर फार बरे होईल असे अनेकांना वाटण्याचा संभव

आहे. या रोगावरील औषध लक्षात घेता, तरुण दांपत्ये तरी या रोगाच्या बाधेपासून ब्रह्मदेशात अलिप्त असतील, अशी आशा करायला हरकत नाही! या औषधाचे नावीन्य, उद्या ऑस्ट्रेलियात एखाद्या रोगावर आलिंगनाचा उपाय लागू पडू लागला तर मात्र नाहीसे होण्याचा संभव आहे!

३. लोकशाही व लोकमत

प्रसिद्ध लेखक मूर यांनी 'मला राजकारणात काही कळत नाही' असे म्हणणाऱ्या शिक्षकाला किंवा शिक्षिकेला बडतर्फ केले पाहिजे, असे उद्‌गार काढल्याचे नुकतेच वाचले. मूर महाशयांचा उद्देश अत्यंत स्तुत्य आहे. 'मला काय त्याचे' अशी बहुजन समाजाची जोपर्यंत राजकारणाविषयी भावना असेल, तोपर्यंत खरी लोकशाही अस्तित्वातच येऊ शकत नाही! बिंदूबिंदूंनी एकत्रित होणाऱ्या जलसंचयाला आपोआप जसा ओघ व शक्ती प्राप्त होते, त्याप्रमाणे व्यक्तीव्यक्तींची मते एकत्रित मिळाली, की या प्रभावी लोकमतवादी सरकारवर परिणाम होतो. आपल्याकडे स्थानिक स्वराज्य संस्था अगर लोकशाहीच्या तत्त्वावर चालविल्या जाणाऱ्या संस्था सामर्थ्यहीन दिसतात, याचे कारण लोकमताची ही उदासीनताच होय. मात्र हिंदुस्थानसारख्या परतंत्र राष्ट्रात आजच्या घटकेला 'राजकारणात मला काही कळत नाही ' असे प्रामाणिकपणे म्हणणारे लोकसुद्धा पुरवले! कारण अनेकदा काहीच कळत नसताना व कळले तेवढे करण्याची इच्छाही नसता लोकांचा बुद्धिभेद इतका केला जातो, की हे लोक गप्प बसायला काय घेतील, असा प्रश्नही मनात आल्यावाचून राहत नाही!

४. चांगल्या गोष्टींच्या वाईट नकला

समाजवादाच्या लाटा आता सर्वत्र पसरू लागल्या आहेत. आजचे राष्ट्रपती समाजवादी असून या नवीन तत्त्वज्ञानाचा श्रद्धेने पुरस्कार करणारे व त्याकरिता वाटेल त्या आपत्तीला तोंड देणारे तत्त्वनिष्ठ नवे पुढारी प्रत्येक प्रांतात निर्माणही झाले आहेत. पण कोणत्याही चांगल्या गोष्टीच्या वाईट नकला तिच्यापेक्षाही झपाट्याने प्रसार पावतात की काय, कुणाला ठाऊक! रिकामटेकडेपणा, अर्धवट ज्ञान, आणि हास्यास्पद व्यक्तित्व यांच्या मिश्रणावर 'कॉ.' हा छाप मारून खेडोपाडी जो माल नुकताच फिरू लागला आहे, त्याची खेड्यातील सुबुद्ध लोकांनी योग्य रीतीने संभावना करणे जरूर आहे. केवळ गांधीटोपीने देशभक्ती सिद्ध करण्याचे दिवस जसे मागे पडले आहेत, त्याप्रमाणे बोडके फिरून जगातील नवीन तत्त्वज्ञानाचा

पुरस्कार करण्याचे श्रेय मिळण्याचे दिवसही हा हा म्हणता नाहीसे होतील. पण, संधिकाळाचा फायदा संधिसाधू घेतात व खेडेगावातील चळवळीला अकारण अनिष्ट वळण लागते, हे जबाबदार लोकांनी विसरू नये.

५. मतभेदावाचून संमेलन अशक्य

विदर्भ साहित्य संमेलनाचे अधिवेशन दीड महिन्यापूर्वी मोठ्या थाटामाटाने उमरावती येथे झाले. या अधिवेशनाचा निषेध करण्यासारखे त्याच्यात काहीच घडले नव्हते. पण, मतभेदावाचून एखादी सभा अगर संमेलन पार पाडणे हे आमच्या महाराष्ट्रीय मनोवृत्तीला अजून मानवतच नाही, असे दिसते. उमरावतीच्या संमेलनाचा निषेध बेळगावच्या पत्रात झाला. निषेधाचे कारण काय तर ज्योतिबा फुले व कै. शाहू छत्रपती महाराज यांचा अभिनंदनाचा ठराव सदरहू संमेलनाकडे पाठविला असताना तो मांडला नाही. ज्योतिबा फुले यांनी आपल्या वाङ्मयाने आपल्या काळात विशिष्ट प्रकारची लोकजागृती केली, ही गोष्ट खरी! पण एवढ्यासाठी त्यांचे अभिनंदन १९३७ सालच्या संमेलनात करायचे, तर उद्या निजाम साहित्य संमेलनात ज्ञानेश्वरांचे व मध्यप्रांतीय संमेलनात कालिदासाचे अभिनंदन करण्याची पाळी येईल! इतरांना जात्यंध म्हणून हिणविणाऱ्या लोकांनीच या लीला कराव्यात, ही अधिकच दुर्दैवाची गोष्ट आहे.

६. कोणताही अतिरेक वाईटच

मुंबई विधिमंडळात मद्यपानासंबंधी जी विविध चर्चा झाली, तिच्यात एका सभासदांनी (हे चांगले प्रोफेसर आहेत) मद्यपानाचे मोठे गमतीदार मंडन केले. आपण जेवणानंतर पेग घेत असूनही आपल्या शिक्षणदानात त्यामुळे काहीच व्यत्यय आला नसल्याचे त्यांनी सांगितले. मद्यपानाचा अतिरेक वाईट असतो हे त्यांनी कबूल केले. पण त्यांचे म्हणणे दुधाचा अतिरेकही वाईटच असतो, असे पडले. सुदैवाने, ते गृहस्थ तर्कशास्त्राचे प्रोफेसर नाहीत. नाहीतर तर्कशास्त्राचे रूपांतर विनोदी ग्रंथात करायला काहीच अडचण पडली नसती.

५ ऑक्टोबर, १९३७

१. स्वभाव व निवड

श्रद्धानंद महिलाश्रमात मुंबई इलाख्याचे प्रधान ना. खेर यांचे स्वागत झाले. त्या वेळी बॅ. जयकरांनी खेरांच्या सालस व सात्त्विक स्वभावाचे सुंदर वर्णन केले. मात्र, जयकरांची वर्णन करण्याची शैली जुन्या संस्कृत कवींची होती. थोडी तरी अतिशयोक्ती असल्याशिवाय संस्कृत कवींना चैनच पडत नसावे. खेरांनी न्याय अगर पोलीस सोडून शिक्षणखाते स्वीकारले याचे कारणही त्यांची सात्त्विक मनोवृत्ती व विधायक कार्यक्रमाची आवड असे हेच होय, असे बॅ. जयकर म्हणाले. खेर धंद्याने सॉलिसिटर आहेत याचा त्यांना कसा विसर पडला कोण जाणे! मनुष्य आपल्या स्वभावानुसारच निवड करू शकतो असे नाही. तसे पाहिले, तर बॅ. जयकर हे स्वभावाने फार सालस आहेत. प्रथम शिक्षणाच्या कार्याला त्यांनी आपल्याला वाहूनही घेतले होते; पण पुढे त्या विधायक कार्याला रामराम ठोकून त्यांनी विध्वंसक अशा कायदेपंडितांचा आश्रय केलाच की नाही?

२. आहार व वृत्ती

धंदा आणि अन्न यांच्या बाबतीतल्या दोन पूर्वापार समजुती चुकीच्या असल्या तरी समाजात फार दृढमूल झाल्या आहेत, यात शंका नाही. 'दिवा अंधाराचे भक्षण करतो आणि काजळाला जन्म देतो' या कल्पनेवरून संस्कृत सुभाषितकाराने अन्नाप्रमाणे मनुष्याची वृत्ती होते असा सिद्धान्त काढला, तो कल्पनेचा खेळ म्हणून ठीक होता. पण एवढ्यावरून मांसाहारी माणसे क्रूर होतात असे जे अनुमान काढले जाते ते कितपत बरोबर आहे? केवळ शाकाहारानेच जर माणसे दयाशील होत असली, तरी अळूची अगर भेंड्याची भाजी लावून दूधभाताबरोबर ती लोकांना देण्याची खटपट जगातल्या महात्म्यांनी केली असती! आणि सामाजिक पुनर्घटनेचा

प्रश्न भाजीपाल्याच्या लागवडीइतका सोपा झाला असता. एकाच घरातील मंडळी तरी अगदी सारखे अन्न खातात की नाही? मग त्यातही भोळे, लुच्चे, क्रूर, दयाळू, प्रेमळ, कठोर असे नमुने सापडतातच की नाही? मांसाशनाचा हत्येशी म्हणजे पर्यायाने क्रूरतेशी संबंध पोचतो व त्यामुळेच तर्कदुष्ट सिद्धान्त परंपरेने चालू राहतात. प्रभु रामचंद्र, शिवाजी महाराज व फ्लारेन्स नाइटिंगेल या तिन्ही व्यक्ती मांस खात असाव्यात. एवढ्यामुळेच, वाटेल त्या शाकाहारी लुंग्यासुंग्याने त्यांच्यापुढे आपल्या सात्त्विकपणाची प्रौढी मिरविणे योग्य झाले असते काय?

३. बाह्यवेष व परिस्थिती

धंद्याचा प्रश्नही तसाच आहे. परंपरेने वकिलाला सोनार, शिंपी, कुळकर्णी आप्पा यांच्या पंक्तीला बसविले आहे आणि शिक्षकाला मात्र साधुसंतांचा दोस्त केला आहे. खेडेगावात पाहावे, पोलीस दिसताच लोक कपाळाला आठ्या घालतात, तर पुराणिकाला पाहताच अगदी हस्तिदंती नमस्कार घडतो. बाह्यवेष व परिस्थिती यामुळेच ही फसगत होत असते. पण धंदा मनुष्याला बरेवाईट करूच शकत नाही– इकडे आपले दुर्लक्ष होते. काही धंद्यांत वाईटपणा चट्कन उठून दिसतो. काहींत तो दिसत नाही, एवढाच काय तो फरक! प्रत्येक धंद्यात मोहाच्या जागाही कमीअधिक असतात. पण हे मान्य केले, तरी व्यक्तित्व हेच धंद्यापेक्षा प्रभावी असते याची अनेक उदाहरणे देता येतील. महाभारतात खाटकांचा धंदा करणारा मनुष्य खरा ब्रह्मज्ञानी होता– अशी जी कथा दिली आहे, ती तरी हेच दर्शवीत नाही काय? धंदा मला खाली नेतो असे रडगाणे गात बसण्यापेक्षा मी धंद्याला वरचा दर्जा प्राप्त करून देईन, अशी महत्त्वाकांक्षा मनुष्याने बाळगणेच अधिक इष्ट नाही का?

४. व्यक्तीची मनोवृत्ती

बॅ. जयकरांनी मंत्री या नात्याने कुठल्याही राजकारणापेक्षा सात्त्विक, विधायक कार्यक्रमच पसंत करतील अशी आशाही या वेळी व्यक्त केली. खेरांनी या आशेला मोठे मार्मिक उत्तर दिले. 'तुरुंगात जाण्याची गणना जर जयकर भडक कार्यक्रमात करीत नसतील तर मी भडक राजकारणाचा भोक्ता नाही' अशा अर्थाचे ते उत्तर होते. सौम्य-भडक, मवाळ-जहाल, योग्य-अयोग्य इत्यादी गोष्टी शेवटी व्यक्तीच्या मनोवृत्तीवरच अवलंबून नाहीत काय? शर्यतीला निघालेली माणसे प्रवाशांप्रमाणे एकमेकांकरिता वाट पाहतील हे शक्यच नाही. ध्येयामागे धावणाऱ्यांची तशीच स्थिती असत नाही का? जे बुद्धीला पटले, जे हृदयाला ठसले, ते साऱ्या वरिष्ठांकरिता मनुष्य जी

धडपड करील तिची मर्यादा कुणी कशी ठरवायची आणि हे सौम्य हे भडक असा निर्णय तरी कसा द्यायचा? जयकरांच्या दृष्टीने चळवळीतून उत्पन्न होणारा तुरुंगवास भडक ठरेल, तर सेनापती बापट आपली प्राणयज्ञदलाची योजनाही सौम्य असे सांगतील. प्रागतिक, लोकशाहीवाले, काँग्रेसचे अनुयायी या निर्भेळ समाजसत्तावादी यांपैकी प्रत्येक पक्षातले लोक इतरांना फाजील सौम्य अगर फाजील आततायी समजतातच की नाही?

१२ ऑक्टोबर, १९३७

रानफुले

पांढरपेशा

ज्योतिषशास्त्राच्या दृष्टीनेच त्या दिवशी महोदयपर्व होते असे नाही. समुद्रस्नानाला गेलेल्या प्रत्येक मनुष्यालाही तो देखावा, म्हणजे एक महोदयपर्वच वाटत होते. सृष्टीच्या समुद्राला भेटण्याकरिता केवढातरी जनसमुद्र वेळेवर लोटला होता. पाण्यात पाऊल टाकून पुढे पाहावे, तो लाटारूपी बाहू पसरून समुद्र हाक मारीत आहे. मागे पाहावे, तो अफाट जनसमुदायांतही मित्रांचे हात लाटांप्रमाणेच उभारले जात आहेत. वाळवंटात माणसे तर पाण्यात लाटा सारख्या बोलत होत्या; पण त्या लाटांची भाषा मात्र कुणालाच कळत नव्हती. कदाचित, एक लाट दुसरीला म्हणत असेल 'गडे, पाहिलंस धर्माचे सामर्थ्य केवढे मोठे असते ते. एरवी, किनाऱ्यावर कसा शुकशुकाट असतो. चिटपाखरूदेखील आमच्या गोष्टीला येत नाही; पण पंचांगाने आज पर्व असून स्नान केल्यास पुण्य मिळेल असे सांगताच, पाहा केवढी गर्दी इथे झाली आहे ती! मुंगीला देखील रिघाव मिळणार नाही जायला.' दुसरी उत्तर करीत असेल, 'खरंच बाई. एरवी इथे कसे रानासारखे भयाण वाटते. पण आज इथे जणू काय मोठे शहरच वसले आहे. दररोज दररोज किनाऱ्याबरोबर खेळून मी कंटाळले आहे. तेव्हा आज निरनिराळ्या सवंगड्यांबरोबर खेळून खेळायची हौस एकदा फेडून घेईन म्हणते; म्हणजे वर्षभराची राखण लागली. चल तर, ती मुलगी भीतभीतच पाण्यात पाऊल टाकीत आहे; तिच्याजवळ हळूच जाऊन एकदम ओरडू या व उडी मारू या.'

त्यांच्या बोलण्याचा हा अर्थ असेल वा नसेल; पण त्या दोन लाटांनी पाऊलभर पाण्यात उभ्या असलेल्या एका पांढरपेशा मुलीवर चाल केली व सापाच्या फण्याप्रमाणे एकदम मान वर करून तिला ओलीचिंब करून टाकली. जणू काय सापच चावला, असे वाटून ती मुलगी थरथर कापू लागली व पाऊलभर मागे सरकली. तिच्या

पायांवर त्या थट्टेखोर लाटांचे तुषार खेळत होते. व तिचे डोळेही भरून आले होते. तिची ही त्रेधा पाहून गळाभर पाण्यात डुंबत असलेली एक मुलगी खोखो करून हसू लागली. 'प्रभ्या, कापतंय कित्याक?' जवळ आलेल्या एका लाटेवर स्वार होत होत तिनं विचारलं. बिचारी प्रभा काय बोलणार? ती भीतीने थरथर कापत होती. डुंबणारी मुलगी प्रभेकडे धावत आली व तिचा हात धरून तिला ओढू लागली. 'कृष्ण्या, माका न्हाउचा नाय.' प्रभा आपला हात हिसकावून घेत म्हणाली, 'तर इल्लस् कित्याक?' कृष्णेने पुन्हा तिला ओढीत विचारले. कृष्णा प्रभेला ओढीत होती ते दृश्य खरोखरच गमतीचे होते. ९-१० वर्षांची चिमुरडी क्षुद्राची मुलगी १५-१६ वर्षांच्या पांढरपेशा मुलीला गुडघाभर पाण्यात जाण्याला धीर देत होती. कृष्णेच्या अंगावर फाटके जुनेर होते तर प्रभा सुंदर साडी नेसून आली होती. लाटांवरील तुषारांप्रमाणे कृष्णेचे केस भुरभुर उडत होते तर प्रभेचे निर्जीव वालुकाकणांप्रमाणे केसभरदेखील हालचाल करीत नव्हते. कृष्णा व प्रभा यांच्या एकत्र झालेल्या हातांतील विरोध– साधी हिरवी कांकणे व सोन्याच्या बिलवर– तर सहज कुणाच्याही लक्षात आला असता. समुद्र हा रत्नाकर व मुक्ताकर असल्यामुळे दागिन्यांच्या दृष्टीने कृष्णेपेक्षा प्रभेवरच त्यांचे प्रेम अधिक आहे हे स्पष्ट दिसत होते; पण प्रभेला काही समुद्रात पुढे जायला धीर होईना. तिने शेवटी एक तांब्या आणला व तीरावर बसून निम्मे पाणी व निम्मे वाळू अंगावर ओतून घेऊन महोदयपर्वाचे पुण्य संपादले. 'भागुबाई' म्हणून नाक मुरडून कृष्णा पुन्हा पाण्यात गेली व यथेच्छ डुंबू लागली.

'भागुबाई' हा शब्द पांढरपेशा वर्गातील प्रभाइतकाच प्रभाकारांनाही लागू पडेल. दहा वर्षांच्या क्षुद्रकन्येचे धैर्य पंधरा वर्षांच्या ब्राह्मणकन्येत नव्हते व म्हणूनच जलदेवतच्या मांडीवर खेळण्याचे सुखही तिला मिळाले नाही. पांढरपेशा मुलींइतकाच मुलातही हा भित्रेपणा आढळतो. पांढरपेशातील मुलगे लग्नातील हुंड्याखेरीज दुसरी कोणतीच शिकार करू शकत नाहीत. अंगणात घातलेल्या रांगोळीत तरवार काढलेली असेल, तर तिने पाय कापेल म्हणून उड्या मारीत जाणारे पांढरपेशे वीर औषधालादेखील मिळणार नाहीत, असे नाही. बारा-तेरा वर्षांच्या पांढरपेशा मुलांना रात्री माजघरातून अंगणात जायचे धाडस होत नाही. त्यांना एकट्यांनाच पाठविले तर ज्या कामगिरीवर ते जातात, ती भीतीने वाटेतच होण्याचा संभव फार. विहिरीत भांडे पडो वा घरात साप निघो, चालले हे शूर नरवीर क्षुद्र शेजाऱ्यांना बोलवायला! बरे पांढरपेशा या नावाप्रमाणे तरी हा वर्ग थोडाच म्हणता! नाव सोनुबाई न् हाती कथलाचा वाळा! पांढऱ्या पोशाखाच्या ह्या लोकात खादी वापरणाऱ्यांची संख्या सगळ्यात कमी असते. महात्मा गांधींच्या आगमनामुळे गेल्या महिन्याच्या अखेरीस 'पांढरपेशा' हे नाव अनेकांनी निदान डोळ्यांच्या बाबतीत तरी सार्थ केले होते; पण गांधीजींची पाठ फिरताच मूळच्या काळ्या पेशाने आपली जागा पुन्हा पटकावलीच.

नाना प्रकारचे काळे विलायती कापड वापरून पुन्हा 'पांढरपेशा' ही पदवी मिरविणाऱ्या वर्गाला हसावे की रडावे, हेच कळत नाही.

शिवाय, पांढरपेशेपणा हा काही मोठा सद्गुण नाही. भलत्या अभिमानाने आळशी बनून आपले हात पांढरे ठेवायचे व अशा रीतीने पांढऱ्या पायाच्या अवदसेला घरी बोलावून आणायचे यात कोणता पुरुषार्थ आहे? कामाने हाताला पडलेले घट्टे अंगठ्या-सलकड्यांपेक्षा व निढळाचा घाम मोत्यांच्या जाळीपेक्षा अधिक भूषणावह असतो हे पांढरपेशा पुरुष-स्त्रियांनी केव्हाही विसरता कामा नये. अर्धांगवायूने आजारी असलेल्या माणसासारखे दुसऱ्यांवर अवलंबून राहणे व्यक्ती व समाज या दोन्ही दृष्टीने घातक आहे. जो सुखवस्तूपणाने राहतो, त्यालाच खरे सुख मिळत नाही. पिंजऱ्यातला पोपट 'विठ्ठल' नामाचा गजर करण्यात रानातल्या पोपटाला मागे टाकील; पण त्याचे स्वच्छंदी सुख त्याला क्षणमात्र तरी मिळेल काय? पांढरपेशा वर्ग अज्ञान बालकाप्रमाणे दुसऱ्याच्या ओंजळीने पाणी पीत आहे, दुसऱ्याच्या छातीच्या आड लपून आपले रक्षण करीत आहे व दुसऱ्याच्या खांद्यावर बसून वाट चालत आहे. पारतंत्र्य, मग ते कोणत्याही प्रकारचे असो, वाईटच! पांढरपेशा वर्गावर साहस, धाडस, दीर्घायुष्य, निरोगीपणा इत्यादिकांची कृपादृष्टी नाही याचे कारण हे पारतंत्र्यच होय.

पूर्वी पंचाग्निसाधन करणाऱ्या ऋषींच्या वंशजाला सकाळी नऊ वाजता बाजारातून भाजी आणावयाला छत्री लागते. सह्याद्रीचे कडे रात्री अपरात्री चढणाऱ्या शूरांचे नाव सांगणाऱ्यांना पायताण असल्यावाचून राजरस्त्यावरदेखील पाऊलच टाकता येत नाही. ज्यांच्या पूज्य पितरांचे घोडे अटकेला पाणी प्यायले होते, त्यांना घोड्यावर बसणे तर लांबच राहिले; पण गावालगतच्या नदीवर जाऊन अंघोळ करणेही शक्य होईनासे झाले आहे. अवघ्या दोन शतकांपूर्वी प्रतापी बाजीरावाने हुरडा चोळून दिग्विजय केले; पण आज आम्हाला चहा घेतल्यावाचून अंथरुणावरून उठवत नाही. हा दुबळेपणा आपल्या मिजासी स्वभावानेच पांढरपेशा वर्गात दृढमूल झाला आहे. ज्या मंडळींत औषधापुरतेदेखील स्वावलंबन दिसत नाही, (औषध आणण्याला देखील गडीच ठेवावा लागतो!) त्यांना निसर्गाने कमकुवतपणाची शिक्षा फर्मावू नये तर करावे तरी काय? प्रत्येक लहानसहान गोष्टींत दुसऱ्यांवर अवलंबून राहण्यातच पुरुषार्थ आहे ही कल्पनाच वेडगळ आहे. पांढरपेशांशी गवळ्यांनी असहकारिता केली की चहाच्या वेळी न मिळालेल्या दुधाप्रमाणे डोळे पांढरे होतील. परटांनी गवळ्यांचे अनुकरण केले, तर त्यांचा पांढरपेशा एका आठवड्यातच काळाकुट्ट होऊन जाईल. शेतकऱ्यांनी तोच मार्ग स्वीकारला, तर दातओठ खाण्याखेरीज त्यांना दुसरा मार्गच उरणार नाही. मनात आले, तर असहकारिता करून शिंपी व कोष्टी यांचं वस्त्रहरण करील. गाडीवाले यांचा प्रवास अंगणाबाहेर होऊ देणार नाहीत व

मोलकरणी घरातल्या केरात मुले हरवल्याबद्दल जाहिरात त्याच वर्तमानपत्रातून द्यावयास लावतील.

श्रमविभागावाचून समाजाचे चालत नाही व ज्या दृष्टीने समाजातील सर्व वर्ग परस्परावलंबी असणारच. पण हे अवलंबन हातात हात घालून फिरायला जाणाऱ्या मित्रांप्रमाणे असावे. दुसऱ्याच्या खांद्यावर बसून प्रवास करणाऱ्या पांगळ्यासारखे असू नये. पांढरपेशा आईबापांनी आपली मुले धीट, काटक व स्वावलंबी करण्याचे आटोकाट प्रयत्न केले पाहिजेत. पाण्याच्या भीतीने मुलाला पोहण्यास जाऊ द्यायचे नाही, जिवाणूच्या भीतीने त्याला काळोखाची कल्पना होऊ द्यायची नाही, चेंडू लागेल या भीतीने त्याला क्रिकेट खेळू द्यायचे नाही, आपल्या इभ्रतीला शोभत नाही म्हणून त्याला बाजारातून भाजीही आणू द्यायची नाही– अशी स्थिती अनेक ठिकाणी दृष्टीला पडते. या सर्व प्रकाराचे फळ म्हणजे, स्वावलंबनाचा षटकार हे काय सांगावयाला पाहिजे? संसार म्हणजे रणांगण आहे. या रणांगणावर पांढरपेशा मुलामुलींनाही आज ना उद्या उतरलेच पाहिजे. जीविताच्या घनघोर संग्रामात ही शेणामेणाची बाहुली हा हा म्हणता चिरडून जाईल. तिथे पोलादी मनगट व लोखंडी छातीच पाहिजे. संसार म्हणजे काही प्रदर्शन नव्हे, की त्यात नुसती चित्रे ठेवून काम भागेल. तो धक्काबुक्कीचा मामला आहे व ती जिंकण्याला अंगात पाणीच पाहिजे. अशा शक्तिगंगेचा उगम शरदऋतूतील पांढरपेशा मेघांत नसून ग्रीष्माने काळवंडलेल्या मृगारंभीच्या मेघातच असतो, ही गोष्ट पांढरपेशांनी हृदयात वागविली पाहिजे. नाहीतर, त्यांच्या पेशाप्रमाणे त्यांची शरीरे व कपाळे पांढरी होणार, हे भविष्य निष्ठुर निसर्ग सांगून चुकलाच आहे.

२५ मार्च, १९२७

टिपणे

डॉ. वॉनलेस

मिरज संस्थान अगदी अलीकडे पाण्याच्या दुर्भिक्षासंबंधी बरेच प्रसिद्ध झाले असले, तरी आज कित्येक दशके औषधांच्या सोयींच्या विपुलतेबद्दलही प्रसिद्ध आहे. दक्षिण महाराष्ट्रातील अत्यंत नामांकित व सर्व रोगांवर इलाज करणारे असे इस्पितळ तेथे चालले आहे. या इस्पितळाचे श्रेय मात्र मिरज संस्थानला नसून स्वार्थत्यागी अमेरिकन मिशनच्या सेवकांना व मिरजेच्या कोरड्या हवेला आहे. या इस्पितळामुळे लहान मुला-बायकांनाही डॉ. वॉनलेस यांचे नाव तिकडे पूर्ण परिचित झाले आहे. सदरही स्वार्थत्यागी व शस्त्रविद्याकुशल डॉक्टर ४० वर्षे परक्या देशात उत्कृष्ट लोकसेवा करून आता मातृदेशी परत जात आहेत. त्यांचा खेडोपाडी होत असलेला सन्मान त्यांच्या गुणांच्या मानाने योग्यच आहे. अशा एका सन्मानप्रसंगी त्यांनी सांगितलेले सूत्रमय वाक्य डॉक्टरांनीच नव्हे; तर इतर लोकांनीही अंतःकरणावर कोरून ठेवण्यासारखे आहे. ते वाक्य 'मनुष्यजातीवर प्रेम करणे होय.' मिशनरी लोकांपासून हिंदुस्थानच्या लोकांना पुष्कळ शिकण्यासारखे आहे. स्वधर्मप्रसाराच्या गोळीभोवती लागलेली साखर एवढ्याच दृष्टीने त्यांच्या समाजसेवेकडे पाहणे अन्यायाचे होईल. परक्या देशात तपेच्या तपे स्वार्थत्यागपूर्वक लोकसेवा करण्यात घालविणारी माणसे पाहिली म्हणजे 'देव तेथेंचि जाणावा' अशी भावना क्षणात तरी मनात उत्पन्न झाल्यावाचून राहत नाही. स्वधर्मप्रसारार्थ मिशनरी हा व्याप करीत असतील तर स्वधर्मरक्षणाकरता हिंदू डॉक्टरांनी तो का करू नये? डॉ. वॉनलेस यांच्या हाताने हजारो रोगी बरे झाले आहेतच. त्यांच्या चरित्राच्या मननाने आमच्यातील समाजाविषयीच्या उदासीनतेचा रोग नाहीसा होवो, असे आम्ही इच्छितो.

२० डिसेंबर, १९२७

महाराष्ट्राचे हरिभाऊ

चालू आठवड्यात हरिभाऊ आपट्यांना दिवंगत होऊन नऊ वर्षे होतात. या दीर्घ काळात त्यांच्याविषयी उपयुक्त अशी दोनच पुस्तके प्रसिद्ध झाली; पहिले श्री. आंबेकरांचे हरिभाऊंचे चरित्र व दुसरे श्री. व. ना. देशपांडे यांचे 'हरिभाऊंच्या आठवणी व कादंबऱ्या'. इतर कित्येक लेखकांच्या स्मृतिदिनाची वाढ सप्ताहापर्यंत होत जात आहे; पण हरिभाऊंच्या स्मृतिदिनाची महाराष्ट्र जनतेला विस्मृती होत आहे. ग्रंथाची विपुलता व गुणवत्ता या दोन्हींत बहुश: लक्ष्मी-सरस्वतीप्रमाणे छत्तिसाचा आकडा असते. पण या परस्परविरोधी गुणांचा ज्यांच्या मध्ये संगम होतो, अशा विरळ प्रतिभासंपन्न ग्रंथकारांत हरिभाऊंची गणना केली पाहिजे. पण 'सागेर सर्व तिर्थानि' हे खरे असूनही, लोक गंगेकडेच 'पवित्र' तीर्थ म्हणून जशी धाव घेतात, त्याप्रमाणे हरिभाऊंना सोडून महाराष्ट्रातील तरुण पिढी इतर ग्रंथकारांवर खूश होत आहे.

चिपळूणकर व आगरकर या दोघांचीही शिकवण शर्करावगुंठित करून हरिभाऊंनी महाराष्ट्राच्या गळी उतरविली. महाराष्ट्राचा उज्ज्वल भूतकाळ त्यांनी ऐतिहासिक कादंबऱ्यांच्या द्वारे रेखाटला व 'हे चित्र पहा आणि हे चित्र पहा' असा सकल महाराष्ट्राला टाकण्याकरता की, काय त्याच्या शेजारी गरिबीने गांजलेल्या, रूढीने रडणाऱ्या आणि पारतंत्र्यात पिचणाऱ्या आजच्या निस्तेज वर्तमानाचे चित्र रंगवून ठेवले. त्यांची प्रत्येक कादंबरी सहेतुक आहे. पण परमेश्वर विश्व व्यापून दशांगुले उरलेला असूनही जसा कोणाला दृश्य होत नाही, त्याप्रमाणे त्यांच्या कादंबऱ्यांतील ध्येयवाद अगर उदात्त उपदेश कलाविलासाच्या आड मुळीच येत नाही. बा. म. जोशी, ना. ह. आपटे, श्री. कृ. कोल्हटकर, डॉ. केतकरप्रभृती लेखकांच्या कादंबऱ्यांत

नावीन्य अगर कलाकौशल्य आढळते; पण हरिभाऊ इतका स्वभावविकास सहसा प्रचीत होत नाही.

'हरिभाऊंची स्वभावरेखनकला' हा एखाद्या निबंधाचा किंबहुना ग्रंथाचा स्वतंत्र विषय आहे. सध्याच्या बुद्धिप्रधान, सौंदर्यवादी (Romantic) व कोटिबाज अशा तरुण विद्यार्थ्यांना हरिभाऊंची भाषा अगदी साधी वाटते. जाईजुईपेक्षा केतकीचा सुगंध उत्कट असतो हे खरे; पण त्यात जाईजुईचा नाजूकपणा नसून उलट काट्यांची किंबहुना सर्पाची भीती असते, हेही विसरून चालणार नाही.

हरिभाऊंत कायम ठशाचे स्वभावरेखन मूर्तींचे नाही. त्यांच्या सामाजिक कादंबऱ्यातील प्रत्येक मनुष्य आपण कुठेतरी पाहिले आहे असे वाटावे, इतक्या सफाईदारपणे कुंचल्याने रंगविले गेले आहेत. स्वभावाच्या खाचाखोचा व बारकावे यांचे इतके सूक्ष्म वर्णन करणारा ग्रंथकार मराठीत दुसरा झाला नाही असे म्हटले, तरी चालेल. प्रणयाची उत्कटता अगर काव्यात्मता हे तरुणांना मोहिनी घालणारे गुण त्यांनी आपल्या लेखनात ओतले नसल्यामुळे, त्यांच्या इतर गुणांकडे तरुण पिढीचे जावे तसे लक्ष जात नाही. दुर्दैवाची गोष्ट आहे. त्यांच्या बारकाव्यांत विशेष काय आहे असेही अनुभवी माणसांना अनेक वेळा वाटते. पण Trifles make perfection but the pefection is no trifle (क्षुल्लक गोष्टीने पूर्णत्व येते; परंतु पूर्णत्व ही गोष्ट मात्र क्षुल्लक नाही) हे सुंदर सत्य त्यांच्या वाङ्मयाच्या बाबतीतही खरे आहे. नाटककंपन्यांवर पानेच्या पाने खरडणारी वर्तमानपत्रे अगर पांचट गोष्टींच्या माला फेकून देऊन महाराष्ट्र हरिभाऊंचा अभ्यास करील, तर त्यांचे भावी वाङ्मय निःसंशय सरस व सकस होईल.

२८ फेब्रुवारी, १९२८

पुढील साहित्य संमेलन

यंदाचे महाराष्ट्र साहित्य संमेलन चालू आठवड्यात ग्वाल्हेर येथे साजरे होणार आहे. संमेलनाचा लोहचुंबक इकडेतिकडे विखुरलेले साहित्य लोहकण एकत्र करू शकतो; पण उच्च दर्जाचा साहित्यसेवक अध्यक्ष लाभल्यास त्या परिसाच्या स्पर्शाने या लोहाचे सुवर्णही होऊ शकते. पूर्वीच्या मराठ्यांचे अनुकरण करून संमेलनाने यंदा जशी उत्तर हिंदुस्थानात स्वारी केली, तशी पुढील वर्षी दक्षिणेतही करणे अशक्य आहे. चळवळीच्या केंद्रस्थानी असलेल्या शहरांपेक्षा बाजूला असलेल्या भागातच अशा संमेलनांची आवश्यकता अधिक असते. कोकण, सावंतवाडी संस्थान, बेळगाव जिल्हा व गोमंतक यांच्यातर्फे पुढील संमेलन बेळगावला झाल्यास या भागातील मराठी वाङ्मयाच्या कार्याला भरती आल्यावाचून राहणार नाही. बेळगावने मराठीची अभिमानपूर्वक जोपासना चालविली असून तेथे किरात, वरेरकर, गुणाजी, डॉ. साठे वगैरे लेखकांचे वास्तव्यही आहे. कोकण एका बाजूला पडले असले, तरी आजच्या होतकरू लेखकांपैकी अनेक कोकणातीलच आहेत. प्रख्यात मार्मिक टीकाकार श्री. बा. अ. भिडे यांची सर्व साहित्यसेवा मुरुडजंजिऱ्याला राहूनच झाली आहे. गोमंतकांत 'भारत', 'हिंदू' सारखी वृत्तपत्रे व श्री ब. सू. सरदेसाई प्रभृती लेखक यांनी मराठीची साहाय्यावाचून गोमंतकस्थ हिंदूंनी केलेला मराठी शिक्षणाचा प्रसार तर कुणालाही आश्चर्यचकित करून सोडील. बेळगाव येथे संमेलन झाल्यास ते अलग असलेले धागे अधिक जवळ येतील व संघटित कार्याला प्रारंभ होऊ शकेल.

बेळगावला अलीकडेच निघालेल्या वाङ्मयचर्चा-मंडळातर्फे पुढील वर्षी संमेलन बेळगावला बोलावण्याचा बेत बेळगावकरांनी निश्चित केला आहे, असे समजते. बेळगावकरांचे हे निमंत्रण स्वीकारले जाईल व या वाङ्मयपर्वणीचा लाभ पुढील वर्षी

सावंतवाडीच्या लोकांना सुलभ होईल, अशी आम्हास आशा आहे. 'मनोरंजन', 'विस्तार', 'नवयुग', 'विविधवृत्त' इत्यादी नियतकालिकांचे उत्पादक व चालक सावंतवाडी संस्थानचेच असल्यामुळे साहित्य संमेलन बेळगावला आल्यास सावंतवाडी ते यशस्वी करण्याकरता सर्व प्रकारचे साहाय्य करील, अशी आमची खात्री आहे.

३ एप्रिल, १९२८

मृतात्म्यांचा मेळा

१

गेल्या महिन्यात श्रीक्षेत्र काशी येथे 'अखिल भारत ब्राह्मण महासंमेलन' नावाची परिषद भरली होती. विसाव्या शतकात भरलेल्या या संमेलनात विसाव्या शतकातल्या शास्त्रीपंडितांनीच भाग घेतला होता आणि वर्तमानकालानुरोधाने धर्मशास्त्रविचार करणे हा संमेलनाचा उद्देश होता. अशा रीतीने हे संमेलन विसाव्या शतकाशी पूर्ण संबद्ध असतानाही, विचारविनिमयाचे माध्यम म्हणून कोणतीही प्रचलित भाषा वापरण्याची संमेलन चालकांनी सदस्यांना मनाई केली होती व संमेलनाचा सर्व व्यवहार कित्येक शतकांपूर्वी मृत झालेल्या संस्कृत भाषेतच चालला पाहिजे, असा दंडक घालून दिला होता! त्यातूनही एखाद्याने जिवंत भाषेचा उपयोग केलाच, तर 'गीर्वाण्यांवक्तव्यम्' असा एकच कोलाहल उत्पन्न होत असे!

२

भाषेवरून अनेकदा ती बोलणाऱ्यांविषयी अनुमाने बांधता येतात व सामान्यत: ती अचूकही ठरतात. जोरदार हिंदी बोलणारे लोक दणकट व निधड्या छातीचे तर मिळमिळीत गुजराती बोलणारे मऊ व भित्रे असतात असे सामान्य विधान, अपवादांची मर्यादा सांभाळूनही करता येते. या न्यायाने मृत-भाषा बोलणाऱ्या लोकांच्या गोरचतेविषयी कल्पना बांधणे मोठेसे कठीण नाही. प्रत्यक्ष अनुभवही या कल्पनेशी फारसा विरोधी ठरण्याची भीती उरलेली नाही; कारण या मृत-भाषाविशारदांच्या मेळ्यात मृतबुद्धीची माणसेच जास्त होती.

३

या मृतात्म्यांच्या मेळ्यात विवाहाचा प्रश्न चर्चेसाठी निघाला असता 'स्त्रियांच्या विवाहाविषयी गर्भस्थितीपासून आठवे वर्ष हा मुख्य काल असून ४८ वर्षे वेदाध्ययन केल्यानंतरच पुरुषांनी गृहस्थाश्रम स्वीकारणे धर्मविहित आहे.' असा निर्णय देण्यात आला! संमेलनाची ही शिफारस अमलात आणल्यास धर्मसंगोपन कितपत होईल हे आम्हास माहीत नाही; मात्र त्रैवर्णिकांतील महिलावर्ग जीवन्मृत करण्याचे श्रेय संमेलन सहज संपादन करू शकेल! वरील निर्णय देणाऱ्या या महात्म्यांची कृती त्यांच्या उक्तीस अनुसरूनच आहे ना? गर्भस्थ बालकांच्या विवाहास मान्यता देणाऱ्या या पंडितांनी मरणोत्तर विवाहाला आणि मुलीमुलींच्या अगर पुरुषापुरुषांच्या विवाहाला तरी मान्यता का देऊ नये?

४

विवाहविषयक प्रश्नावर सदरील मत देणाऱ्या संमेलनाने विधवाविवाह, जातिभेद, पतितपरावर्तन, स्पृश्यापृश्यविचार इत्यादी विषयांवर कोणत्या प्रकारचे मत दिले असेल याची कल्पना न सांगतादेखील करता येण्यासारखी आहे. तहत वेदांपासून तो भविष्यपुराणापर्यंत संस्कृत भाषेतील सर्वच ग्रंथ प्रमाण मानणाऱ्या पंडितांनी त्रैवर्णिकांतील विधवा विवाह निषिद्ध मानले ते कोणत्या आधारावर? अनेक स्मृतिग्रंथांतून आपत्कालीन विधवाविवाहांना मान्यता देण्यात आलेली नाही काय?

५

समाजात झपाट्याने घडून येत असलेल्या परिवर्तनाचा विचार करता उपरिनिर्दिष्ट संमेलनातील मूर्ख प्रलापांना समाज कवडीचीही किंमत देणार नाही हे स्पष्ट आहे. धर्मरक्षणाच्या नावाखाली या संमेलनात पंडितंमन्यांनी केलेले दांभिकत्व प्रदर्शन, तर्काचा खून इत्यादी गोष्टींमुळे या संमेलनाचे चालक मात्र काही काळपर्यंत उपहासास्पद होऊन राहतील व पुढे लवकरच असला वेड्यांचा बाजार कधी काळी भरला होता, याचीही लोकांना आठवण राहणार नाही!

११ डिसेंबर, १९२८

परिशिष्ट

परिशिष्ट १

समुद्रमंथन : प्रकाशनसूची

१.	२३ नोव्हेंबर, १९२६	१४ डिसेंबर, १९२६
२.	२८ डिसेंबर, १९२६	४ जानेवारी, १९२७
३.	११ जानेवारी, १९२७	१८ जानेवारी, १९२७
४.	२५ जानेवारी, १९२७	१ फेब्रुवारी, १९२७
५.	८ फेब्रुवारी, १९२७	१५ फेब्रुवारी, १९२७
६.	२२ फेब्रुवारी, १९२७	१५ मार्च, १९२७
७.	२२ मार्च, १९२७	१९ एप्रिल, १९२७
८.	२६ एप्रिल, १९२७	२१ जून, १९२७
९.	२८ जून, १९२७	२८ नोव्हेंबर, १९२७
१०.	१३ डिसेंबर, १९२७	२० डिसेंबर, १९२७
११.	१४ फेब्रुवारी, १९२८	६ मार्च, १९२८
१२.	१३ मार्च, १९२८	२० मार्च, १९२८
१३.	२८ मार्च, १९२८	३ एप्रिल, १९२८
१४.	१० एप्रिल, १९२८	१२ जून, १९२८
१५.	१९ जून, १९२८	२६ जून, १९२८
१६.	३ जुलै, १९२८	१० जुलै, १९२८
१७.	२४ जुलै, १९२८	३१ जुलै, १९२८
१८.	७ ऑगस्ट, १९२८	१४ ऑगस्ट, १९२८
१९.	२१ ऑगस्ट, १९२८	२८ ऑगस्ट, १९२८
२०.	११ सप्टेंबर, १९२८	९ ऑक्टोबर, १९२८

२१. ९ एप्रिल, १९२९	३० एप्रिल, १९२९
२२. ६ ऑगस्ट, १९२९	२२ ऑक्टोबर, १९२९
२३. १२ नोव्हेंबर, १९२९	१९ नोव्हेंबर, १९२९
२४. २६ नोव्हेंबर, १९२९	१० डिसेंबर, १९२९
२५ १७ डिसेंबर, १९२९	२४ डिसेंबर, १९२९
२६. ८ एप्रिल, १९३०	२२ एप्रिल, १९३०
२७. २२ जुलै, १९३०	२९ जुलै, १९३०
२८. ९ सप्टेंबर, १९३०	१६ मार्च, १९३७
२९. २७ एप्रिल, १९३७	३१ ऑगस्ट, १९३७
३०. २८ सप्टेंबर, १९३७	५ ऑक्टोबर, १९३७
३१. १२ ऑक्टोबर, १९३७	

परिशिष्ट २

रानफुले : प्रकाशनसूची

१.	पांढरपेशा	१५ मार्च, १९२७
२.	दूधभात	१९ एप्रिल, १९२७
३.	अरसिक किती हा–	२८ जून, १९२७
४.	वृद्धांची पतंगक्रीडा	२० मार्च, १९२८
५.	विषमता	६ नोव्हेंबर, १९२८

परिशिष्ट ३

टिपणे : प्रकाशनसूची

१.	डॉ. वॉनलेस	२० डिसेंबर, १९२७
२.	पुढील साहित्य संमेलन	३ एप्रिल, १९२८
३.	महाराष्ट्राचे हरिभाऊ	२८ फेब्रुवारी, १९२८
४.	मृतात्म्यांचा मेळा	११ डिसेंबर, १९२८

■

साहित्यप्रतिभा: सामर्थ्य आणि मर्यादा

वि. स. खांडेकर

संपादक

डॉ. सुनीलकुमार लवटे

'साहित्यप्रतिभा-सामर्थ्य आणि मर्यादा' हा वि.स.खांडेकरांचा व्यक्तिकेंद्रित; परंतु साहित्याच्या अंगाने लिहिलेला समीक्षात्मक लेखसंग्रह होय. यात खांडेकरांनी आपल्या पूर्व व समकालीन नाटककार, कवी, कथाकार असलेल्या सुहृद साहित्यिकांच्या वाङ्मय व व्यक्तिविचारांची प्रज्ञा व प्रतिभा अशा दुहेरी अंगानी स्वागतशीलपणे; परंतु नीरक्षीर न्यायविवेकी समीक्षा केली आहे. समकालीनांविषयीची आस्था व्यक्त करणारे हे लेखन सुहृदांचे व्यक्तिगत व वाङ्मयीन योगदान अधोरेखित करते, ते गुण-दोषांसकट! म्हणून प्रज्ञावंत साहित्यिकांची प्रतिभा मूल्यांकित करण्याचा वस्तुपाठ समजून या टीकालेखनाकडे पाहिले जाते. स्वागतशील, आस्वादक समीक्षालेखनाचा आदर्श ज्यांना अनुसरायचा असेल, त्यांना 'प्रतिमा आणि प्रतिभा' प्रतिदर्श ठरावा.

गाढवाची गीता आणि गाजराची पुंगी

वि. स. खांडेकर

संपादक

डॉ. सुनीलकुमार लवटे

'गाढवाची गीता आणि गाजराची पुंगी' हा वि.स.खांडेकरांनी विनोदी शैलीत केलेल्या लेखनाचा संग्रह. विनोदी लेखांमधून खांडेकर समाजबदल टिपतात, आपली निरीक्षणं नोंदवतात. 'वर्तमानावर केलेलं भाष्य' असं या लेखनाचं स्वरूप आहे! विसंगत झालेल्या श्रद्धा नि कल्पनांना धक्का देण्याच्या हेतूने झालेले हे लेखन होय. विनोद हा 'फॉर्म' नसून 'वृत्ती' आहे, ज्यांना समूजन घ्यायचं आहे त्यांच्याकरिता सदर पुस्तक वस्तुपाठ ठरावे असे आहे. यात नाट्यछटेची कलात्मकता नि एकांकिकेची संवाद शैली याचं सुंदर मिश्रण आहे. एका साहित्यिक चिंतकाचं 'स्वगत' 'प्रकट' होणं काय असतं ते हे लेखन समजावतं.